Triết Lý và Thi Ca

NGUYÊN SIÊU

TRIẾT LÝ
VÀ THI CA

PHẬT VIỆT TÙNG THƯ | 1
(Tủ sách song ngữ Việt-Anh)

TRẾT LÝ VÀ THI CA | PHILOSOPHY AND POETRY

Tác giả: **NGUYÊN SIÊU**

Phật Việt Tùng Thư xuất bản lần thứ nhất tại Hoa Kỳ, 2021

Tủ sách song ngữ Việt-Anh | Bilingual books

Bìa và trình bày: Lotus Media | Vĩnh Hảo

Ảnh bìa: Đại Hồng Chung Chùa Hải Đức, Nha Trang | An Trú *chụp*

Phụ bản: Hạnh Tuệ | Hạnh Từ

ISBN: 978-1-6671-4000-1

MỤC LỤC

THÍCH NGUYÊN SIÊU
Triết Lý và Thi Ca

*Mùi mật thơm ngon của các loài hoa mang nhiều vị ngọt
ẩn kín bên trong, không sao tránh khỏi
nạn ong bướm vây quanh ngửi mùi thơm,
hút mật ngọt làm rã nhụy, nát hoa.*

CHÙA PHẬT ĐÀ - SAN DIEGO, CA

LỜI NÓI ĐẦU

Triết lý như nhụy hoa mà Thi ca như ong bướm. Nhụy hoa cho hương thơm, mật ngọt để nuôi lớn bướm ong. Triết lý như mặt trời mà Thi ca như tia nắng. Tia nắng có từ mặt trời, để sưởi ấm, nuôi lớn vạn vật. Triết lý như mặt trăng, mà thi ca như ánh trăng huyền diệu làm mơ hồ, huyễn hoặc, nên thơ, mộng tưởng bao thi nhân mặc khách. Triết lý là không lời mà thi ca thì đa ngôn, mỹ ngữ để chuyển tải ý thơ mà tác giả muốn nói. Vậy Triết lý và Thi ca là hai khung trời ẩn và hiện. Có và không. Chủ thể và đối tượng. Nhưng không hẳn là vậy mà là ước lệ của thi nhân gán ghép, dệt thành những phẩm tính hư ảo, lệ ngôn.

Triết lý khô như vách đá. Thi ca ướt như sương đầm. Vách đá nhuốm hơi sương. Sương đầm tươi vách đá, cả hai hỗ tương nhau tạo thành sức sống như năng lượng phù trầm, tương dung tương nhiếp, một mực không rời.

Nhơn duyên nào để Triết lý gặp Thi ca mà thành chuyện tư duy, trải nghiệm suốt một chặng đường dày dạn, luân lưu của cuộc sống. Có lẽ tâm thức đã góp phần vào cái tư duy, trải nghiệm ấy để tác thành một mẫu huyễn hoặc, phù trầm của kiếp nhân sinh. Những hình ảnh đơn sơ, dung dị; những tiếng cười, tiếng khóc hãy còn lảng vảng đâu đây. Lảng vảng như là một thứ Triết lý nhạt như sương và một thứ Thi ca mềm như sữa. Sương và sữa nương nhau để hiện hữu, để sinh tồn, để có, để không như một huyễn tượng trên đỉnh núi cao, trong lòng biển sâu. Triết lý và Thi ca như một cuộc đùa giỡn của ngôn ngữ từ thời xa xưa; từ thuở măng tơ của con người có mặt trên trái đất. Từ đó, con người có đời sống Triết lý như một thực tại và Thi ca là những lời nói, sự diễn đạt qua ý vị, tâm tình muôn thủa của con người. Thi ca như tiếng khóc của em bé và Triết lý như Mẹ cho con bú. Như thị Tướng. Như thị Tánh. Như thị Thể. Như thị Dụng... Như thị Cứu Cánh Bổn Mạt. Như thị là Như thị.

Những gì được gởi gấm trong Triết lý và Thi ca chỉ như là một bông hoa khế ở lưng đồi. Một gác chuông quạnh hiu trên triền núi. Hay trong chiếc cốc của Ôn chơ vơ theo tháng năm mòn mỏi. Chiếc cốc còn đó mà Ôn giờ ở đâu? Một cội tùng già trên bờ sông lởm chởm đá, luôn che chở dòng nước đổ xuống từ nguồn suối cao, rì rào bất tận. Một chiếc tháp rêu phong. Thầy ung dung trong chiếc áo bạc màu nắng gió; thời gian phôi pha, mỏi mòn chẳng đợi chờ. Thầy đã ra đi như bao người đã ra đi. Ai còn lại như những bóng mờ hương khói, để biết thương yêu mà gìn giữ. Xin đừng tàn phá cơ đồ nước non...

Xin được gởi gấm trong Triết lý và Thi ca một tấm lòng, một niềm tin yêu to lớn của thời măng tơ lên ngôi vô thượng giác. Một niềm tin yêu bất hoại, luôn được sống trăm kiếp, ngàn đời nơi đó.

Cuối cùng như là một món quà được trao tặng cho bằng hữu, huynh đệ thân thương một cách khiêm tốn nhất.

Cho phép để được cảm ơn quí Phật tử tận tình giúp đỡ về mọi phương diện. Cảm ơn Đạo hữu Diệu Kim, Nguyên Đức đã bỏ nhiều công sức, thời gian để dịch sang tiếng Anh. Hồi hướng tất cả đều được vuông tròn trong đời sống thánh thiện.

Ba Mẹ, hai vị Đại thí chủ thân thương nhất đời của con.

Chùa Phật Đà, Tu Viện Pháp Vương
Ngày 15 tháng 01 năm 2021

NGUYÊN SIÊU

Thầy đọc sách. Sách nhìn Thầy, cả hai đều như nhiên bất động.
Thầy tôi bậc cao Tăng mộc mạc, thương vật kính người,
trọn đời sống đơn sơ, giản dị với lá, với hoa bên sườn núi,
không rời chùa một bước vân du.

THÍCH NGUYÊN SIÊU
Triết Lý và Thi Ca

CHÙA PHẬT ĐÀ - SAN DIEGO, CA

TƯ TƯỞNG

Những dấu chân người đi qua hãy còn lưu lại phía sau, in đậm trên bãi cát. Dù người có đi đến tận phương trời xa xôi, dịu vợi nào thì dấu chân vẫn luôn hiện hữu rõ nét còn lại ở sau lưng. Khi người đã làm ra các việc ác thì chúng sẽ không bao giờ được bôi xoá trên đường tiến đến kết quả nếu người không biết ăn năn sám hối.

Mùi mật thơm ngon của các loài hoa mang nhiều vị ngọt ẩn kín bên trong, không sao tránh khỏi nạn ong bướm vây quanh ngửi mùi thơm, hút mật ngọt làm rã nhuy, nát hoa.

Ngày ra đi, tôi chưa nhìn rõ từng con đường, từng lối đi quanh queo trong thôn xóm, hay từng mái rạ, luỹ tre, luống cải nơi quê hương tôi. Bây giờ thì sao? Một phương trời xa xăm mịt mù, hút mắt. Nếu có ngày về thì chỉ nhìn tận mặt cái xa lạ, hoang đường. Vì cái đẹp của tuổi thơ ngày ấy giờ đã dập vùi trong vết tích đau thương.

Phật pháp là dòng suối mát, là làn gió thanh lương, làm êm dịu cái nắng chói chan, gay gắt trên cách đồng hoang vu, hay những bãi sa mạc sương mù, nắng quái. Phật pháp là yếu tố, chất liệu có một hương vị giải thoát. Người nếm được hương vị ấy, người được an vui.

Thiền sư ngồi thiền dưới gốc cây. Con quạ lót ổ trên đầu thiền sư. Con quạ nhất tâm ấp trứng cho nở. Thiền sư nhất tâm toạ thiền an nhiên. Con quạ, thiền sư là một bản thể nhất như. Không vọng, không hư. Chân như tuyệt cùng.

Đau khổ là điều không ai muốn, nhưng có biết đâu trong tận cùng của nỗi đau có chất chứa nhiều khả tính hạnh phúc và thành tựu. Như sen mọc trong bùn lầy ô nhiễm, lá sen xanh tươi trải mình trên mặt nước. Hoa sen thơm ngát nhiệm mầu, tràn đầy sức sống thánh thiện, cho đến một ngày lá sen khô, thân sen tàn tạ, gương sen mục nát gục đầu và hoa sen héo úa cũng đều ở trong ao bùn lầy, ô nhiễm kia.

Sức sống của Tăng già là hoà hiệp, thanh tịnh, là giàu đức tánh bao dung và hỷ xả. Là thiết lập một đời sống đạm bạc, đơn sơ, nuôi dưỡng chí nguyện xuất trần vững chắc như kim cương bất hoại, để tiến xa hơn nữa là chí nguyện độ sinh như sấm rền, biển dậy.

Hãy nhìn đời bằng đôi mắt đẹp để thấy bầu trời thăm thẳm xanh lơ mà không thấy chi một gợn mây đen chợt hiện ở đâu đó. Gợn mây đen sớm sẽ tan, còn bầu trời xanh lơ thăm thẳm, muôn đời luôn còn đó.

Bóng mát của cây xanh là hương vị của nguồn sống. Con người hãy nuôi dưỡng cây xanh, làm thành một thế giới xanh giữa xã hội người. Núi xanh. Rừng xanh. Biển xanh. Đồng lúa xanh bát ngát chiều về, nghe rì rào từng cơn gió nhẹ, êm đềm, thanh bình của hương quê, miền thôn dã.

Tự tình của dân tộc là phải biết yêu thương quê hương, dân tộc. Quê hương là núm ruột đầu đời, là tiếng khóc đầu môi, là hình ảnh của thôi nôi vừa tròn tháng. Giống nòi là un đúc từng giọt máu tươi, từng làn da sạm nắng để nuôi lớn con dân đứng vững trên quê hương ngàn đời yêu dấu. Vậy tự tính của dân tộc là phải biết hoà mình vào vận nước, khi thăng lúc trầm để ôm hai chữ quê hương trong tim và giữ trọn giống nòi kiêu hùng bất khuất luôn hiện có nơi đây.

Thầy đọc sách. Sách nhìn Thầy, cả hai đều như nhiên bất động. Thầy tôi bậc cao Tăng mộc mạc, thương vật kính người, trọn đời sống đơn sơ, giản dị với lá, với hoa bên sườn núi, không rời chùa một bước vân du.

HẠT MẦM
VƯƠN LÊN TỪ ĐẤT

Đ ất ướt. Đất khô. Đất mềm. Đất cứng, tất cả đều là chất liệu nuôi dưỡng trưởng thành hết thảy mọi sự vật.

Con người, sống là nhờ đất và chết cũng là nhờ đất. Giá trị sống có từ đất như là bác nông phu, quần săn bó gối, mầu da sạm nắng, chiếc nón rách vành, dắt trâu ra đồng cày lên những mảnh ruộng mầu mỡ, đẫm ướt như bùn để chuẩn bị cho mùa lúa mới. Từng hàng người bán mặt cho đất, bán lưng cho trời, cong mình thật thấp, cũng những chiếc quần bó gối, chiếc nón cời nhuộm mầu mưa nắng, tay cầm bó mạ, tay cấy những nhúm mạ xanh xuống thửa ruộng ngập nước. Họ lần lượt lui dần, lui dần, đụng bờ sau lưng, thửa ruộng đã được cấy xong. Từ đó, đất nuôi mạ lớn thành ruộng lúa xanh tươi. Lúa trổ đòng đòng. Lúa đơm bông. Thân lúa nặng trĩu, nghiêng mình cảm tạ đất trời. Đất nuôi lúa, đủ ngày đủ tháng cho người nông dân gặt hái giã thành những hạt gạo nuôi người. Người sống như hôm nay. Đó là triết lý Duyên Sinh. Trùng

trùng vô tận của sự vật trong thế giới ba ngàn. Rồi những loài vật khác, chim muông, cầm thú, súc vật... cỏ cây, hoa lá, vàng, ngọc, kim cương... hàng muôn ngàn các loại khác cũng được nuôi dưỡng từ đất mà có. Cái triết lý này làm sao nghĩ tưởng. Làm sao giải thích để người nghe thấu hiểu mà không thắc mắc. Không dài dòng. Không mất thời gian. Được gọi là triết lý về Đất.

Khi xưa là những thửa ruộng bùn nước, nhưng vì nắng hạn lâu ngày mà thành nứt nẻ, tạo thành mọi hình dạng, những hình tam giác, lục giác, bát giác, những đường cong ngoằn ngèo, chẳng chịt. Dẫu vậy, vẫn có những hạt mầm ẩn tàng trong đất, nhờ sương lạnh của đêm. Nhờ ánh nắng của ngày, nhờ khí trời hít thở mà hạt mầm chui qua khe đất, từ từ bung lên. Thân mầm trắng nõn. Lá mầm xanh nhạt, biểu tỏ một sức sống lớn mạnh, bất kể đất khô nứt nẻ. Từ đó một triết lý sống luôn hiện hữu trong đất, luôn được bảo tồn từ đất, luôn được nuôi dưỡng từ nơi đất cho đến ngày hạt mầm vươn lên, đơm bông kết trái. Một triết lý sống có từ nơi đây. Tiềm tàng trong sự vật. Dinh dưỡng từ đất sâu. Bao nhiêu núi đồi. Biển cả. Núi cao. Biển rộng. Đồi xanh. Nước biếc. Đất dung chứa. Đất che chở. Đất dang đôi tay. Đất ôm vào lòng đất như đất ôm hạt mầm. Đất nuôi lúa mạ. Tất cả không vật gì xa lìa lòng đất.

Ngồi đây, tựa lưng vào gốc thông trên đồi Pháp Vương, thả tầm nhìn xa quang cảnh lô nhô cây lá xinh tươi ẩn hiện dưới ánh trăng mười hai, mười ba. Trăng chưa tròn như trăng 16. Nhưng chừng ấy ánh trăng cũng đủ để thấy từng con ốc sên bò trên phiến lá, để lại phía sau một đường bọt trắng. Thấy năm Mẹ con chồn đất dẫn nhau đi trước sân nhà, nghe tiếng động, chồn Mẹ ngẩng đầu nhìn quanh như tỏ ý bảo vệ đàn con. Một sức sống hiện hữu trên mặt đất. Hạt mầm hiện hữu trong lòng đất. Tất cả mang sức sống của sự vật. Lớn có sức sống lớn. Nhỏ có sức sống nhỏ. Còn triết lý sống ở đây là tôn trọng sự sống. Sự sống của hạt mầm giống như sự sống của ốc sên. Sức sống của biển xanh giống như sức sống của đỉnh cao rừng núi. Mọi vật đều im lìm, bất động, phơi mình dưới ánh trăng huyền hoặc. Lúc ẩn, lúc hiện. Lúc mờ, lúc tỏ. Làm người đối cảnh càng thêm mông lung.

Tôi mơ ánh trăng 16
Rọi trên đồng lúa thơm
Quê hương Việt Nam còn
Trái tim nồng dân tộc
Lạc Hồng Văn Hiến
Con cháu Rồng Tiên
Mẹ hiền Quán Âm
Hộ dân, hộ nước
Thanh bình yên vui.

Chiếc lá ngọc lan rụng về cội. Nằm yên gác đầu trên phiến đá. Nắng về trưa đốt cháy ngọc lan, khô dòn như bao chiếc lá trên rừng, mang sắc thắm ban mai, chiều trở thành héo úa. Như sự vận chuyển của thời gian đến đi vô tận. Nuôi sự sống. Đốt cháy sự sống. Một triết lý sống và chết, thiên thu bất tận.

Đỉnh núi rừng sâu vách đá
Mây trời phủ kín sương mai
Bụi mờ đường dài lữ thứ
Nhọc nhằn một kiếp trần ai!

Bó gối ngồi ôn chuyện cũ
Năm xưa từ thuở lên mười
Mòn chân hình hài in dấu

Khe sâu vực thẳm đôi mươi

Ấy là hạt mầm vươn lên từ đất. Như đàn mối đùn lên từ đất. Như dế mèn đội lên từ đất. Triết lý đội đất. Vun đất. Nhóm đất của loài vật sống trong đất. Triết lý đội cát. Vun cát. Nhóm cát của loài vật sống nơi biển. Cua còng. Cá thóc. Cá nhảy. Nếu có ai đó suy tư trên dòng tâm thức chuyển biến nhấp nhô như hàng trăm nghìn con sóng lượn, đứng trên bờ cát mà nhắn nhủ loài tôm cua xin hãy thương nhau.

Con sâu rọm bò trên phiến lá
Giọt sương mai còn đọng trên cành
Tử sinh rụng lòng vòng đâu đó
Vệt thời gian nắng rọi lều tranh

Chim vẫn hót gió ngàn vẫn thổi
Mây cứ bay giăng kín tơ mành
Thoảng phút chốc thấy mình như đã
Viết lời thơ trên ánh trăng thanh

Dòng suối lạnh in hình bóng hạc
Gối đầu Tây giấc mộng đồi Đông
Du tử cuồng rêu phong rục rã
Bụi đường mù phủ kín mênh mông

Ráng trời nọ pha mầu hủy thể
Đốt sương khuya lạnh buốt tơ chùng
Cúi xuống nữa nhìn sâu phút chốc
Đống xương tàn mộ nọ ai vun

Ánh trăng đã khuất bên kia đồi cỏ. Chỉ còn vẳng nghe tiếng chim đêm tìm ăn lẻ loi đâu đó. Nhưng không, ấy là dáng dấp của tạo hóa, bằng đôi tay khéo léo, thô phù để nuôi dưỡng sự sống và giết chết sự sống.

Con chim nhỏ hót bên trời
Gởi lời từ biệt gãy đôi cánh hồng

Triết lý và thi ca như hai cung bậc để tạo dựng cái có, cái không, cái thực cái hư ẩn tàng trên vách đá của núi cao. Và chìm sâu dưới lòng hố thẳm.

NGỒI ĐÂY MỘT MÌNH

Núi ngồi một mình. Núi ngồi vững chãi. Núi thi thố với thời
gian. Núi trơ gan cùng tuế nguyệt. Núi có mặt trên trái đất
này, cùng tuổi với trái đất. Cùng thời gian với trái đất. Có đất là có
núi. Đá ngồi một mình. Đá cứng. Đá chắc. Đá nặng. Đây là những
đặc tính của đá chất chồng để làm núi cao. Đá làm đẹp cho núi. Đá
làm núi hùng vĩ. Đá và núi nương tựa nhau để bảo trì sự sống. Đá
rời khỏi núi đá lạc lõng. Núi không có đá núi bị xoi mòn, cằn cỗi.
Núi khô. Núi chết.

Ngày nắng dọi vào đỉnh đá làm sáng rực cả núi. Tô vẽ cho núi
những nét đẹp kỳ ảo, huyền diệu. Chỗ sáng. Chỗ tối. Chỗ đậm.
Chỗ lợt. Một bức tranh thiên nhiên đẹp. Đẹp như cẩm tú của nước
non hùng vĩ như là sự giàu có của quê hương. Tài nguyên nơi đất
vô tận.

Có ai một lần đối diện với núi. Đối diện với đá, sẽ thấy lòng mình
thư thái, an bình, bất động. Không lung lay như núi và đá kia.
Không lung lay và hùng vĩ như dãy Rocky Mountain, tiểu bang
Colorado. Dãy núi đá như cột chống nhà Trời, làm cho người có

cảm giác đá, núi sẽ là thiên thu vô tận, không bao giờ tan vỡ, không bao giờ hủy hoại, hoặc không bao giờ khuất dạng mà nó đã có tự nơi đó. Một cảm giác của lòng trong nhất niệm!

Đức Phật dạy:

"Như tảng đá kiên cố. Không gió nào lay động. Người trí giữa khen chê. Người trí không lay động."

Thiền Sư dạy:

"Ngồi mỉm cười, vững chãi như núi."

Đó chính là Triết lý về Đá. Triết lý về Núi. Còn thi ca thì:

Bình minh rọi vào tim
Thấy tim người nhiều lỗ
Trưa nắng rọi vào tim
Thấy tim người nhịp thở
Hoàng hôn rọi vào tim
Thấy tim người không thở
Im lìm nằm đợi chờ
Nấm mộ bên đường qua.

Người đã hóa thành đá, bồng con đợi chồng về. Hòn Vọng Phu hãy còn đó. Đứng đó trên quê hương Việt Nam. Kên kên hóa thành đá, bao nhiêu ngàn năm rồi trên đỉnh núi Linh Thứu ở Ấn Độ, mỏm đá đầu kên kên, bên cạnh Hương thất của Phật. Còn bao nhiêu huyền thoại. Dã sử. Lịch sử về Núi và Đá như là một chứng tích được tô vẽ của con người trở thành gần gũi, thân thương trong kiếp sống của loài động vật, thực vật, hay của tất cả. Sự gần gũi, thân thương như đôi tay đá của Mẹ bồng con trong lòng. Ôm con cho ấm. Ru con cho êm. Tình thương của Mẹ. Lời ru của Mẹ làm cảm động núi rừng. Cảm động loài vật. Dã thú ở Sơn Khê, chúng kéo nhau từng đàn đến thăm Mẹ Đá. Một giai thoại về người hóa Đá, cũng vì trái tim của người Sắt son. Trái tim sống cho người. Trái tim người chân thật, nồng hậu, trung thành vượt thời gian. Trái tim đó, hôm nay chúng ta phải học. Học cách bảo vệ trái tim không bị xói mòn theo năm tháng. Học cách tạo dựng trái tim có dòng máu đỏ tươi. Dòng máu nuôi lớn thân người. Có lợi ích cho tha nhân. Cho kể cả lá hoa, rác rưởi. Trái tim đá hiện hữu ở một không gian, nhưng thời gian đã mang trái tim Đá đến cho tất cả. Đến cho từng người. Đến cho từng miền, từ thị thành náo nhiệt đến sơn cước, cây rừng, lá xanh, nước biếc nên thơ, tĩnh lặng. Triết lý sống của con người và thiên nhiên:

Trăm năm con nước qua cầu
Có ai đếm được giọt sầu bao nhiêu
Nắng chiều từng hạt liêu xiêu
Sương đầm nấm mộ dặt dìu lá hoa

Ngồi đây một mình như thứ Triết lý tĩnh lặng. Triết lý Thiền định. Ngồi một mình để quán sát tâm thoạt hiện, thoạt biến đến bất chừng, không lường được. Ngồi một mình trên tảng đá, bên cội tùng bờ sông. Nhìn dòng nước lặng trôi. Êm đềm, không mảy động. Ngồi để nghe dòng sông nói. Nói từ âm thanh vô thanh. Âm thanh không lời. Âm thanh của dòng sông là một thứ âm thanh nói không thành lời và không nghe thành tiếng. Âm thanh của đất trời như nhiên. Có ai giữ lòng như nhiên thì mới nghe được âm thanh của dòng sông nói. Vách đá nơi đây. Cội tùng nơi đây đã nghe được dòng sông nói, nên quanh năm vách đá luôn ẩm ướt, rêu phong, làm môi trường cho rêu rong trú ngụ. Cho ốc sên, côn trùng tạo dựng nhà cửa yên vui. Đây là Triết lý sống lợi ích của dòng sông, làm tươi mát, yên bình cho ruộng vườn hoa lá.

Đêm đêm cội tùng nghe sông hát. Tiếng hát êm đềm, mượt mà như nhung. Tiếng hát từ dòng sông dâng cao. Cao tới đỉnh cội tùng, dừng lại ở đó. Vì dòng sông không muốn xa cội tùng. Cội tùng che mát dòng sông. Dòng sông tưới mát cội tùng. Sông, tùng duyên nhau mà sống. Có nhau mà sinh tồn. Một thứ Triết lý Tương dung, Tương nhiếp để hiện thành Thi ca cội tùng trên bờ sông, thơ mộng, vi vu gió ngàn ngày cũng như đêm, luôn hát ca cho dòng sông yên bình mang phù sa về nuôi ruộng đồng, lúa mạ thêm hương.

Ngồi đây một mình để thiền quán, dòng sông qua bao thác ghềnh, núi cao, rừng rậm. Lúc uốn khúc. Khi thẳng tắp. Dòng sông luôn sống với chính mình. Dù dòng sông ấy luôn chuyển biến, nhưng bất biến. Dòng sông núi cao, như dòng sông nơi bình nguyên hay dòng sông xuôi ra biển. Vẫn dòng nước đó. Dòng nước từ nguồn suối cao. Dòng nước được bốc hơi từ ao hồ, mương, rạch, làm thành những cơn mưa, dâng tràn lưu lượng của sông mà cho đến hôm nay, dòng sông vẫn luôn cưu mang hình hài của nước từ thủa man nhiên. Từ thời xa xưa núi rừng trầm mặc. Ai có ngồi đây mới cảm nhận được sự hiện hữu của dòng sông và bóng dáng cội tùng soi trên dòng nước. Tùng nước ôm nhau mà thì thầm trăm năm dâu bể. Nước xuôi ra biển, tùng vẫn đứng đây. Tùng ngả bóng về chiều. Nước vẫn vô tâm trôi chảy. Cái duyên của Tùng Nước là cái duyên hội ngộ vô tình theo dòng thời gian chuyển biến. Gặp nhau rồi lại xa nhau. Xa nhau rồi lại gặp nhau, trong cuộc thời gian vô thường, người đi kẻ ở, như ý vị của Thi ca: Một trăm năm gặp em trên đỉnh non cao, hay sông dài biển rộng. Trầm mình trong ký ức miệt mài tự thở man nhiên. Như giọt nước biển mặn. Như hạt sương đầu cành. Như chiếc lá xa nguồn. Như trùng dương hát ca.

Lời ca thánh thiện:

Sóng dâng cao
Sóng bạc đầu
Muôn ngàn lượn sóng
Trải vào bờ

Lượn sóng sáng xanh
Sóng ru cát ngủ
Cát ngắm trăng thanh
Như đôi mắt em

Bẽ bàng giấc mộng
Rồi trăm năm nữa
Em thành thiên thu
Sóng thôi ca hát

Gục đầu sóng ngủ
Chìm trong giấc mộng
Mùa thu rừng thu
Sương mù khỏa lấp thân em

Ấy là những ân tình của kiếp người mộng ảo, mà bây giờ còn như âm ba, thì thầm trên đỉnh non cao, khi ánh mặt trời chiếu soi rừng cây xanh mơ. Mộng ảo như cánh chim bay ngang bầu trời không lưu vết tích. Tỉnh rồi mê. Mộng rồi thực, em vẫn nằm chờ trên chiếc lá khô, nghìn năm bất động. Nắng sớm. Sương chiều. Phù hư em ơi!

Có bao giờ em thấy trăng lên
Có bao giờ em ru giấc ngủ
Giấc ngủ mơ hồ
Tràn khắp núi sông

Ruộng đồng khô
Lòng người khô
Đốt cháy từng đêm
Ngập tràn khói lửa

Lửa nào đốt tôi
Lửa nào thiêu em
Thành quả tim đen
Mù lòa quê hương

Những vết chân mòn
In trên lối nhỏ
Để có ngày về
Tận mắt em trông

Và nơi đó giữ vẹn lời thề:
Thề yêu quê hương
Nuôi lớn đời em
Lớn từng sợi tóc
Dài từng đôi tay
Dạn dày đôi chân
Trái tim máu đỏ
Thề yêu quê hương

Em hãy mặc chiếc áo mầu nâu
Như mầu da sạm nắng
Như cặp mắt nâu em nhìn quê hương

Quê hương tôi
Quê hương em
Quê hương mình
Tình thương

Em thương

Tôi thương

Thi ca như vệt nắng
Làm động ánh trăng ngàn
Trăng chiếu sáng miên man
Trên tờ kinh siêu độ
Tâm em như trang giấy trắng
In đậm nét mực nhòa
Viết thành những lời ca
Ca lời ca sông núi

Bây giờ hay nghìn sau
Tóc em bềnh bồng trôi
Trôi theo làn gió mát
Mát rợp trời quê hương

Trên những con đường em đã đi qua
Hương suối tóc mượt mà vẫn còn nơi đó
Còn như thể lời nguyền

Em nằm xuống cho núi sông
Ruộng đồng xanh như dòng máu đỏ
Đồng lúa vàng như lời hát kiêu sa
Mai về em vẫn như là
Người con dân Việt tình ca thanh bình

Trăng sáng lung linh
Soi trên mái tranh rạ
Giữ trọn hương quê
Hương trà

Hương bưởi

Hương cau

Hương đồng nội

Hương xóm làng

Hương chùa

Hương mõ

Hương trầm mến yêu

Vẫn ngồi đây. Thông già còn đó. Dòng nước buồn, chảy đôi bờ sông. Một thứ Triết lý của đỉnh cao. Của vực thẳm. Không bao giờ mất.

Thiền sư ngồi thiền dưới gốc cây.
Con qua lót ổ trên đầu thiền sư.
Con qua nhất tâm ấp trứng cho nở.
Thiền sư nhất tâm toạ thiền an nhiên.
Con qua, thiền sư là một bản thể nhất như.
Không vong, không hư. Chân như tuyệt cùng.

THÍCH NGUYÊN SIÊU
Triết Lý và Thi Ca

CHÙA PHẬT ĐÀ - SAN DIEGO, CA.

HỒI CHUÔNG CỔ TỰ

Trên đỉnh đồi thoai thoải, có mái chùa xưa nép mình dưới rặng me già. Từ miếu cúng cô hồn vào chánh điện không xa, nhưng phải qua đôi bờ bông bụt. Hoa cau. Hoa sói. Hoa ngâu, dâng hương nức lịm, làm khách thập phương như tươi tỉnh tâm hồn, để nhẹ bước chân hơn khi lần vào chánh điện. Những vách đá rong rêu để cho thấy bao đời ở đó. Vách đá ở đó để chứng kiến thăng trầm nắng mưa. Bao cảnh người đi, kẻ ở, như con tàu chạy trước cổng chùa. Khi sớm mai cũng như lúc chiều hôm trên hai con đường sắt dài bất tận. Một thứ triết lý song song không bao giờ gặp nhau trên hai đường thẳng.

Đứng trên đỉnh đồi, đưa mắt nhìn quanh xóm làng, ao rau muống, vườn dừa xanh. Xa hơn nữa là những rặng núi mờ làm nền cho bức tranh chiều quê nơi thôn dã. Cảnh vật tĩnh lặng khi bóng hoàng hôn lặn xuống bên kia đồi núi, thì cũng đồng thời tiếng chuông chùa cổ ngân nga như len lỏi vào cỏ nội hoa ngàn, vào tận tâm tư của dân làng sống dưới chân đồi ấy.

Như một thói quen hay nếp sống đã được tạo dựng từ hình ảnh mái chùa; từ âm ba vang vọng của tiếng chuông; từ hình dáng hiền hòa, thân thiện của Sư Ông, vị Thầy Cả của ngôi cổ tự, đã trải qua bao thời gian, dù yên bình hay loạn lạc. Dù đói, dù no người dân làng vẫn không xa ruộng vườn, nương rẫy, mà nơi đó là sức sống rạt rào tình tự quê hương. Như tiếng chuông cổ tự chiều nào cũng âm thầm, len lỏi đến từng chiếc lá, cái hoa, từng những loài ốc sên mòng muỗi. Hay tiếng chuông chiều về ấy, ru nhẹ những tâm hồn lẻ loi, đơn độc của vô lượng kiếp tử sinh.

Mái chùa xưa. Tiếng chuông cổ tự. Sỏi! Đá! Cỏ xanh! Như là những tố chất làm đẹp cuộc sống của người dân lành miền quê nước Việt. Cái đẹp ấy; cái tố chất ấy dường như tháng nào Sư Ông, vị Thầy Cả của ngôi cổ tự cũng được đón nhận từng rổ khoai, từng chục bắp nếp, đôi mươi trái xoài... từ những tấm lòng đôn hậu của người dân dưới xóm, mà cứ mỗi ngày rằm, ba mươi là những hình ảnh quen thuộc ấy lại xuất hiện trên những bậc tam cấp dẫn lên ngôi Chùa Cổ. Một thứ Triết lý nơi chốn nhà Thiền, chẳng ai học hỏi, chẳng cần giảng giải, cứ như thế in sâu vào lòng người từ thế hệ này qua thế hệ khác mà chiều nay, tiếng chuông cổ tự một lần nữa lại nhẹ nhàng rót vào lòng người dân quê im lìm, ngọt ngào như hương thơm hoa khế lưng đồi.

Ngôi Chùa Cổ nơi đây không bề thế, cao rộng, nép mình dưới tàn me già, cành phượng vĩ, ẩn dưới bóng bồ đề, như âm thầm lặng lẽ với thời gian; như lánh xa nơi phồn hoa đô hội. Ấy vậy mà tượng Phật gỗ trầm vẫn luôn ngự tọa nơi giữa chánh điện đơn sơ, có đôi ngọn đèn dầu leo lét, nửa mờ nửa tỏ làm tăng vẻ linh thiêng, mầu nhiệm. Nếu ai kia đã từng lặn lội, bôn ba trên trường danh lợi; và nếu ai kia đã bao lần trải qua những đắng cay thử thách của cuộc đời thì giờ đây trong khung cảnh trầm mặc, u tịch này tấm lòng như vơi bớt đi bao điều tang thương dâu bể, lắng dịu tâm tư sạm nắng của gió táp mưa sa. Quỳ đó, chắp tay quý kính. Mắt nhìn Phật. Miệng lâm râm Bồ Tát Quan Âm, hay Địa Tạng Vương, mà cảm thấy lòng thanh thản, yên vui. Đây là Triết lý sống hay ý vị thi ca của quê hương, đạo pháp.

Tôi đố em bài ca nào hay nhất
Em trả lời bài ca quê hương
Bài ca quê hương mang tính diệu thường
Ngàn năm vang vọng con đường tự do

Từ con đò cây đa bến nước
Viết lên bài lịch sử dân tôi
Dầm mưa trải nắng giãi dầu
Sắt son vẫn đợi cơ cầu chẳng lay

Bến nước đó dừng chân tạm nghỉ
Mài gươm vàng dưới bóng trăng non
Giữ yên bờ cõi giống nòi
Cho vầng trăng tỏ sáng soi dặm trường

Em nghe điệu khúc nghê thường
Dệt vần Sử Việt quật cường hùng anh
Ấy là cái nôi cái tổ
Cái núm ruột đầu đời em thường hát ca
Mà bây giờ em có hay
Còn đâu những buổi chiều tà
Cò bay thẳng cánh hiên nhà khói vương
Dân làng sớm nắng chiều sương
Nghe chuông Cổ Tự mà thương dân mình

Em! Một sáng bình minh
Dâng hương cúng Phật
Phật mỉm miệng cười
Độ tận chúng sinh

Dấu chân người đã qua mà âm ba người hãy còn đâu đó. Còn trên phiến đá bên cạnh gốc me. Còn nơi miếu cô hồn chiều nào cũng cúng: "Tát phạt đát tha…" hay "noãn noãn noãn…" nguyện cầu cho yết hầu cô hồn mở rộng để được no đủ.

CÁI KHÓ KHUYÊN TÔI

Thầy dạy:

- Con phải tu. Con làm được thân người là khó. Ngày nay con đã được thân người, có nghĩa là con đã vượt qua cái khó. Nhớ nghe con, đừng xao lãng mà uổng phí một đời làm người không đâu.

Đơn giản chỉ có bấy nhiêu mà cho đến hôm nay, chú vẫn chưa làm tròn lời dạy của Thầy, 60 năm về trước. Ngồi đây ôn lại chuyện mình. Ôn lại thời của tuổi cắp sách đến trường, ngồi suốt buổi nghe Thầy giảng bài tu tâm, sửa tánh. Súc cái bình. Rửa cái tâm. Đừng để rong rêu bám mắc.

Tôi hành điệu dưới mái chùa xưa nho nhỏ
Quanh hàng dừa xanh rợp bóng mát thâm u
Cứ mỗi chiều về vang vọng tiếng công phu
Lúc sáng sớm ra đứng nhìn dòng sông chảy

Biết và nhớ tuổi đời mình quá đủ
Tóc sương pha trên vầng trán hao gầy

Ngồi tĩnh lặng trầm ngâm về tự thủa
Ghềnh biển xanh mờ mịt tít chân mây

Bột phấn rớt xuống chân tường. Viên phấn mòn lùi dần đến ngón tay. Tuổi Thầy cũng lui dần về quá khứ. Tuổi hạc. Xương gầy. Gầy đến độ, giờ chỉ thấy đôi mắt sâu hoắc. Cái vầng trán cao hút. Đôi môi dầy. Cái cổ cao. Còn thân mình thì như lau sậy. Mong manh. Dẹp lép. Lau sậy có tư tưởng. Đôi mắt có cái nhìn. Đôi môi có tiếng nói. Đôi chân có bước đi. Nhưng bước đi không vững. Có tiếng nói, nhưng tiếng nói rơi tỏm vào hố thẳm. Cái nhìn, nhưng nhìn vào hư vô. Cuối đường hầm mất hút. Đó là những ảnh tượng của Thầy. Giờ thành hoang phế. Cũng vì, lưng Thầy thẳng, cổ Thầy cao. Thầy không cúi xuống. Cổ cao để che chở người. Lưng thẳng để không làm nô lệ. Mắt sáng để thấy chân thật và trán cao để giữ đầu không vỡ. Chỉ có bấy nhiêu mà tôi học hoài, học mãi, học đến vô tận. Những lời Thầy dạy trong Khóa Hư Lục, tôi luôn luôn nhớ mãi. Nhớ để thấy làm người là khó. Còn khó hơn nữa là sống sao nên người. Sống như Thầy là khó. Khó cái khó của bậc Chân tu. Khó một đời ẩn nhẫn. Cái khó như là:

- *"Chốn hoang còn nghe Bá Trượng nói pháp. Loài óc sò vẫn biết hộ Kinh Kim Cang. Mười ngàn con cá nghe danh hiệu Phật được hóa làm con Trời. Năm trăm con dơi nghe tiếng Pháp thảy được làm Thần Thánh. Mãn xà nghe sám hối được sanh thiên. Rồng nghe Kinh mà ngộ đạo. Chúng là loài vật mà hay lãnh ngộ, huống là người sao chẳng hồi tâm?"*

(Khóa Hư Lục – Tr. 161)

Một thứ Triết lý chuyển hóa. Chuyển hóa loài vật thành người. Chuyển hóa loài người thành Phật. Một cái khó dài miên man.

Thầy ngồi bên cạnh cái đèn hột vịt, ánh sáng mờ mờ. Tim đèn

nho nhỏ. Tỏa sáng nhè nhẹ. Làm không gian lặng tờ.

Thầy dạy phải tụng kinh ngày hai buổi, để thắm đượm chùa không khí chốn thiền môn.

Hương trầm nhẹ vờn vờn bên khung cửa sổ

Có từng phút giây hiện hữu tự nơi lòng.

Con chim nó hót trên cành
Theo lời chuông vọng từ trong cửa thiền
Dáng ai chú tiểu nghiêng nghiêng
Thành tâm sám hối não phiền sạch tan.

Quả thật là khó. Chính tôi khuyên tôi. Tập ngồi lưng thẳng. Tập đứng chân thẳng. Tập nói nhìn thẳng. Tập giữ tâm thẳng. Tâm không cong queo. Tâm như người thợ mộc đẽo gỗ làm bánh xe. Tâm như người nông phu dẫn nước vào ruộng. Tâm như người cầm cung bắn tên. Và tâm như người ngồi thiền giữ yên, tĩnh lặng. Tâm tịnh. Tâm không động. Tâm của người tu. Tâm thọ trì. Tâm phòng hộ.

Bao năm rồi. Tôi học. Tôi cứ bỏ vô túi đẫy. Bỏ vô hoài mà không đẫy. Đến bây giờ chú vẫn bỏ. Đến ngày mai vẫn cứ bỏ. Bỏ cái thiện vô túi. Bỏ cái ác ra ngoài. Thiện ác đều bỏ. Chỉ khác nhau là trong, ngoài. Tôi học từ Thầy tôi là cái đó. Chỉ có học bỏ, mà bỏ hoài không xong. Sao nhiều thứ quá? Đường đời nhiều ngả quá. Đường tu nhiều ngả quá. Ngã tu Tứ Diệu Đế: Ngã Khổ. Ngã Tập. Ngã Diệt. Ngã Đạo. Ngã Tám: Bát Chánh Đạo. Ngã mười hai: Thập Nhị Nhân Duyên. Ngã 36 Phẩm Trợ Đạo. Tu có quá nhiều ngả. Đi không khéo sẽ lạc đường. Tuột xuống trần gian, mà cho đến bây giờ, vẫn luôn tìm về Bến Giác. Đường còn xa. Nhưng hướng sắp gần. Đường đã gần. Đường đang trước mặt. Hiện rõ cảnh núi đồi.

Tháp chuông. Lối mòn. Bóng Thầy ngồi đó. Thầy ngồi bất động. Ngồi tự thủa nào. Từ thủa hồng hoang. Từ thời Oai Âm Vương Phật.

Hoa khế trên triền đồi ngôi chùa cổ
Đơm bông nhiều đơm cả quả yêu thương
Mỗi sáng quét sân chùa hoa khế rụng
Nghe lòng mình rạng rỡ thắm muối tương

Hương phấn hoa cau vương mùi thơm khế bưởi
Mái rạ la đà đun từng sợi khói lam
Ngồi ru con Mẹ hát bài ca dân tộc
Dân tộc này, quê hương ngàn dặm nước non

Quét sân xong. Hương trầm thoang thoảng. Nghe lòng mình thanh thản. Đó là cái khó. Giữ tâm an nhàn. Giữ tâm phát nguyện. Giữ lời thề xưa, bên sóng nước. Bên cánh đồng làng, chân đồi xanh tắp. Tương lai nhiều ước vọng. Ước vọng để được làm người. Làm người là khó. Bây giờ được làm người. Làm người phải tu.

Ai tu từ đời này
Siêng năng và cần mẫn
Kết quả thật vẻ vang
Sáng rực tựa núi vàng

Ai không tu đời này
Lầm than vì lười biếng
Khi tỉnh giấc mê man
Ôm trọn đống lửa tàn.

Ấy là cái khó, tự đời này đến đời sau. Lăn lóc vô lượng kiếp:
"Một sớm chợt sẩy tay, muôn kiếp thân người khó được."
"Cần phải mau gieo giống lành, chớ có khư khư cầu quả ác"

"Người người sớm tỉnh mỗi mỗi siêng tu"
(Khóa Hư Lục. Tr. 328)

Thầy ngồi bên cửa sổ, mắt dõi nhìn từ rặng núi xa. Bóng mờ. Sương khói. Ẩn hiện theo vần tâm thức. Thấy rõ cuộc vô thường.

Con mối đùn đất làm gò mối
Con rắn nằm chắn cả lối đi
Con người ta có đủ sân si
Con ong hút mật làm gì cực thân

Các thao tác của tất cả để mưu cầu sự sống. Sao không bình yên, khung trời bao la.

NGỌN ĐÈN BẠCH LẠP

Tôi làm hương đăng đã năm năm rồi mà đến bây giờ vẫn bị Thầy la về tội tắt đèn bạch lạp. Trong Luật dạy: *"Diệt đăng hỏa bất đắc khẩu xuy." Tắt đèn không được thổi bằng miệng.* Vậy mà tối nay sau giờ tụng kinh Dược Sư Cầu An năm mới, tôi đã tắt đèn một hơi thổi bằng miệng. Các đèn bạch lạp đều tắt ngủm. Ấy là cái tội làm chết các con vi khuẩn bay ra từ miệng. Do vậy, mỗi khi tắt đèn phải dùng tay quạt hay dùng cái chụp bằng đồng úp xuống ngọn nến cho tắt.

Chánh điện chùa được trả lại sự yên tĩnh. Một sự yên tĩnh cố hữu, vì giờ tụng kinh đã xong, quý Thầy vào phòng. Phật tử ra về. Đôi cửa khép hờ như chưa bao giờ đóng, chỉ còn thoang thoảng mùi trầm hương còn bám trên vách chùa, trên lá hoa… đâu đó. Ấy là hương vị nhà thiền mà ai có sống trong không gian ấy mới cảm nhận được cái mùi của nhà chùa muôn thuở. Mùi hương trầm. Mùi đèn cây bạch lạp mà cứ mỗi lần thắp hương, đốt trầm, thổi đèn bạch lạp là cái mũi của tôi tự nhiên mà hít thở. Có lẽ nhờ hít thở hương trầm, bạch lạp ấy mà cả người tôi cũng được thơm lây.

Đất phù sa nuôi ruộng vườn quê ngoại
Cây ổi, cây xoài tươi tốt quanh năm
Mỗi lần ánh trăng rằm treo trước ngõ
Là Ngoại nhìn Tôn Tượng Mẹ Quan Âm
Vườn trầu của Ngoại xinh xinh
Ngát hương hàng xóm, thắm tình dân quê
Tiếng hò dìu dặt trên đê
Dáng cò xuôi cánh trăng thề đầu non

Ấy là thứ Triết lý im lặng. Chỉ còn leo lét ánh đèn dầu hột vịt, nửa tỏ nửa mờ trên bàn Phật, làm cho sự im lặng như càng sâu hơn, lắng đọng hơn, dồn xuống tâm thức, hiện hữu nơi đó, để thỉnh thoảng khi mùi hương trầm, bạch lạp hòa quyện vào nhau dệt thành một không gian u tịch, thơm tho như mùi hương Thiền từ đâu mang lại. Từ cõi Phật Hương Tích. Từ cõi Trời Đâu Suất. Hay từ cõi lòng dấy khởi từ hương thơm của Giới. Hương thơm của Định. Hương thơm của Tuệ mà đêm đêm lòng vẫn lắng nghe lời Kinh tiếng Kệ dù sớm, dù khuya nơi chánh điện chùa.

Đêm nay tôi mơ thấy ngọn nến cháy sáng. Cháy lan tràn, cháy cả một góc trời. Một bầu trời. Chỉ có ánh sáng và ánh sáng. Chỉ có mùi bạch lạp và mùi bạch lạp. Chỉ có mùi trầm hương và mùi trầm hương. Hít thở đầy phổi. Phổi nở phồng. Nở chật căn phòng. Nở lớn đầy không gian. Phổi hít hết không khí, Phổi nở tung trả về cho vũ trụ. Cho muôn loài. Cho cỏ cây, sỏi đá để cùng thở. Thở không khí của đất trời như nhiên.

Tôi viết vần thơ từ cái đầu
Mẹ tôi nuôi lớn Cha tôi đâu?

Bỏ tôi lăn lóc từ đỉnh núi
Rớt xuống trần gian nọ ưu sầu.

Giấc mơ nào đã đến và giấc mơ nào đã đi. Còn giấc mơ nào lưu lại trong tâm, giấc mơ làm Phật. Làm Phật không mơ. Làm Phật phải thật. Thật như hơi thở. Không hơi thở là chết. Làm Phật phải thật, không thật là chúng sanh. Nhưng chính chúng sanh là Phật, thì đâu cần Phật hay chúng sanh. Bạch lạp là đèn. Đèn là bạch lạp. Không bạch lạp không đèn. Không chúng sanh không Phật. Tôi mơ mộng thành thực, đêm nay chưa thổi tắt đèn. Tiếng Thầy gõ cửa: *"Sao con chưa tắt đèn?"* Thầy ơi! Con mơ thấy Phật. Phật cười tủm tỉm Từ Bi.

Ngọn bạch lạp cháy suốt đêm. Tim lần lụn tàn. Nước dầu bạch lạp loang ra mặt đĩa. Mùi thơm tỏa nhẹ quanh đây, tạo thành một không gian trầm lặng hương thơm, diệu thường. Không là vô thường. Đoạn thường. Bất thường như niềm tưởng niệm của thế nhân. Khép cửa lại. Thầy quay lưng bước đi. Thầy không gọi nữa, nhưng tôi vẫn nghe tiếng Thầy: *"Ngọn bạch lạp tắt rồi, bàn Phật tối thui."* Bỏ vội đôi chân xuống giường, đến trước bàn Phật sụp đầu lạy sám hối. Sám hối! mà nghe như lòng mình thanh thản vô biên. Lòng thanh thản vì Phật Từ Bi. Phật Từ cho yêu thương. Phật Bi để cứu khổ. Thắp lên ngọn bạch lạp, chánh điện không còn tối nữa. Thấy tượng Phật ngự tọa đài sen. Trang nghiêm. Trí tuệ. Đấng Đại Hùng Đạo Sư muôn thủa. Chư Thiên. Loài người sụp lạy.

Tôi đi giữa ngọn triều dâng
Âm ba đồng vọng chân thân tuyệt cùng
Sóng rền biển dậy mông lung

Góp lời nguyện ước trùng phùng kiếp sau

Lửa của ngọn bạch lạp đã tắt; lửa đi về đâu? Con người chết, tâm thức đi về đâu? Về đâu để tôi đêm nay ngủ lạnh. Ngủ tối. Ngủ mơ. Ngủ lạnh vì đèn bạch lạp đã tắt. Ngủ tối vì lửa bạch lạp không còn. Ngủ mơ vì tâm chẳng định. Vì nhờ Định mà sinh ra Tuệ. Nhờ Tuệ mà sinh ra Giới. Nhờ Giới mà sinh ra Định. Một vòng tròn để thấy tâm mình. Một Triết lý mơ mộng. Là Triết lý của suối nguồn uyên nguyên từ thuở đất trời mù khơi man nhiên.

Mái tóc bờ vai dáng gầy con nai vàng nhỏ
Em tựa cửa trông chờ mòn mỏi theo tháng năm
Tối lên chùa lạy Phật em đốt nén hương trầm
Hà sa thế giới như áng phù vân giữa trời

Em đốt nén hương trầm cúng Phật, như người thắp đèn bạch lạp cúng Phật. Công đức như nhau. Khuya rồi ngọn đèn bạch lạp vẫn cháy. Leo lắt trên bàn Phật tạo nên một cảm giác. Cảm giác huyền bí nhiệm mầu. Cảm giác linh thiêng chánh điện chùa trang nghiêm muôn thủa.

Đau khổ là điều không ai muốn, nhưng có biết đâu trong tận cùng của nỗi đau
có chất chứa nhiều khả tính hạnh phúc và thành tựu.
Như sen mọc trong bùn lầy ô nhiễm, lá sen xanh tươi trãi mình trên mặt nước.
Hoa sen thơm ngát nhiệm mầu, tràn đầy sức sống thánh thiện,
cho đến một ngày lá sen khô, thân sen tàn tạ, gương sen mục nát gục đầu
và hoa sen héo úa cũng đều ở trong ao bùn lầy, ô nhiễm kia.

THÍCH NGUYÊN SIÊU
Triết Lý và Thi Ca

CHÙA PHẬT ĐÀ - SAN DIEGO, CA

TRIẾT LÝ
CON ĐƯỜNG MÒN

Cánh phượng đỏ rơi xuống. Lá phượng buồn héo khô. Dường như tất cả dành cho tiếng ve sầu kêu mùa hạ. Con đường ngoằn ngoèo trên vách núi, lởm chởm đá với sỏi. Gập ghềnh cao, thấp, những tảng đá lồi ra từ vách núi. Rong rêu bám chặt, hóa thành mầu xanh lá cây theo năm tháng, nắng mưa dãi dầu trên đồi núi. Bóng dáng nhà Sư tay lần tràng hạt, tay chống gậy, chậm rãi từng bước lần về phía trước. Nhà Sư cúi đầu nhìn xuống đường, như tập trung tâm ý đếm từng viên đá dưới chân. Bất động, dù đôi dép dẫm trên đầu đá, đầu gậy nện trên đầu đá, đá vẫn như nhiên. Đá im lặng. Đá không chuyển mình. Đá thi gan cùng tuế nguyệt, bao năm tháng trôi qua, đá vẫn là đá. Đá lót đường cho người đi. Đá trải mình dưới mưa nắng. Đá lì lợm dường như thử thách. Về mùa mưa, mưa ướt đẫm con đường. Nước rỉ ra từ khe đá. Có những khe quá nhỏ, nước rơi tí tách. Giọt nước trong veo, lóng lánh, lóng lánh, tinh khôi giữa đất trời mầu nhiệm. Nước còn làm ướt mỏm đá nên có cảm giác trơn trợt, hay rong rêu bám mọc xám xanh. Khi vắng bóng nhà Sư trên triền núi. Từng dòng nước nhỏ, chảy quanh co rồi chui vào bụi răm, xuôi ra cánh đồng rau muống phía dưới chân đồi. Triết lý sống của đôi chân. Triết lý sống của đôi dép. Triết lý sống của đầu gậy. Triết lý sống của giọt nước như là nghệ thuật rơi thẳng xuống hố thẳm. Một thứ Triết lý của con đường mòn dẫn về Thiền Thất.

Thỉnh thoảng từng chặng đường khúc khuỷu, có dáng phượng gầy của mùa hạ. Hoa phượng đỏ, lá phượng xanh, như in trên bầu trời chiều bặt gió. Lá hoa hai bên đường như chào đón bước chân của nhà Sư già quen thuộc, giữa buổi trưa hè gay gắt. Nhà Sư không khi nào bỏ đi từng bước chân trên con đường mòn ấy. Con đường mòn mang một thứ Triết lý Tâm linh. Triết lý thánh thiện. Triết lý tỉnh giác, chánh niệm ba tháng an cư kiết hạ của chúng Tăng. Con đường mòn đã đóng góp thật nhiều công đức qua bao thế hệ, lớp người đến rồi đi, từ thời Cha Ông tự thuở xa xưa. Được coi giống nhau mỗi khi nói tới con đường, nhưng không, mỗi con đường đều có một sứ mạng riêng. Một tâm tình riêng. Một mục đích riêng. Có những con đường bị bụi trần bám đầy, hay bị dẫm nát bởi thói quen của thế tục, của giống người vô minh, của dòng chảy sanh tử, luân hồi ngụp lặn. Của cái tham, chưa bao giờ được vô tham. Của cái sân, chưa bao giờ được vô sân. Của cái si, chưa bao giờ được vô si. Con đường mòn ấy đưa người về cánh đồng hoang sinh tử, nắng cháy, hủy diệt, mất hút hình hài sau đám bụi mờ tử sinh, của kiếp người long đong, bận bịu. Cái Triết lý của loại con đường mòn ấy thì quá nhiều, rơi rụng trên vai, dính bẩn trên tóc, đủ mọi dáng dấp, hình thù, miên man, mờ mịt, như là không được định vị thứ Triết lý hoang tưởng, dập vùi. Con đường mòn ấy được mở đầu bằng một chấm đen và nếu có kết thúc thì cũng lại là một chấm đen. Các chấm đen được xâu lại thành chuỗi thời gian đen, mờ mịt, khốn cùng của những bước chân.

Cũng là con đường mòn; con đường mòn của vị Sư già chống gậy đi mỗi ngày có một giá trị, Triết lý khác thường. Khác thường trong chân thường. Chân thường trong dị thường. Dị thường trong vô thường, mà ngày hôm nay vị Sư già đã không còn đi trên con đường mòn ấy nữa. Vị Sư già đi theo con đường mòn để về đâu? Về cõi vô cùng? Về chốn tịch liêu? Về cõi Niết Bàn. Cõi Thường, Lạc, Ngã, Tịnh? Hay một cõi nào bằng Hạnh nguyện độ sinh? Nhưng dù có đi đâu thì hình hài dáng dấp của vị Sư già ấy vẫn còn tồn đọng trên lá, trên hoa, trên những mỏm đá của con đường mòn ấy.

Trên phiến đá Sư già ngồi lần tràng hạt
Ngắm bóng mây bay gió thổi đến phương trời
Lòng Từ Bi Sư gieo khắp muôn nơi
Xanh lúa mạ lặt lìa thơm hương tóc cũ

Tôi đi giữa ngọn triều dâng
Âm ba đồng vọng chân thân tuyệt cùng
Sóng rền biển dậy mông lung
Góp lời nguyện ước trùng phùng kiếp sau

Cũng trên con đường mòn ấy, sáng nay bao vạt áo nhật bình lam xuống núi tham dự cái học với đời, trong vẻ thanh bình, tinh khôi của lứa tuổi hồn nhiên trong trắng. Đại lộ Bình Minh, nói cho có vẻ, chứ thật ra là con đường mòn bên sườn núi. Có khúc bằng phẳng, có khúc gập ghềnh. Có khúc nhô mỏm đá cao và có khúc phẳng lì rêu xanh nhạt. Nhưng tất cả mọi chất liệu ấy đã tạo dựng thành con đường thân thương của tuổi học trò. Của ngày nắng hạ. Của đêm mưa đông, mà qua bao đời hằng luôn như vậy. Nhưng, bây giờ thì không còn nữa, một lớp bụi mờ thời gian đã phủ lấp, chôn kín. Dĩ vãng và dĩ vãng như lớp lá khô mục ủ kín loài ốc sên.

Triết lý của con đường mòn, nào ai thẩm thấu hay nội hàm một giá trị chân thật như chính nó. Chỉ có vị Sư già kia lượm nhặt từng hạt phù sinh, viên lại thành xâu chuỗi hổ phách đeo nơi cổ mà luôn chiêm nghiệm, hiện hữu trước ngực. Thực thể của con đường là đưa tới, đưa về, đưa đến chỗ cứu cánh, mục đích. Vị Sư già ấy đã đi tới, đi về, đi đến cứu cánh, mục đích. Kết cuộc một đời người tu.

Không dính mắc muộn phiền
Không chấp thủ có không
Thảnh thơi từng bước một
Rơi rụng những bụi hồng

Vậy đó, Sư đã buông bỏ. Bỏ lại sau lưng trên con đường mòn sỏi đá. Bỏ lại những dấu chân đi, những tiếng đá chạm của đầu gậy. Bỏ lại và bỏ lại. Nhưng nếu có ai đó tinh tế để quán chiếu thì nhà Sư già kia có bỏ lại cái gì đâu? Bước chân của Sư? Không! Con đường mòn? Không! Đầu gậy? Không! Nhơn Không! Pháp Không! Thường nghe Sư nói.

Từ con đường mòn, ngồi dựa lưng vào vách đá, có cảm giác lành lạnh sau lưng, nhưng phóng tầm nhìn về phía trước thì lại có cảm giác nóng. Khung trời lồng lộng mở ra một phong cảnh người xới đất trồng rau. Người vun xén luống cà xanh tím. Người bó cải ra chợ và xa hơn nữa nơi cánh đồng kia, đàn bò chăm chỉ cúi đầu gặm cỏ. Đàn cò trắng thẳng cánh xuôi bay. Âm ba, hình hài của một ngày mới...

Một thứ Triết lý vô ngôn, không lời của con đường mòn, như là phút giây hiện tại, im lặng. Không chuyển động. Không đến. Không đi. Và không của không cũng không. Không như là Tánh Không, thật tướng của con đường mòn, của bước chân qua, của giọt nước nhỏ xuống, không là tất cả.

MẸ TÔI

Khởi đầu câu chuyện về Mẹ, phải viết về lúc nào và về nơi đâu để cho đúng. Bởi vì khi nói về Mẹ, nghĩ về Mẹ thì nó rộng lớn quá. Nó vĩ đại quá. Nó lớn hơn một ôm tay của mình nên ôm không hết. Ôm mãi cũng không tròn, ôm hoài vẫn thấy thiếu. Tôi ôm tình Mẹ đã 70 năm rồi, giờ đây, ngồi hồi tưởng về Mẹ, để viết về Mẹ. Mẹ! Tình yêu nuôi lớn đời con.

Khởi đi từ lúc 3 tuổi, vừa mới chớm có chút ý thức biết nhớ Mẹ. Cứ mỗi chiều về, sau cạnh lũy tre xanh quanh nhà là tôi ngồi nhớ Mẹ. Mẹ tôi đi làm suốt ngày, có khi còn ở lại làm đêm nữa. Ở nhà chỉ có hai anh em, hai mái đầu thơ dại thì làm sao không nhớ Mẹ được? Nhớ Mẹ như là một Triết lý sống đích thực hiện hữu trong lòng anh em tôi.

Mỗi khi ý thức vùng dậy nhớ Mẹ, thật khó chịu, không khí trong nhà trống vắng, nhìn trước ngó sau, thấy cái gì cũng trơ trọi, cộc lốc, chẳng thấy có chút tình tự ấm áp gì nơi đó. Mọi sự vật nó khô như khúc gỗ. Khô như chính nó khô. Và cứ mỗi lần như thế là tôi ra ngồi nơi vỉa hè trước nhà để chờ Mẹ về. Thời gian này là thời gian giá trị nhất của tôi. Ngồi trên thềm hè mà cứ dõi mắt trông ra đầu ngõ. Trông Mẹ về. Một cảm giác khó nói lắm. Có ai trông Mẹ về thì tự biết lấy.

Mẹ tôi, một bà Mẹ quê, quanh năm gồng gánh "Đòn gánh cứa vai". Mẹ tôi, mỗi sáng ra chợ đôi gánh khoai lang, khoai mì, rau đậu... đủ mọi thứ cho đến chiều về bằng đôi thúng với những thứ khác, đường tán đen, bánh tráng, gạo, nước mắm, muối... chừng ấy gạo mắm để nuôi anh em tôi một tuần lễ, vì Mẹ tôi có lúc phải gánh hàng ra tỉnh để bán, ở lại năm ba ngày, bán hết rồi mới về, thì anh em tôi lại có được thúng gạo lưng lửng khác để nấu với khoai đậu độn cơm. Nhờ tình thương yêu của Mẹ. Tình yêu con của Mẹ mà anh em tôi được khôn lớn theo thời gian tảo tần, gồng gánh một nắng hai sương của Mẹ. Tình thương nuôi con, Mẹ không quản ngại khó khăn, khổ cực. Dường như... Mẹ có đôi chân rất vững, đôi tay rất mạnh và đôi vai rất chắc để Mẹ chống đỡ tất cả những dãi dầu nắng mưa, sương khuya, nắng sớm. Mẹ có trái tim nồng ấm, Mẹ có lời ru ngọt ngào mà anh em tôi đã lớn trong dòng sữa ấm và lời ru ngọt ấy. Đến bây giờ, tôi đã đọc nhiều tác phẩm thơ văn viết về Mẹ. Ca tụng Mẹ. Nhiều bản nhạc để hát cho Mẹ. Để diễn tả về Mẹ. Phải nói rằng những lời thơ ấy, những bản nhạc ấy mang đậm nét súc tích mỹ miều, mang nặng giá trị nhân bản, tình Mẹ vô bờ, cao rộng tột cùng và sâu thẳm. Có thể nói góp nhặt hết ngôn ngữ, chữ nghĩa của trần gian này để hiến dâng cho Mẹ mà vẫn còn thiếu, còn hụt hẫng, chênh vênh. Ấy là cái đẹp của chữ nghĩa, cái cao sang mượt mà của ngôn ngữ, chỉ là sự tương đối, hình dung ảnh tượng của ảnh tượng trần gian. Còn tình Mẹ, tình yêu thương, cái tình nuôi lớn đời con thì sao? Như chiều nay, Mẹ quẩy gánh về thấy con ngồi nơi vỉa hè, Mẹ bỏ đôi gánh xuống bế con vào lòng cho con bú. Mẹ không nói một lời, vì Mẹ biết con khát sữa. Mẹ biết con trông Mẹ. chừng ấy. Hình ảnh ấy. Cái hình ảnh đang diễn ra ấy, đẹp vô ngôn. Tương dung tình Mẹ. Tương nhiếp tình con. Cả hai đều im lặng. Chỉ cảm của con và ứng của Mẹ. Một trời yêu thương gặp nhau trong phút giây nhiệm mầu.

Tôi ngồi đây ôn lại chuyện xưa
Chuyện thời làm điệu
Chuyện Mẹ ru con đêm mưa
Tôi ngồi đây ôn lại chuyện mình
Chuyện thời thơ ấu xinh xinh
Chuyện làm chiếc ghe giấy
Thả theo dòng nước trên quê mình
Tôi ngồi đây viết lại chuyện tình
Tình Mẹ nuôi con bằng dòng sữa ngọt
Mẹ ru con ru hoài ngàn năm
Mẹ dạy con dạy lời đầm ấm
Mẹ dạy hoài, dạy mãi trăm năm
Con lớn khôn thì mạ không còn
Con thành người thì Mẹ mỏi mòn
Lưng Mẹ còng
Tóc Mẹ bạc
Mắt Mẹ mờ
Trán Mẹ chon von
Hôm nay đây con ngồi nhớ Mẹ
Hình bóng người sống mãi trong con
Như trăng đầu non
Trăng tròn mười sáu
Thương Mẹ vuông tròn đời con

Bây giờ con đi tìm Mẹ

Mẹ ở đâu? Con tìm nơi đâu?

Vượt biển sâu, lòng đại dương Mẹ sống?

Trên lâu đài làm bằng ánh lưu ly?

Mẹ ra đi trên đỉnh non cao

Con tìm Mẹ, dáng Mẹ hao hao

Thân Mẹ ốm, vai Mẹ gầy

Con sụp lạy Mẹ

Mẹ mãi mãi bên con

Dẫu trên đỉnh non

Hay lòng đất lạnh

Dẫu trong hiu quạnh

Hay chốn nắng mưa

Con nguyền bên Mẹ

Đời đời của con

Tôi nhớ rất rõ về Mẹ. Từng cử chỉ, từng lời nói. Từng sự sinh hoạt hằng ngày. Rõ mồn một. Tôi có duyên đặc biệt với Mẹ nên đời này Mẹ tôi thương tôi thật nhiều.

Gia đình tôi tản cư vào thành phố Nha Trang, nơi đầu cầu Hà Ra, giữa đầu trong của cầu Xóm Bóng. Một hôm, vị Thầy con của bà cô đã đi tu nhiều năm trước, về thăm nhà. Tối đến, Mẹ tôi vào phòng và nói với tôi: "Ngày mai con theo Thầy lên chùa tu nghe". Gọn lắm, có bấy lời. Không bàn bạc. Không hỏi han thăm dò hay ý kiến. Ngồi nhìn Mẹ, nghe Mẹ nói thật ngắn gọn, đơn giản. Khi ấy tôi cũng chẳng hỏi Mẹ, sao Mẹ muốn cho con đi tu? Con đi tu rồi ai ở bên Mẹ? Ai lo cho Mẹ về già? Cho đến bây giờ nghĩ lại, dường như những câu hỏi khi xưa tôi không hỏi ấy, bây giờ đã trả lời cho tôi rõ ràng, nhiều tác duyên vô lượng đời. Năm ấy tôi mười tuổi, chẳng hiểu thế nào là tu. Thế nào là xuất gia. Thế nào là sống đời làm điệu. Sáng quét lá Bồ Đề trước sân, chiều tưới cây quanh chùa trước sân hoa kiểng. Lặng lẽ đêm đó Mẹ cho ít vật dụng vào giỏ và sáng hôm sau xách đi theo Thầy về chùa Long Sơn. Đi tu như một huyền thoại.

Mẹ là nhân duyên để tôi đi tu cho đến ngày hôm nay. Theo cái nhìn của thế nhân thì trông bình thường như vậy. Nhưng thẩm thấu trong tận cùng trái tim, nó có nội hàm tuyệt vời, siêu ngôn ngữ. Mẹ đã theo ở bên tôi. Đáng lý ra phải nói tôi theo ở bên Mẹ. Con theo Mẹ. Con ở với Mẹ. Con có Mẹ trong vòng tay. Khi tôi bệnh. Lúc tôi đau đều có Mẹ tôi chăm sóc. Dù biết rằng, khi ấy tôi đã đi tu. Mẹ đã thức khuya dậy sớm, ly nước, chén cháo đã không thiếu và luôn luôn ở bên tôi. Mẹ đã không rời xa tôi, như tôi đã xa rời Mẹ.

Đi học trong Sài Gòn nhiều năm, cũng như chương trình thuyên chuyển của Phật Học Viện qua nhiều nơi, nhiều tự viện nên tôi phải xa Mẹ. Đến khi về thăm nhà thì Mẹ tôi vui mừng, vừa khóc vừa ôm tôi vào lòng, khi ấy tôi đã lớn. Chợt nhớ: "Mẹ già trăm tuổi còn thương con tám mươi". Được ở trong vòng tay Mẹ, tôi nhìn kỹ thì ra bây giờ tóc Mẹ bạc mầu, da Mẹ nhăn nheo. Gò má gầy hao theo năm tháng không còn đầy đặn như khi xưa, Mẹ được mọi người khen tặng: "Con gái đẹp nhất xóm". Dù gia đình nghèo, nhưng cái đẹp của người miền quê chân thật, thuần hậu. Cái đẹp của mẫu da hung hung sạm nắng. Mẹ có mái tóc dài quá lưng trên dáng người hao hao. Mỗi khi Mẹ quẩy gánh ra đường thì mái tóc ấy được búi cao, gọn gàng, trông có chút quý phái của người Mẹ miền thôn dã.

Có lần theo Mẹ ra đồng, khi ấy mới năm tuổi, thấy Mẹ xăn quần tới gối, cấy mạ thụt lùi trên đám ruộng. Khi lúa chín, Mẹ cắt lúa, gánh lúa về đập lúa, phơi lúa, sàng lúa… đủ việc để Mẹ làm, đúng là bà Mẹ quê: "Con cò lặn lội bờ sông". Việc gì Mẹ cũng làm được, nhiều khi Mẹ thay Ba để dạy con nữa. Bây giờ Mẹ đã không còn. Ngồi nhớ Mẹ để thấy Mẹ là nhà kinh tế. Mẹ là nhà giáo dục tâm linh. Mẹ là nhà văn hóa nhân bản. Mẹ dạy con làm người tốt. Mẹ cho con một đời sống thiết thực trong nhân quần xã hội. Mẹ đề cao tình người, làng nước, gần gũi với nhau. Cứ mỗi ngày 14 rằm, 30 mồng một, Mẹ nấu xôi chè cúng Phật. Cúng xong, nhang tàn Mẹ hạ xuống, phần lớn mang cho hàng xóm. Thấy vậy, tôi hỏi sao Mẹ không dành phần xôi cho Ba, vì Ba thích xôi. Mẹ nói: "Người ta ăn thì còn, Ba con ăn thì hết." Tôi im lặng, nhìn Mẹ quay quảy qua nhà hàng xóm.

Tôi ngồi đây để nhớ về xóm làng cũ
Nhớ con mương, hàng dậu, cái giếng trước nhà
Từ thủa ấu thơ quá đậm đà tình Mẹ
Nhưng giờ đã qua như đã mất hết rồi

Vườn trầu của ngoại xinh xinh
Ngát hương làng xóm ngát tình dân quê
Tiếng hò dìu dặt trên đê
Dáng cò xuôi cánh trăng thề đầu non

Bóng Mẹ chiều nay, trong chiếc áo bà ba đen, đầu đội nón, tay bưng cái rổ nhỏ đi chợ, chú nhìn Mẹ thấy rõ niềm vui trên khuôn mặt, thì ra vì có tôi về thăm Mẹ. Cứ mỗi lần như thế là Mẹ vui. Mẹ hết đau, hết bịnh. Như thường ngày, mỗi tối Mẹ xúc một trách than lửa rồi phủ tro để dưới giường cho ấm. Xong buổi cơm tối, Mẹ tôi ngồi bên cửa sổ nói chuyện gia đình. Mẹ nói: *"Tui biết ông ở bên tui là ông khổ, nhưng tui không muốn ông đi xa tui, cho đến khi nào tui chết, thì ông tự do đi và chừng ấy ông mới hết khổ."* Nguyên văn lời nói của Mẹ là vậy. Tôi luôn nhớ cho đến hôm nay. Khi nghe Mẹ nói, tôi nhìn Mẹ cầm tay xoa xoa:

- *Mẹ cho con đi tu 20 năm rồi mà, đâu có phải một sớm một chiều nữa đâu mà nói được ở bên cạnh Mẹ. Sao khi xưa Mẹ bắt con lên chùa ở, dù nhớ Mẹ, muốn về thăm mà Mẹ cũng không cho. Đi tu là phải xa nhà, xa Mẹ mà.*

Tình Mẹ là vậy đó, đã cho con đi tu, nhưng luôn canh cánh bên lòng.

CÁI CHUM ĐẤT

Người thợ gốm, tạo vật bằng đất sét. Nồi đất sét, ghè đất sét, gạch đất sét, chum đất sét... tất cả đều phải được nung chín. Lửa nóng đúng độ, lò nung vững chắc giữ độ nóng cao. Cách làm đúng, đồ dùng được bền lâu, không sớm hư hỏng chóng vỡ. Không bị rỉ nứt. Còn nếu làm đồ gốm mà chưa có kinh nghiệm, tay nghề thấp, đồ gốm chưa nung đủ độ mà vội đem dùng thì sẽ mau bể, rỉ nước...

Ở đây, cái chum đất được nung chín, đúng độ lửa và thời gian, mầu sắc đẹp, vững chắc, đựng nước bao lâu cũng không bị thấm ướt, rỉ chảy. Được ví dụ cho trí tuệ Bát Nhã. Nương vào các phương pháp tu tập, các phương tiện thiện xảo mà con người thể đạt được loại trí tuệ siêu việt này. Trí tuệ vượt bờ. Trí tuệ đáo bỉ ngạn, qua bờ bên kia. Người có gặt hái được thành quả tu tập, chứng đắc giải thoát cần phải có trí tuệ. Trí tuệ là phương tiện dẫn đạo, yếu tố cần và đủ làm chất liệu, năng lượng để tác thành sự nghiệp vượt bờ. Ai muốn qua dòng sông sâu rộng, muôn trùng sóng gió phải có chiếc bè làm bằng gỗ tốt, dây cột chắc, sào chống dài và đôi tay rắn chắc, đôi chân vạm vỡ. Gỗ tốt sẽ không bị bể khi gặp sóng to. Dây chắc sẽ không bị đứt khi gặp sóng nước xô dạt. Sào chống dài chạm đáy sông thì chiếc bè mới lấy đà lướt sóng. Còn đôi tay rắn chắc là để lái hướng chiếc bè cặp bến đúng nơi và đôi chân vạm vỡ là bám chặt xuống bè, không bị lắc lư, Chao động theo con sóng thấp cao... Đích thực như vậy, thì chiếc bè kia chắc chắn sẽ cập bến được an toàn, không ngại gì sóng to gió lớn. Trí tuệ Bát Nhã là một năng lực thẩm định, là một yếu tố quyết định để thành tựu sự nghiệp thực tập thiền định, công phu niệm Phật và các pháp môn khác. Người tu không có trí tuệ sẽ bị lạc lối. Không có chánh kiến, sẽ bị tà kiến chi phối. Không có chánh tư duy sẽ bị tà tư duy chi phối. Điều này đưa con người đến nơi đọa xứ là điều dễ dàng. Lấy trí tuệ làm sự nghiệp là phương châm rõ ràng, thực tiễn, cụ thể, làm nền tảng cho mọi cách hành xử. Hành xử của thân – thân nghiệp. Hành xử của miệng – khẩu nghiệp. Hành xử của ý – ý nghiệp. Ba nghiệp này luôn phải có trí tuệ hiện hữu để nhắc nhở, cảnh tỉnh, để làm đúng, nói đúng và nghĩ đúng. Con người từ trong quá khứ đến hiện tại và tương lai, sự sinh hoạt trong đời sống đã thiếu vắng sự tỉnh giác hay trí tuệ. Cho nên thành quả của việc làm đã mang lại quá nhiều sự tác hại cho môi trường thiên nhiên và sự sống của con người. Làm mà không có trí tuệ là tham. Nói mà không có trí tuệ là sân. Nghĩ mà không có trí tuệ là si. Vậy trí tuệ luôn có trong ta để chúng ta làm với cái vô tham. Chúng ta nói với cái vô sân. Chúng ta nghĩ với cái vô si. Thế giới này hòa bình, an lạc. Cuộc sống giữa người với người được thuận thảo, thái hòa.

Cái chum là bằng đất sét không rỉ giọt là đã được trải qua một quá trình nung đốt chín trong lò. Con người được hiền thiện hôm nay là đã được trải qua một quá trình tu tập. Đổi tâm Tham thành Vô Tham. Đổi tâm Sân thành Vô Sân. Đổi tâm Si thành Vô Si. Thánh Thiện. Niết Bàn lạc trú.

Chiều nay mưa nặng hạt, hoa lá gục đầu, giọt nước nhỏ xuống. Chẳng đọng lại trên hoa. Chẳng đọng lại trên lá.

Chiều nay mưa nặng hạt, dội xuống mặt đá phẳng lì, kiên cố bất động, giọt nước lăn xuống, giọt nước không đọng lại trên mặt đá.

Chiều nay mưa nặng hạt, làm ướt đẫm con đường cao trên sườn núi. Nước mưa trơn trợt băng qua đường, chảy xuống hố sâu, tràn ra sông, đổ ra biển, hay thấm vào lòng đất biệt tăm. Nước không tồn đọng trên con đường, vì đường cao.

Người có tu, dấn thân vào đời gió ưu phiền không làm lấm áo. Bụi vô minh vơi đi phần nào. Cấu bợn lợi danh cất cánh bay cao không vướng mắc. Biết đủ để xử thế với nhau. Người xưa hằng nói. Ấy là có được cái thân, cái miệng, cái ý làm thành cái chum đất sét được nung chín, vững chắc, có mầu sắc đẹp được ai cũng ưng ý muốn mua. Mua cái chum trí tuệ.

Lời giảng Pháp hôm nay êm đềm quá
Giữa cảnh núi rừng trầm mặc linh thiêng
Ánh nắng chiều xuyên cành lá nghiêng nghiêng
Lời kinh trầm bổng ưu phiền sạch tan.

Ngôi chùa khuất sau đám dừa xanh nọ
Ngày tháng nuôi chú tiểu mới xuất gia
Sáng Lăng Nghiêm chiều niệm Phật Di Đà
Dòng sông trôi chảy mây qua đầu ghềnh.

Được sống đời chú tiểu xuất gia, ở bên cạnh cái chum đất sét được nung chín, là cả một gia tài quí báu. Gia tài trên đỉnh núi cao - thiên niên hà thủ ô. Gia tài dưới lòng biển sâu - ngọc trai vô giá. Nhưng núi là núi. Biển là biển. Thiên niên hà thủ ô hay ngọc trai vô giá là cái ngoại vật, còn cai chum đất sét nung chín phải ở trong ta, bất li một tơ hào.

Trái xoài rụng vì chín mùi hôm trước
Đã lìa cành nằm dưới gốc chơ vơ
Con kiến đỏ nằm chờ bên cửa sổ
Gặm thời gian trôi hạt bụi hững hờ.

Như nhiên. Như thị. Như ngọn đèn bạch lạp cháy suốt đêm. Ánh sáng của đèn soi tỏ khắp một vùng quanh đó. Bóng đêm không còn ở đây. Bóng tối lùi. Bóng đêm mất hút. Ánh sáng soi. Ánh sáng hiện bày. Ấy là chân thật của trí tuệ, dập tắt, đốt cháy vô minh. Trí tuệ đốt cháy tất cả lỗi lầm vọng tâm, sầu muộn... Cái thiện con người đốt cháy tất cả cái ác, cái phi nhân... Ánh đèn bập bùng, Chao Chao như là tiếp thêm chất liệu cháy không ngừng, cháy sạch huyễn mộng đảo điên. Một đêm yên lặng như tờ, chỉ có ánh đèn rạng rỡ, sáng và sáng. Bóng tối của lòng bị đẩy lùi nhờ có trí tuệ. Tội lỗi trong lòng được làm sạch nhờ có trí tuệ. Nếu con người ngày nay có trí tuệ thiện, thì không cưu mang quá nhiều lao đao, truân chuyên. Hậu quả của một loại trí tuệ ác nên loài người gánh chịu não phiền, trầm luân và kinh hoàng... Hãy lấy trí tuệ để làm sự nghiệp mà lắng nghe lời Phật dạy: *"Các con hãy thực tập nơi lòng mình, nơi ý nghĩ trong tâm mình là không bao giờ làm việc ác. Không bao giờ làm việc bất thiện. Làm điều sai quấy, làm khổ người, khổ mình, khổ cả hai. Các con hãy thực tập nơi lòng mình là luôn luôn làm các việc thiện. Luôn luôn làm các điều lành, dù bất cứ ở đâu, môi trường nào. Thời gian, không gian nào, được vậy là lợi ích mình, lợi ích người, lợi ích cả hai."* Nhờ có trí tuệ sáng soi mà vượt sóng đời sinh tử. Không có trí tuệ soi sáng thì sinh tử nhận chìm tử sinh.

Nắng vàng chảy từ đỉnh trời cao vút
Dệt thành hàng trên những luống cày sâu
Bầy chim nọ đớp mồi giành giật cắn
Giữa trưa hè giọt nắng cháy bờ môi.

Cuối dòng sông sinh tử, trí tuệ vượt bờ hiển khởi. Cái chum đất sét nung chín kia chứa đầy nước mặn đại dương.

HAI TƯ TƯỞNG
HAI CÁCH TU

Tư tưởng và cách tu của bậc tổ đức còn lưu lại cho đời, mà chúng ta phải hiểu rằng thật mô phạm, kỷ cương và tuyệt diệu. Mô phạm trong đời sống giữa người với người, làm sao cho trong sáng, trao yêu thương và kính trọng. Kỷ cương với chính mình. Khắc kỷ như là bài học phải luôn thực tập, thuộc lòng. Chẳng nên dễ duôi và khinh suất. Thận trọng là điều nên làm. Khép mình để được sáng. Và tuyệt diệu là tư tưởng và cách tu đều phong phú, đích thực, tất cả đều hướng ta đến chân trời giải thoát. Phương tiện có khác nhưng cứu cánh là một. Cách tu có khác nhưng sự chứng ngộ không hai. Lối về, đường đến có mau có chậm, nhưng cuối cùng rồi đồng về gặp nhau. Ta hãy nghiền ngẫm để thẩm thấu yếu nghĩa của hai bài kệ:

- Bài thứ nhất:
"Thân thị bồ đề thọ
Tâm như minh cảnh đài

Thời thời cần phất thức
Vật sử nhạ trần ai."

Dịch:

Thân là cây bồ đề
Tâm như đài gương sáng
Luôn luôn siêng lau chùi
Chớ để dính bụi trần.

- Bài thứ hai:

"Bồ đề bổn vô thọ
Minh kính diệc phi đài
Bản lai vô nhất vật
Hà xứ nhạ trần ai?"

Dịch:

Bồ đề vốn không gốc
Gương sáng chẳng có đài
Xưa nay không một vật
Làm sao dính bụi trần?

Chúng ta đã thấy rõ hai tư tưởng, hai cách tu. Tư tưởng và cách tu của bài kệ thứ nhất, là thấy thân là thân, thấy tâm là tâm. Thân tâm rõ ràng. Thân đang đi, đứng, nằm, ngồi. Tâm đang suy tư, nghĩ ngợi. Vậy thì khi thân đi, đứng, nằm, ngồi thì phải tề chỉnh có oai nghi phép tắc. Giữ thân trang nghiêm với mình, lịch sự với người. Phải thấy cái thân bằng xương bằng thịt. Cái thân này sống được trăm năm nên phải gìn giữ, tắm gội sạch sẽ, không để khó chịu với người, để dơ dáy với mình. Phải thấy cái tâm đang nhảy múa lung tung, lăng xăng tìm kiếm, mà giữ tâm lành, ý niệm tốt.

Trên hành trình giác ngộ theo tư tưởng và cách tu này thì: thân không làm điều ác, bất thiện, mà thân phải làm các hạnh lành. Thân cần phải chăm sóc, vun quén, gom góp nhiều chất liệu, yếu tố để bồi đắp, xây dựng cho thân được hiền thiện. Vì thân được ví như cây bồ đề, thì phải bón phân, tưới nước cam lồ, nước từ bi, nước hỷ xả để thân được tươi tốt, thân khỏe mạnh, mà thân được phát triển to tế, đâm cành, nẩy lộc, choán một không gian tươi mát, để cho bao nhiêu chim muông bay về trú ngụ, mà ca hát trên cành, reo vang trong từng khóm lá. Thân có khỏe mạnh, cành to, lá rậm là nhờ gốc cây vững, rễ cây sâu vào lòng đất, hút nhựa luyện, nhiều dinh dưỡng để nuôi cây. Thân được dụ như cây bồ đề là cách tu thấy có hình tướng, mà đã có hình tướng thì phải chăm sóc, bảo trì, cơm ăn cho no, áo mặc cho ấm, nhờ vậy mà thân không bịnh, gió mưa sốt cảm. Hay cụ thể hơn là thân không được sát sanh, trộm cắp. Thân không ngồi giường cao rộng lớn. Thân không mang ngọc ngà, châu báu...

Miệng không được nói dối, không được nói lưỡi hai chiều, nói lời thêu dệt, có nói không, không nói có. Trắng nói thành đen. Đen nói thành trắng, mà miệng phải nói lời chân thật, lời khả ái, kính trọng, dễ nghe.

Còn tâm thì giống như đài gương sáng, mà gương không lau thì thời gian sẽ bị bụi mờ, soi hình không rõ, cho nên tu cách này là thấy có tâm. Tâm nghĩ thiện, tâm nghĩ ác, tâm nghĩ vô ký. Do vậy, buộc tâm phải nghĩ thiện. Cột tâm theo niệm thiện. Ngồi thiền quán hơi thở để giữ tâm định tĩnh. Không cho tâm dong ruổi theo cảnh giới ở bên ngoài. Phóng tâm. Phóng dật, phóng đăng. Một khi đã siêng năng lau chùi tâm tranh chấp. Tâm đố kị. Tâm giận hờn nhỏ nhen. Tâm thị phi nhơn ngã, thì những thứ bụi nói trên không có chỗ để dính nữa - chớ để dính bụi trần. Bụi trần tham, sân, si...

đã sạch, không còn chỗ để dính nơi thân, để dính nơi tâm nên gọi là tu tiệm ngộ. Tu ngộ từ từ. Làm sạch thân tâm tới chừng ấy mới thành bậc thánh, thành Bồ Tát, thành Phật.

Qua bài kệ thứ hai, tư tưởng và cách tu có khác. Bằng cái nhìn thẩm thấu xuyên suốt vào tự tánh mà không qua hình danh sắc tướng. Bởi vì hình danh sắc tướng chỉ là giả có mà không thật có. Cái có bông đùa như bắt bong bóng nước. Bắt suốt ngày mà chẳng được cái chi. Như vậy cách tu này là y cứ nơi tánh mà không thấy tướng. Ly khai tướng. Thật ra đây cũng chỉ là một cách nói. Phương tiện để mà hiểu, chứ ngôn ngữ cũng chỉ là một tín hiệu hàm hồ, có trúng chi đâu.

"Ngôn ngữ đạo đoạn
Tâm hành xứ diệt
Trực chỉ nhơn tâm
Kiến tánh thành Phật."

Dịch:
Lời nói bặt dứt
Tâm nghĩ không còn
Vào thẳng lòng người
Thấy tánh thành Phật.

Do vậy mà người nói là "Bồ đề vốn không cây. Gương sáng chẳng phải đài." Bồ đề vốn không cây, sao gọi là cây Bồ Đề? Gương sáng không phải đài, sao gọi là đài gương sáng? Giả gọi, giả có, kỳ thật là không. Có mà "diệu hữu." Không mà "chơn không." Một khi đã không cây thì bụi trần dính vào chỗ nào? Nếu không muốn nói bụi trần cũng không. Vì tất cả đều là:

"Vô ngã tướng

Vô nhơn tướng
Vô chúng sanh tướng
Vô thọ giả tướng."

Dịch:
Không có tướng mình
Không có tướng người
Không có tướng chúng sanh
Không có tướng thọ nhận.

Hai lối nhìn. Hai tư tưởng. Hai cách tu, mà cách tu này gọi là "đốn ngộ." Nhưng dù tiệm ngộ hay đốn ngộ cuối cùng tất cả đều ngộ. Dù chậm. Dù nhanh, tất cả đều đến đích. Điều quan trọng là tự mình có chịu tu hay không. Dù siêng năng hay lười nhác, nhưng một khi đã gieo hạt giống xuống đất rồi, có đầy đủ nhơn duyên thì sớm muộn gì cũng sẽ mọc, đâm chồi nẩy lộc. Giá trị là có hạ thủ công phu. Tiệm ngộ là Tổ. Đốn ngộ là Tổ. Tu theo pháp môn nào cũng là Tổ. Miễn sao có tu. Chỉ học hai chữ "chổi quét" không thôi mà thành A La Hán. Một khi quét sạch phiền não trong lòng. Cáu bợn vô minh không còn nữa thì "tiệm" hay "đốn" đâu sá gì câu chấp.

Ấy là cách tu của chư vị Tổ Sư Thiền. Còn ta thì sao? Nam Mô A Di Đà Phật. Giữ lòng thanh thản, không nghĩ thiện. Không nghĩ ác. Lững lờ như dòng nước trôi. Nước đục trôi. Nước trong cũng trôi. Không có phân biệt đục trong. Tất cả đều đi vào biển cả. Hòa tan. Thể nhập. Biến thành *"Thanh Tịnh Đại Hải".* Đâu có ngằn mé. Đâu có phân chia. Sóng gió nghìn trùng. Đại dương thăm thẳm, nhưng quay đầu là bờ. Tánh giác hiện ngay.

QUÊ HƯƠNG
CÓ MÁI CHÙA LÀNG

Nơi tôi lớn lên giữa một cánh rừng miền núi. Xa vắng xóm làng, thưa thớt dân quê. Thỉnh thoảng mới có con trâu đi trên đường đất khúc khuỷu. Cứ mỗi chiều về là buồn da diết. Một nỗi buồn ủ kín dưới những lớp lá mục quanh đây, mà trải qua bao nhiêu mùa mưa nắng cũng chừng ấy. Núi rừng vẫn là núi rừng. Lá mục vẫn là lá mục. Và nỗi buồn vẫn không nguôi. Ấy là tâm trạng của tuổi thơ mà tôi có.

Trong làng có một ngôi chùa quê. Từ nhà tôi đi bộ đến chùa mất khoảng 45 phút hay một tiếng. Mỗi tháng Mẹ, Ba và anh tôi đi chùa hai lần. Rằm và mồng một. Sinh hoạt dưới mái chùa quê ấy. Chùa có Thầy trụ trì, mới gặp loáng thoáng đâu đó cũng thấy quê quê. Chiếc áo tràng bạc mầu. Chiếc y hậu mòn cũ. Da mặt sạm nắng. Đôi tay hơi Chai sần. Nhưng trong dáng dấp quê quê ấy, tôi thấy mà cảm nhận được có một cái gì ẩn nét từ bi, tấm lòng hiền hòa trong Thầy. Kể cả quí cụ ông lớn tuổi. Quí cụ bà già nua khi gặp Thầy thảy đều chấp tay chào, vái. Biểu tỏ tấm lòng cung kính.

Còn lũ nhỏ như các cháu thì lạc quan hơn, hay nói cho đúng chỉ là vui chơi, ăn xôi chè cúng rằm, mồng một là đủ rồi. Nếu có thì vào chánh điện lạy Phật ba lạy, giống như trả bài là xong. Phật từ bi, Phật đâu nói gì. Phật ngồi yên, bất động. Phật mỉm cười, hoan hỷ bao dung.

Cùng đi chùa với Ba Mẹ mới thấy được những tấm lòng của quí cụ tin Phật, thương Thầy trụ trì như thế nào. Lo và hộ pháp cho chùa hết mức. Những tấm lòng ấy đã biểu lộ qua từng cử chỉ, cái nhìn, lời nói chuyện với nhau. Quả thật đây chính là sức sống, sự hộ trì cho chùa. Nhờ vậy mà chùa được vững vàng, để làm nơi nương tựa, đời sống tâm linh. Vun xới hạt giống thiện, trái cây lành, trong đời sống hôm nay.

Ngôi chùa làng như là trung tâm tụ hội niềm tin yêu, quí kính của dân làng. Là nơi để gặp nhau một tháng hai lần có mặt đầy đủ. Từ những hình ảnh của đạo hữu, Phật tử trong chiếc áo tràng lam hiền hòa, mộc mạc, mỗi khi gặp nhau, Mô Phật! Rạng rỡ, chỉ chừng ấy thôi cũng đủ biểu tỏ tình người đơn sơ, chất phác. Còn thế hệ trẻ thiếu nhi thì vui đùa tung tăng chạy nhảy, tạo thành cái tình hàng xóm làng nước từ thuở còn thơ. Từ đó ta thấy chùa làng đóng một vai trò quan trọng, xây dựng lành mạnh cho hai thế hệ già và trẻ. Thế hệ già là tiếp nối truyền thống tín ngưỡng, niệm Phật tụng kinh, ăn Chay, bố thí... Thế hệ trẻ là không quên đi cội nguồn khi lớn lên mà tiếp nối dòng chảy hộ pháp nơi ba ngôi báu. Và coi đó như là bổn phận trách nhiệm thay thế Cha ông mà bảo tồn gìn giữ. Điều mà nhìn thấy rõ và rất dễ thương trong dáng điệu của người dân quê trong đôi tay một thau nếp thơm đầu mùa, một rổ khoai mì, khoai lang, khoai từ... khệ nệ bưng lên cúng Phật. Người cầm một bó hoa điệp vàng, xách nải chuối hột lên cúng tổ tiên nội ngoại. Một hình ảnh đẹp, chân thật mà cho đến bây giờ tôi vẫn nhớ; nhớ một cách rõ nét. Đây là chánh điện thờ Phật Bổn Sư. Bên phải là Bồ Tát Quan Âm. Bên trái là Bồ Tát Địa Tạng. Các tượng được làm bằng đất sét nung, do đôi tay của nghệ nhân cùng quê tạc thành. Họ làm bằng tấm lòng của họ như là một biểu tượng giác ngộ. Một đức Thế Tôn có đủ mười hiệu. Từ đó họ tu theo lời dạy của Phật mà trở thành người Phật tử thuần thành, thành một người tốt trong xã hội. Lớp người ấy họ đâu có được giáo dục từ một trường cao học, đại học nào đâu. Họ cũng chẳng xuất thân từ lớp lang nào hết. Ấy vậy mà họ hiền thuần chất, không biết nói láo, ăn cắp như thời văn minh, tiến bộ hôm nay. Ngôi chùa làng đơn sơ, mộc mạc, chỉ là mái tranh, vách đất mà Chan chứa bao nhiêu tình tự của giống nòi. Giống nòi của dân tộc ấy. Dân tộc hùng cường đuổi quân giặc ra khỏi bờ cõi, chấn chỉnh giang sơn gấm vóc thanh bình. Nhà nhà âu ca lạc nghiệp. Dân tộc ấy, dân tộc Thiền Sư Tổ Đức, đạo nghiệp vuông tròn. Làm Thầy của các triều đại vua chúa thời xưa, góp phần an bang tế thế. Ngôi chùa làng của tôi! Giờ có còn ở đó hay không hay là đã theo lẽ vô thường biến đổi "thương hải biến vi tang điền." Biển xanh biến thành ruộng dâu? Tôi mơ có một ngày về đến thăm tận nơi ngôi chùa làng ấy. Tôi sẽ hỏi thăm người dân làng, nhìn thật kỹ trên những con đường mòn dẫn về chùa của thời ấy:

"Lối xưa xe ngựa hồn thu thảo
Nền cũ lâu đài bóng tịch dương
Đá vẫn trơ gan cùng tuế nguyệt
Nước còn Chau mặt với tang thương
Nghìn năm gương cũ soi kim cổ
Cảnh đấy người đây luống đoạn trường."
(Thơ của Bà Huyện Thanh Quan)

Viết lại đôi dòng để thâm cảm về người xưa mà hôm nay lòng mình cũng không khác. Cũng nhớ. Cũng hoài cổ. Hoài cổ về ngôi chùa làng từ thời lên năm lên bảy, trong tuổi măng tơ. Tuổi dại khờ. Nhưng sức nhớ và sức chứa thì dường như vô tận.

Tiếng chuông vọng trên đỉnh đồi cao gió hú
Mà mỗi khuya tôi lại dọng trái chuông này
Âm thanh rót sâu vào lòng người quanh đó
Nhiệm mầu thay hạnh phúc sớm đong đầy.

Cổng lên chùa nay đã đóng
Im lìm không bóng người qua
Cảnh già ngồi nghe Phật pháp
Bây giờ cách trở bao xa?

Trăng lên cao trăng vướng trúc vàng
Gió lên cao gió tạt đồi ngang
Nhà thiền tĩnh lặng hàng bạch lạp
In bóng sư già đọc Kim Cang.

Nghe tiếng mõ của thời xưa hành điệu
Chánh điện chùa vang tiếng niệm Nam Mô
Hương trầm tỏa quyện thành mây năm sắc
Dâng cúng dường mười phương Phật Tỳ Lô.

Sáng rằm tháng bảy, gia đình tôi lên chùa làng sớm hơn mọi bữa, vừa đến cửa chùa đã thấy đông đảo Phật tử. Sự sinh hoạt thật nhuần tính miền quê dân dã. Áo bà ba đen, vạt lèo, quần rộng ống. Đi chân không, chẳng dép, chẳng guốc. Thầy trụ trì cũng vậy luôn. Cắm bông, đơm trái cây, chuẩn bị cho trưa Rằm Vu Lan Báo Hiếu. Bây giờ ngồi đây hồi tưởng lại mà thấy thâm trầm. Cái lành, cái thiện luôn hiện trong bối cảnh đó. Một nồi khoai mì luộc còn nóng hồi được dỡ ra để nơi bàn cô hồn. Một rổ bắp nấu vừa chín còn bốc hơi cho lễ thí Vô Giá Hội.

*"Mười loài là những loài nào
Gái trai già trẻ hãy vào nghe kinh."*
*"Đàn chẩn tế vâng lời Phật dạy
Của có khi bát cháo nén nhang
Gọi là manh áo thoi vàng
Giúp cho làm của ăn đường thăng thiên.
Ai đến đây dưới trên ngồi lại
Của làm duyên chớ ngại bao nhiêu
Phép thiên biến ít thành nhiều
Trên nhờ tôn giả chia đều chúng sanh
Phật hữu tình từ bi cứu độ
Chớ ngại rằng có có không không
Nam mô chư Phật Pháp Tăng
Độ cho nhất thiết siêu thăng thượng đài."*
(Văn Tế Thập Loại Cô Hồn - Nguyễn Du)

Chùa làng là nơi gặp gỡ của dân làng. Là nơi sinh hoạt của cộng đồng người sống. Là nơi bảo tồn văn hóa thuần hậu chất phác. Có thể gọi là văn hóa ruộng đồng. Văn hóa ngô khoai nương rẫy, mà cũng là nơi của thế giới người chết, cô hồn, các bác lấy đó mà hưởng bát cháo, nén nhang. Nếu không có những ngôi chùa làng nầy thì lấy đâu ra phụng hiến cho hai nền văn hóa âm, dương, nơi ruộng đồng, thôn quê xa cách thị thành, xa hoa.

*Tôi đi góp hạt bụi hồng
Gom thành đóm lửa đốt vành nguyệt châu
Đêm về thắp ngọn nến sầu
Nằm nghe hơi thở cơ cầu hợp tan.*

Rồi mai mốt ta dừng chân bên vách đá
Đứng ngắm sao trời bương bã kiếp đi hoang
Phía trước đó dặm mòn còn chen sỏi đá
Nghìn năm sau chiều nắng hạ rủ ta về.

Về thăm chùa làng đã nuôi lớn niềm tin Phật Pháp của tôi vào thời ấy. Về để nhớ những kỷ niệm chùa thời son trẻ. Nơi đó có những tiếng chuông, tiếng mõ. Lời kinh trầm bổng hiền hòa. Làm ấm lòng người sống. Làm siêu lòng người chết. Lưỡng lợi hai bên. Chùa làng tôi, có hai dãy điệp vàng cắt vào cúng Phật quanh năm. Có giếng nước trong mát lịm giữa nắng hè. Có hiên chùa, hành lang đất, ngồi nói câu chuyện quê. Chùa làng tôi nho nhỏ, xinh xinh Chan chứa tình người đầm ấm. Chùa làng tôi có ánh trăng rằm treo trước ngõ, dệt thành những câu thơ, điệu hát dân quê.

"Mái chùa che chở hồn dân tộc
Nếp sống muôn đời của tổ tông."

"Gió đưa cành trúc la đà
Tiếng chuông Thiên Mụ canh gà Thọ Xương."

"Quê tôi có gió bốn mùa
Có trăng giữa tháng có chùa quanh năm
Chuông khuya gió sớm trăng rằm
Chỉ thanh đạm thế, âm thầm thế thôi
Mai này tôi bỏ quê tôi
Bỏ trăng bỏ gió Chao ôi bỏ chùa."
(Thơ Huyền Không)

Chùa làng tôi có con đường đất nhỏ cỏ mọc hai bờ xinh tươi. Có gió mát, mưa rào, làm duyên quê tu Phật. Nhờ vậy mà xóm làng yên vui, thái hòa. Chùa làng tôi có tình thương Mẹ hiền Quan Âm, ngàn mắt ngàn tay cứu độ. Rưới nước cam lồ. Xoa dịu nỗi đau. Cành dương nước tịnh nhiệm mầu. Bình đẳng vô phân biệt, cơ cầu, cảm ứng tùy duyên. Chùa làng tôi thiêng liêng như tiếng chuông chiều về, rạt rào, tình tự rót vào cỏ, vào hoa vào lòng người dân dã, dập tắt nỗi oan khiên. Muộn phiền. Thầm nhớ về chùa làng, một quê hương diệu vợi.

ĐỈNH ĐỒI KIM THÂN

Nhiều lớp người qua đi. Nhiều thế hệ người qua đi, kể từ khi tôi biết, vì tôi xuất gia ở đó. Một dĩ vãng khó quên, nhiều kỷ niệm, không thể nhạt nhòa theo thời gian năm sáu mươi năm. Thời gian qua mau. Bao lớp người qua mau. Như thoáng hôm nào. Nhiều khi ngồi suy tư, mình không tin là bảy mươi năm đã trôi ngang đời mình. Một cách dễ dàng như chớp. Thời gian đã đẩy lùi tất cả, dù cái đó mình thương hay ghét, đẹp hay xấu, ưa hay không ưa. Thời gian đã xé nát và tan vụn mọi hình hài. Choàng mở mắt, quay lại sau lưng thì bụi đường đã khỏa lấp. Bao lớp người đã nằm xuống. Bất động. Nhưng giờ thì ở đâu? Tôi không biết. Nhưng mong rằng hãy ở bên tôi. Bên tôi như thời xưa hành điệu. Bên tôi như là biểu tượng siêu thoát, đầy sống động. Bên tôi như một sức sống bền bỉ, liên tục, kiêu hùng, cần phải học. Một bài học sống vươn lên giữa cuộc đời đầy nhiễu nhương, ám khói. Đỉnh đồi kim thân hãy còn đó. Nhưng không giống ngày xưa, đã vắng và vắng thật nhiều. Vắng đi những bậc Thầy khả kính. Oai nghi đỉnh đạc. Đức tu rạng ngời, mà giờ đây tôi đi tìm, nhưng không thấy. Chắc có lẽ quí Thầy đã trở về chốn xưa. Về lại ngôi nhà cũ, như nhiên, bất động, tự tại nơi đó, mà sau một thời gian quảy dép vào đời, rong chơi, hóa độ. Duyên tròn, quả mãn, như mây trời vô tung. Biết đâu mà tìm. Tìm đâu để gặp?

Nhớ những chiều về trên tháp cổ
Vọng từ xa đứng ngắm dáng rêu phong
Từng giọt nắng mưa về thân loang lổ
Chạnh lòng buồn thầm nghĩ đến sư ông.

Lời kinh tụng sư già lần tràng hạt
Những hạt mưa lác đác dội ngoài song
Hai âm ba hòa quyện rót vào lòng
Khắc thành chữ lời kinh chiều siêu độ.

Người ra đi, người nuôi cơn đại mộng
Tôi trở về đóng chặt cửa đầu non
Vui với gió, cỏ hoa xuôi ngàn dặm
Lẳng lặng một mình lượm nhặt cỏn con.

Những mảng vỏ của khuôn đúc tượng bỏ trước sân Kim Thân, khuôn nào cũng lớn. Từ khuôn vành tai, khuôn đôi mắt. Khuôn đôi môi, vầng trán... đều tầm cỡ. Tượng cao tổng thể khoảng 25 mét tính luôn đài sen. Chung quanh bệ đài là nạm hình chư vị thánh tử đạo - vị Pháp thiêu thân. Phía sau có cửa vào lên thang trôn ốc tới đỉnh. Tượng Phật sơn mẫu trắng trông vẻ uy nghi, trang nghiêm. Biểu tướng tánh đức từ bi, trí tuệ. Phước trí vẹn toàn. Sừng sững trên đỉnh đồi, Phật nhìn ra biển, hứng gió đại dương. Chiều về hoàng hôn tắt nắng sau cánh ruộng đồng. Dù đời có hưng phế. Nước nhà có thịnh suy. Bao lớp người đến rồi đi, còn rồi mất, kim thân Phật Tổ vẫn bất động. Phật ngồi giữa trời. Thinh không, mà dõi mắt từ bi đến chúng sinh nhiều khổ lụy. Cảm thán lời kệ, mà nghe lòng dằng dặc:

"Thân như điện ảnh hữu hoàn vô
Vạn mộc xuân vinh thu hựu khô
Nhậm vận thịnh suy vô bố úy
Thịnh suy như lộ thảo đầu phô."

Dịch:
Thân như bóng chớp chiều tà
Cỏ xuân tươi tốt thu qua rụng rời
Thịnh suy, suy thịnh việc đời
Thịnh suy như giọt sương rơi đầu cành.

Ngộ lời kệ này, mà chứng thật rằng hình bóng người xưa giờ đâu còn nữa. Chỉ thấy mang mang, diệu vợi đâu đây, vết tích ẩn hiện, trên lá, trên hoa. Trên những lối mòn, nơi triền núi, trong nhà thiền, dưới rặng mát cội bồ đề. Con đường mòn cạnh sườn núi khi xưa đã lưu bao vết tích thời xưa của sư ông, mà giờ này chỉ còn là ngôi tháp, rêu phong cổ kính. Nằm vỏn vẹn một miếng đất nhỏ sát ven đồi. Thuở nào, "như hạt sương rơi đầu cành." Như có rồi không. Như còn rồi mất. Một cuộc thiên lưu thiên biến. Đường lên kim thân Phật Tổ là một dãy tam cấp 108 bực. Xẻ núi mà làm, chen đường mà đi, người người lớp lớp cứ mỗi mùa Phật Đản lại về. Vu lan lại đến, hay những ngày tết quê hương. Chẳng ai bảo ai, lần mà đi, dành mà đứng trông cảnh tượng tưng bừng lễ hội.

Rũ áo cà sa cho tình thương thêm lớn
Chắp cánh tay dài che chở nỗi khổ đau
Lặn rồi hụp trong biển trầm luân nhân thế
Một kiếp người dâu bể có thoáng qua mau.

Đêm trời tối lòng người còn tối thẳm
Tiếng vạc kêu còn ngân vọng lan xa
Giữa canh trường ai người chưa tỉnh mộng
Mở mắt nhìn tình thương yêu bao la.

Ngay dưới chân đỉnh đồi kim thân là ngôi chùa cổ, có từ thời Sư phụ lên năm. Thuở ấy chỉ là mái chùa tranh, đơn sơ, mộc mạc, cảnh đồi còn hoang vu, ít khách thập phương lui tới. Nhưng chí nguyện xuất trần thượng sĩ mà hôm nay cảnh chùa đông đảo hội chúng. Đây là cốc Thanh Long. Kia là cốc Trúc Vàng, và trên đó là cốc Phượng Đỏ. Mỗi ngài một cốc, tĩnh tu. Đạo thiền trầm mặc núi rừng. Lối đi sớm cài hoa thánh. Tâm tu của quí ngài nhẹ như mây và thoảng như gió. Một chiếc võng cột ngoài hiên đong đưa mà nhiếp niệm: *"Thẳng sàng dưới cội bồ đề. Đưa qua đưa lại ngó về Tây Phương."* Thõng tay vào chợ mà không vương mùi tục. Sống giữa cuộc đời mà chẳng chút phôi pha. Quí ngài sống thật, hiện tại lạc thú. Một bài học cho tôi, Một bài học cho bạn ngàn đời không quên. Từ chiếc gậy cầm tay. Từ cái dù chống đất trông chiếc áo nâu sòng hiền hòa, không phiền vô nhiệt, dù đời lắm nhiều gian nan, thử thách. *"Vô tâm Đạo dị tầm."* Cứ thế mà đi lên: *"Sư tử hống thời phương thảo lục. Tượng Vương hồi xứ lạc hoa hồng."* Sư tử gầm lên thời cỏ hoa xanh biếc. Tượng Vương quay lại thời hoa hồng cung nghinh. Một triết lý siêu nhiên, hay hiển bày tinh thần tu chứng? *"Như nhơn ẩm thủy. Lãnh noãn tự tri."* Như người uống nước, nóng lạnh tự biết.

Hai bên đường về cốc là giàn thanh long, mà đến mùa ra trái oằn cây. Mầu đỏ tươi ẩn mình trong xanh dịu ngọt, tạo thành một nét đẹp thiền vị, hòa tan trong không gian trầm tĩnh, êm ả của mỗi buổi chiều tôi lên đồi dọng chuông. Lời chuông rằng:

"Nguyện tiếng chuông này vang khắp cõi
Thiết vi tăm tối thảy đều nghe
Nghe rồi thanh tịnh chứng viên thông
Tất cả chúng sanh thành chánh giác.

Nghe tiếng chuông phiền não nhẹ
Trí tuệ lớn, Bồ Đề sanh
Ra khỏi địa ngục
Nguyện thành Phật. Độ chúng sanh."

Ý vị quá. Tuyệt vời quá. Tình thương yêu cao cả quá. Có ai nghe mà trải lòng chiêm nghiệm, mà thanh thản vun trồng cái hạnh nguyện cứu độ. Tôi yêu hạnh nguyện này. Tôi thương cõi lòng Bồ Tát. Giờ phút này, tôi chắp cánh bay cao vào khung trời Bồ Tát. Thỏa thích một niềm vui. Niềm vui biết hy sinh. Niềm vui biết cho, và trao tặng. Niềm vui rộng mở, thênh thang như đất trời. Tiếng chuông dứt. Thời chuông đã xong. Người, chuông còn đó mà tiếng chuông về đâu? Về nơi vô trụ. Về cõi không về. Lòng nghe niềm lạc. Một trời Như Lai.

Chim ríu rít trên cành hoa bưởi
Màn nhện giăng đón gió xuân về
Lũy tre xanh mướt câu thề
Trăng rằm sáng tỏ dân quê thanh bình.

Bãi cát, vầng trăng, con cua bò
Con thì phì bọt thở bo bo
Con thì đùa giỡn cơn sóng nhỏ
Cảnh tượng thanh bình mặc ai lo.

Hàng dậu xanh con bướm vàng đôi cánh
Lam lũ một mình hút nhụy phấn hoa
Bướm bay, gió nhạt, hương nhòa
Chiều quê âm hưởng tiếng cò gọi nhau.

Tôi đi lũng thững trên con đường mòn sỏi đá thuở xưa. Cúi xuống nhặt một, hai viên đá cuội, cầm trong tay mà thấy lòng nặng trĩu, Nặng hơn sức nặng của viên đá trong tay. Sức nặng ấy, nó tồn trữ và chuyên chở bao đời tình tự, nhặt khoan, còn mất. Nếu còn là một năng lượng tâm linh, nuôi dưỡng tự cõi lòng. Nếu mất, là sự đọa đày, tiếc nuối, của một kiếp làm người rong chơi vô ích. Tựa chân vách đá. Ngắm bóng kim Thân đổ dài rợp mát một khoảng không gian lớn.

Cũng con đường mòn này, đã bao lần tôi đi qua, và bao lần bỏ lại sau lưng nhiều mộng tưởng. Những ước mơ phù phiếm. Cái chân thật không phải là mộng. Không phải là mơ mà là cái nhìn tận mặt, thấy tận hình, và nghe tận tai như một âm ba réo gọi. Hãy quay về tỉnh mộng, choàng mơ, để thấy mình đang đứng một mình trong chơ vơ, cô quạnh trong thoáng chốc phù hư. Chiếc lá bồ đề rụng từ trên cành, nhẹ nhàng rơi xuống sân không gây một tiếng động, nhưng khi nhìn lại thì khoảng sân đã lát đầy lá bồ đề. Lá giác ngộ hiện hữu trong lòng, như một chứng nhân của thời sơ tâm. Cho đến bây giờ dường như còn nặng hơn. Còn đầy kín hơn, thấy đâu đâu cũng có Phật. Đâu đâu cũng có Bồ Tát. Có đôi tay từ bi cứu độ. Thật sự là phải cứu, không cứu không được. Không cứu chúng sanh trầm luân. Muôn loài ta thán. Dòng sông sông sinh tử nhận chìm, đâu thấy được buổi sáng bình minh. Buổi chiều tắt nắng. Thoi thóp lùi dần, dĩ vãng… chấp tay, niệm thầm Nam Mô!

Sức sống của Tăng già là hoà hiệp, thanh tịnh,
là giàu đức tánh bao dung và hỷ xả.
Là thiết lập một đời sống đạm bạc, đơn sơ,
nuôi dưỡng chí nguyện xuất trần vững chắc như kim cương bất hoại,
để tiến xa hơn nữa là chí nguyện độ sinh như sấm rền, biển dậy.

THÍCH NGUYÊN SIÊU
Triết Lý và Thi Ca

CHÙA PHẬT ĐÀ - SAN DIEGO, CA

LÊN ĐIỆN PHẬT

Trong nhà thiền có lời ca: "Lên Điện Phật." Lời ca như vầy:
"Nhược đắc kiến Phật
*   Đương nguyện chúng sanh*
Đắc vô ngại nhãn
Kiến nhất thiết Phật."

Dịch:
Mỗi khi thấy Phật
Cầu cho chúng sanh
Được mắt vô ngại
Nhìn thấy chư Phật.

Tôi ca. Tôi hát. Tôi nhìn thấy Phật. Hát mãi hát hoài ngàn năm tôi ca. Dù trên đỉnh núi. Dưới lòng biển sâu. Hay trên ngọn đồi. Tôi vẫn cứ hát. Trên cánh đồng nâu tôi ngồi tôi ca. Tôi ca từ khi gánh cát trên sông, cho đến bây giờ lời ca không ngớt. Tôi ca trong lòng. Tôi hát bằng lời. Tôi thầm nghĩ Phật. Mênh mông một trời.

Đến giờ lễ chúc tán, lạy thù ân. Đắp y lên điện Phật. Xướng chúc tán, để đền đáp ơn người cho mình được sống. Mỗi nửa tháng lạy một lần. Lạy để nhớ ơn và đền ơn. Nhớ ơn chư Phật thị hiện vào đời cứu độ chúng sanh, trong đó có mình. Nhờ vậy mà ngày hôm nay, còn ngồi đây để ca, để hát. Bài ca thánh thiện:

"Không làm các điều ác
Nguyện làm các hạnh lành
Giữ tâm ý trong sạch
Là lời chư Phật dạy."

Chư Phật dạy chỉ có chừng ấy, mà chưa làm tròn. Còn dễ duôi nhiều lắm. Và nếu là thế giới bên ngoài thì vô kể. Con người làm lành sao thấy khó quá, cái ác tràn lan. Con người gánh chịu, lao lung mọi bề. Thấy vậy, xin nguyện làm lành. Làm lành được vui. Làm lành được tốt. Ruộng xanh. Lúa vàng. Nhà nhà ấm no. Bởi vì chánh báo như thế nào thì y báo như thế vậy. Nó ảnh hưởng, liên hệ thắm thiết. Lòng thiện. Người thiện, thì môi trường sống thiện. Anh em một nhà. Còn làm ác. Người ác. Thì môi trường sẽ ác. Anh em hận thù. Xóm làng kêu ca. Dân làng đói khổ. Ruột rà nát như tương. Xin cho tình thương. Như lời Phật dạy: "Không làm điều ác." Giữ tâm yên bình. Vì rằng: "Tâm bình thế giới bình" là nguyên tắc chỉ đạo để xây dựng đời sống thái hòa, an tịnh.

Đốt ba nén hương. Quì trên gối. Nhất tâm niệm hương. Lời niệm chí thành:

"Giới hương, định hương, dữ huệ hương,
Giải thoát, giải thoát tri kiến hương
Quang minh vân đài biến Pháp Giới
Cúng dường Thập Phương Vô Thượng Tôn."

Nam mô Hương Cúng Dường Bồ Tát Ma Ha Tát. Hương Giới, Hương Định. Hương Tuệ. Ba loại hương, tam vô lậu học. Hương giới cho người mùi thơm đức hạnh. Trong sạch. Không làm phiền nhiễu tới ai. Hương Giới cho mình ý thức tôn trọng mình. Tôn trọng người. Tôn trọng tất cả. Không giết hại chúng sanh tức tôn trọng mạng sống. Cho sự sống. Biết quí sự sống. Dù sự sống ấy là cỏ, cây, sỏi, đá. Môi sinh quan hệ mật thiết đến đời sống người. Cho người nhiều mộng đẹp nên thơ. Cho người sức khỏe tốt, hay một tình cảm lạc quan yêu đời...

- Hương định cho người tập trung, không tán loạn. Để làm việc khả thi. Đúng mà không sai lầm, vọng tưởng, tán tâm. Định để mình thấy rõ hành vi, lời nói, ý nghĩ. Để nghe đều nhịp đập của tim. Nghe từng hơi thở. Từ đó ta có cái nhìn trong sáng. Đích thực hiển bày như thấy quả xoài trên lòng bàn tay.

- Hương huệ cho người sáng suốt. Thấy rõ từng ý nghĩ, việc làm. Định vị và thẩm định mọi việc có giá trị đúng. Là ngọn đuốc soi tỏ từng bước chân đi. Từng đôi tay làm. Nhờ vậy mà con người có cuộc sống thái hòa, hạnh phúc.

- Hương giải thoát xây dựng cho người sự an nhiên tự tại. Không ràng buộc, chẳng muộn phiền. Tháo gỡ những điều đã được tháo gỡ. Hệ lụy đã đặt xuống. Con người sống lợi ích cho tha nhân, cho môi trường xã hội. Cho thế giới con người và thiên nhiên.

- Hương giải thoát tri kiến đâu còn lẫn vết của phàm hay hình ảnh của thánh. Bình đẳng vô sai biệt. Vượt thoáng một chân trời lồng lộng hương tu chứng phảng phất bay -Nơi nào có A La Hán ở, nơi đó, đất nước được phì nhiêu. Hương thơm giải thoát tri kiến bặt dứt hai đường ngã pháp đều không. Hương chỉ là hương. Hương của người tu chứng đạo. Kết thành một đóa tường vân. Hương giải thoát cái thấy. Cái hiểu biết. Cái chơn thường. Tịch nhiên, để dâng lên cúng dường mười phương chư Phật. Vô tận tạng pháp giới. Vô biên hư không.

Trầm mặc cây rừng loang bóng đêm
Dáng ai thấp thoáng nép bên rèm
Lắng nghe tiếng niệm Nam Mô Phật
Từ cửa thiền ôn qua vách phên.

Lâu nay cứ ngỡ là mình
Bây giờ mới biết chẳng mình chẳng ta
Có chăng lầm tưởng như là
Vỡ cơn đại mộng sa bà vốn không.

- Nhớ ơn Phật. Đền ơn Phật. Hành trì Phật. Tu học Phật. Thành quả Phật. Chung quanh ta là Phật, nên đốt nén nhang trầm dâng hương cúng Phật. Phật đang nghiêm tọa đài sen. Phật nhìn xuống, thấy lòng mình thành khẩn. Phật hiện tiền chứng tri.

- Thù ân thứ hai là nhớ ơn Cha Mẹ. Thức sớm dậy khuya, chăm lo từng li từng tí. Cái ăn cái mặc vuông tròn. Cái bú. Cái bồng. Cái ru. Cái ngủ. Ngày cũng như đêm Mẹ ở bên con. Tiếng à ơi, hơi ấm đong đầy cho con ngủ ngon. Mẹ nuôi đời con lớn. Cha đồng đồng con đi. Qua truông cuộc đời, Mẹ gánh Mẹ gồng qua cơn mưa nắng. Cha tảo, Cha tần bữa đói. Bữa no. Nhưng vẫn nuôi con khôn lớn. Dắt dìu suốt chặng đường qua. Hột nút. Sờn vai, Mẹ thức khuya chằm vá. Áo bạc mầu sương gió Mẹ cắt Mẹ may. Tình Mẹ đong đầy. Tình Cha ấm áp. Nghĩa nặng hai vai con gánh. Con gồng. Để nhớ ơn Cha, cao vút. Để nhớ nghĩa Mẹ thẳm sâu mà quì gối, cúi đầu niệm ân đền đáp.

- Thù ân thứ ba là Thầy Tổ Khai Sinh giới thân huệ mạng. Trưởng thành thân người có đức. Có duyên. Biết chắp tay lễ Phật.

Sám hối tiền khiên. Biết ăn hiền ở lành ngày đêm chong đèn kinh kệ. Cái lễ. Cái nghe. Cái trí. Cái thức, đều nhờ Thầy chỉ dạy. Cái đúng. Cái sai đạo nghĩa Thầy trò. Do vậy, là người đệ tử phải nhớ ơn Thầy mà chăm lo báo đáp. Ân ấy. Đức ấy ngàn đời không quên.

- Thù ân thứ tư là đàn na tín thí. Quốc gia thủy tổ. Pháp giới chúng sinh, một bề chăm sóc. Cơm ăn. Áo mặc một lòng cung cấp. Thuốc men giường chiếu hết lòng hiến dâng. Nhớ ơn để đền ơn, Ơn này nặng lắm. Thọ nhận suốt đời, biết đâu mà tính. Tính sao cho hết để khỏi nợ vay. Không khéo mang nợ. Nhắc nhở mà tu. Nguyện xin hồi hướng cho tất cả pháp giới chúng sanh được tròn đầy phước lạc.

Mẹ đi nhổ mạ ngoài đồng
Cấy vào thửa ruộng đơm bông trĩu đầy
Bát cơm bốc khói chiều nay
Công lao của Mẹ cấy, cầy của Cha

Hoa bưởi nở trắng phau trước ngõ
Khế trong vườn nở tím cả cây
Mùa nhãn chín đong đầy tình Mẹ
Mỗi chiều về kĩu kịt đôi vai.

Cha là một Mẹ là hai tình thương nuôi lớn
Vườn cải khóm gừng Mẹ vun quén cả đôi tay
Để mỗi chiều về Mẹ đong đầy đôi thúng nhỏ
Là biển tình yêu Mẹ Chan chứa phút giây này.

Nhang đã cháy hết, lụn tàn. Nhìn lên bàn Phật, trái cây, bông hoa còn đủ. Đủ như lòng mình thù ân khuya nay. Mình có mặt nơi đây. Con người cũng có mặt nơi đây. Vạn vật cũng có mặt nơi đây.

Vách đá dựng rêu phong loang lổ

Con sâu bò tìm chỗ ẩn thân
Mưa đổi tây rồi lại gió đông
Con sâu vách đá trắng ngần non mây.

Nhà thiền vắng sư già ngồi đun nước
Tiếng lửa reo tí tách tự thuở nào
Cứ như thế ngày này qua năm nọ
Sư vui niềm hạnh phúc có từ bao.

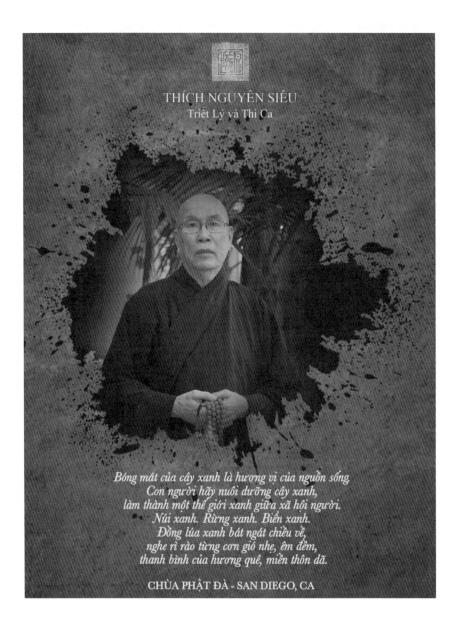

THÍCH NGUYÊN SIÊU
Triết Lý và Thi Ca

Bóng mát của cây xanh là hương vị của nguồn sống
Con người hãy nuôi dưỡng cây xanh,
làm thành một thế giới xanh giữa xã hội người.
Núi xanh. Rừng xanh. Biển xanh.
Đồng lúa xanh bát ngát chiều về,
nghe rì rào từng cơn gió nhẹ, êm đềm,
thanh bình của hương quê, miền thôn dã.

CHÙA PHẬT ĐÀ - SAN DIEGO, CA

TRONG CÕI VÔ CÙNG

Thế giới Hoa Nghiêm là một thế giới được diễn tả trùng trùng vô tận. Thế giới của duyên sinh. Không điểm khởi đầu. Không điểm chung cục. Thế giới được tạo thành bởi hành động, lời nói và ý nghĩ của con người gọi là nghiệp. Nghiệp là chủ nhân ông, còn thiên hình vạn trạng sự vật kia là sở thuộc. Đã là do nghiệp hình thành. Do duyên sinh giả hợp thì chẳng phải của riêng ai. Sở thuộc nơi ai. Trong lời nói đầu của sách: *"Krishnamurti Đời Không Tâm Điểm."*

"Giữa trần gian mọi sự chóng qua,
Tôi là khách.
Từ đó
Không vướng mắc nào ràng buộc tôi.
Không đất nước nào sở hữu tôi.
Không biên cương nào cầm giữ tôi.
(Krishnamurti - Người bạn bất tử 1928)

Trong cõi vô cùng ấy, từ vật thể li ti đến vật thể to lớn. Từ thế giới văn minh đến thế giới chậm tiến. Từ vật chất đến tinh thần, đâu đâu cũng không khác. Nó luôn tồn trữ, đùm bọc trong cái túi càn khôn này. Bầu trời nào cũng có mây trắng vào mùa hạ, và mây đen mùa đông. Rừng cây nào cũng có lá vàng khi mùa thu về. Và mùa xuân hoa nở, trái đơm đâm chồi nẩy lộc. Con người sống trên trái đất này, ai cũng thở bằng hai lỗ mũi và đi bằng hai chân, nhờ ánh nắng mà lớn. Nhờ không khí mà yên vui. Quả thật đâu đâu cũng đều có một dạng thức như nhau. Giống nhau như là loài chim thì bay bằng cánh. Loài rắn thì đi bằng bụng. Và loài có chân thì đi bằng chân. Một thứ triết lý sinh tồn như nhiên và tự nhiên. Đâu có ai cố vấn cho ai để loài chim có lông cánh thì sinh bằng trứng và loài người thì sinh bằng thai. Như thị, lời nhà Phật dạy. Do vậy mà lỗ mũi phải chúc xuống. Đôi mắt thì có lông mi và chân mày. Dân tộc nào cũng thế. Giống người nào cũng thế. Dù thành thị hay thôn quê. Dù núi rừng hay dân dã. Đó là cái hay trong cõi vô cùng. Cái mầu nhiệm của thế giới duyên sinh, duyên khởi, mà chẳng phải do bàn tay của thần linh hay thượng đế nào tham dự, mà thần linh hay thượng đế nào cũng đều nằm trong tiến trình này. Không thể tự đặt mình nằm ngoai qui trình:

Do cái này có

Nên cái kia có

Do cái này sanh

Nên cái kia sanh

Do cái này diệt

Nên cái kia diệt.

Một tiến trình hình thành và hủy diệt của luật tắc duyên sinh.

Khi xưa, kể cả trong tiền kiếp nhìn thấy hoa hồng tươi tắn, mượt mà, đài các, biểu tượng của yêu thương. Sáng nay, ngồi bên cửa sổ, uống tách trà nóng còn bốc khói. Vị trà thắm đượm hương sen. Nhìn qua cửa sổ, thấy nụ hồng tươi. Mượt mà như trong tiền kiếp. Thấy cây rừng trùng điệp. Núi đồi nhấp nhô nối dài dường như bất tận. Đóa hồng hôm nay vẫn như nhiên, tinh khiết, có khác gì của đời trước đâu. Gió thổi nhẹ lá vàng rơi bên lề cửa sổ. Nghe tiếng sột soạt ngoài hiên, lá khô, nai vàng của Lưu Trọng Lư:

"Em không nghe rừng thu

Lá thu kêu xào xạc

Con nai vàng ngơ ngác

Đạp trên lá vàng khô?"

Cũng đám lá vàng khô đó. Cũng con nai vàng bông đốm đó, dệt thành cái vô cùng âm thanh, mẫu sắc… ngang qua lục căn tiếp xúc lục trần sinh ra lục thức. Tuyệt vời trong ý vị vô cùng. Trong cõi vô tung vô phân biệt… Bình trà cạn, hương trà bay. Nhìn lại thấy chỉ có một mình bên cửa sổ. Còn chú điệu, thị giả giờ hãy còn hái củi trên non. Chú vẫn biết, đám vườn táo đỏ đầy trái là do công người chăm sóc, tưới nước chăm phân, đám táo ấy mới trĩu cành, lá xanh trái ngọt, để hiến dâng cho người, làm người vui, làm người hạnh phúc. Trong cái công người chăm sóc đó, còn có hiện diện của đất trời, mù khơi, sương khuya, gió sớm. Đó là những tia nắng của mặt trời rải xuống. Của không khí tràn đầy không gian. Của những hạt mưa mát đủ làm sức sống để đơm bông kết trái của đám vườn táo đỏ kia. Sự sinh thành này không có ngôn ngữ tham dự. Không có mộng tưởng điên đảo tham dự. Không có bàn tay lắt léo, sửa chốt, vặn trục tham dự. Tự nhiên. Như là.

Cầm trái táo trong tay mà bao nhiêu nguyên lý sống. Bao nhiêu tinh hoa của đất trời. Tinh thể của thời gian, không gian, hòa quyện vào lòng trái táo, hợp thành chất dinh dưỡng nuôi lớn con người. Vậy, dạng hình của một con người là tất cả con người. Tất cả con người là dạng hình của trái táo. Thực thể là đây. Có ai chiêm nghiệm để truy nguyên ra cội nguồn. Để biết cái có ấy từ đâu, mà Lục Tổ đã dạy: "Bổn lai vô nhất vật." Xưa nay không một vật. Con người không. Trái táo không. Con người có, trái táo có trong cõi vô cùng.

Vườn dừa dòng sông nằm sau chân núi
Ẩn dáng người gầy cặm cụi sớm hôm
Đốt bếp lửa đỏ đun nồi xôi ấm
Hạt nếp ngon ngọt lịm chén cơm đầy.

Thông già vách đá sương thu lạnh
Lối nhỏ đi về cốc tịch liêu
Leo lắt ngọn đèn dần lụn bấc
Hai mái đầu bên cạnh chắt chiu.

Vậy người ở lại, hôm nay ta thấy đó. Còn người chết đi, đi mãi vô cùng. Đi đâu, ấy chỉ là cách nói. Ở đây và tại nơi đây, để hôm sau, hay hôm nào, ngồi bên nhau, cùng uống tách trà thơm.

THÍCH NGUYÊN SIÊU
Triết Lý và Thi Ca

Tự tình của dân tộc là phải biết yêu thương quê hương, dân tộc.
Quê hương là núm ruột đầu đời, là tiếng khóc đầu môi,
là hình ảnh của thôi nôi vừa tròn tháng.
Giống nòi là un đúc từng giọt máu tươi,
từng làn da sạm nắng để nuôi lớn con dân
đứng vững trên quê hương ngàn đời yêu dấu.
Vậy tự tính của dân tộc là phải biết hoà mình vào vận nước,
khi thăng lúc trầm để ôm hai chữ quê hương trong tim
và giữ trọn giống nòi kiêu hùng bất khuất luôn hiện có nơi đây

CHÙA PHẬT ĐÀ - SAN DIEGO, CA

THÍCH NGUYÊN SIÊU
Triết Lý và Thi Ca

Tự tình của dân tộc là phải biết yêu thương quê hương, dân tộc.
Quê hương là núm ruột đầu đời, là tiếng khóc đầu môi,
là hình ảnh của thôi nôi vừa tròn tháng
Giống nòi là un đúc từng giọt máu tươi,
từng làn da sạm nắng để nuôi lớn con dân
đứng vững trên quê hương ngàn đời yêu dấu.
Vậy tự tình của dân tộc là phải biết hoà mình vào vận nước,
khi thăng lúc trầm để ôm hai chữ quê hương trong tim
và giữ trọn giống nòi kiêu hùng bất khuất luôn hiện có nơi đây.

CHÙA PHẬT ĐÀ - SAN DIEGO, CA

LÒNG TRONG SAO TẠC

Con người muốn nói gì với con người? Nói bằng lời nói hay nói bằng hành động. Nhắn nhủ với nhau bằng suy tư, hay bằng ý nghĩ, tất cả đều có kết quả. Bình an. Hạnh phúc. Hay tàn phá. Hủy diệt. Một tiến trình sống của loài người có đủ những cảm giác ấy. Ngày hôm nay, thế giới con người đang đắm chìm trong biển lửa của tham vọng. Quyền lực chưa đủ. Bá quyền chưa đủ, mà là cái gì nằm gọn trong túi áo. Nằm gọn trên bàn tay. Khống chế bởi năm ngón. Con người muốn nói với bằng vũ khí. Đầu đạn hạt nhân. Hay sức mạnh kinh hoàng của virus. Nhưng tiếc thay, lòng tham vọng luôn có hai mặt, giết người, cũng lại giết mình. Hại người cũng lại hại mình. Sao ta không cho nhau tình thương và sức sống. Giá trị và tiềm năng. Chất liệu và niềm tin hướng thượng, để cho trái đất có mẫu xanh, núi rừng và ruộng đồng có mẫu xanh. Khi mà trái đất có mẫu xanh thì trái đất khỏe. Trái đất nhiều sức sống. Trái đất không bị bịnh. Không bị nhiễm ô virus. Trái đất sẽ cho loài người nhiều lợi lạc: Kim cương, hột xoàn. Vàng, thau, chì, kẽm… Mỏ dầu, mỏ than, tài nguyên thiên nhiên vô tận… Hạt trai, ngọc quí, linh dược ngàn năm. Một đất trời đồ ăn, nước uống không tính kể. Nhưng có lẽ, trái đất có quá nhiều của báu, nên làm cho lòng người càng tham hơn. Hãm hại nhau nhanh hơn. Ác độc hơn, làm cho trái đất úa mầu. Khô cằn. Dãy dụa sắp chết. Vì đau mình bởi đầu đạn hạt nhân. Vì bom nguyên tử. Và bao nhiêu thứ hóa chất khác làm tê liệt trái đất, hết chất phì nhiêu, dinh dưỡng. Sao ta không thương trái đất này mà đang tâm làm tổn hại. Trong nhà Phật có một vị Bồ Tát mang tên đất. Bồ Tát Địa Tạng. Tạng đất. Một khối đất. Một kho đất. Một trái đất. Một quả địa cầu đất. Bồ Tát Đất nuôi lớn, gìn giữ tất cả vạn loại sinh linh. Bồ Tát Đất có lời Phát nguyện:

Chúng sanh độ tận
Phương chứng Bồ Đề
Địa ngục vị không
Thệ bất thành Phật.

Dịch:
Độ hết chúng sanh
Mới chứng Bồ Đề
Địa ngục chưa không
Thể chẳng thành Phật.

Đốt rừng. Đốn cây làm đất trơ trọi. Đất mất người bạn đồng hành. Đất mất bóng mát. Đất mất nước trong. Đất khô. Đất lở. Đất oằn mình con người biết không? Bao nhiêu gốc rễ bứng về làm bàn, làm ghế làm vật dụng xa hoa. Làm sang. Làm giàu, cho ta, phó mặc cho đất lấy gì vững chắc. Lấy gì bám víu một khi cây rừng đốn hết. Đốn hết cổ thụ không còn. Rừng già tiêu tan. Mưa nguồn đổ xuống thì nước bám vào đâu, do vậy mà nước tuôn xuống bình nguyên. Xuống ruộng đồng. Xuống nhà dân làng xóm. Tạo thành

nước lũ. Nạn lụt mênh mông. Nhà trôi. Người trôi. Súc vật trôi.
Người dân đói khổ. Cảnh đời lầm than.

Hai cái đầu nhô lên mái nhà
Mặt mày sợ hãi nước bao la
Không Cha, không Mẹ, không hàng xóm
Không cả tình thương chút ruột rà

Đêm khuya nghe tiếng nước về
Ào ào phá vỡ con đê trên nguồn
Nước tràn, nước ngập, nước tuôn
Màn trời chiếu đất thảm thương dân mình.

Núi rừng có mầu xanh, thì chim muông về làm tổ. Ca hót líu lo.
Làm cửa làm nhà cho bao loài sinh vật. Loài có cánh. Loài có chân.
Loài không chân... Chúng xây dựng xóm làng, thành ấp, làm
thành một thế giới thiên nhiên, tự nhiên. Một xã hội loài vật có tôn
ti trật tự. Chúng biết bảo vệ cho nhau, giữ gìn sự sống. Xã hội loài
ong, có trật tự. Việc ai nấy làm một cách cặm cụi. Xã hội loài mối.
Xã hội loài kiến. Chúng làm thành quốc gia độc lập. Kiên trì và tích
cực. Loài nai, loài khỉ sống từng đàn, hợp quần. Trâu nước. Sơn
dương... nhiều nhiều và thật nhiều sự sống được tích lũy, nuôi
dưỡng trong núi rừng mầu xanh ấy. Vậy mà hôm nay bom đạn
được đổ xuống cày xới, núi rừng, làm cây khô trốc gốc. Lá khô.
Cành khô. Rễ khô. Mục nát. Cháy nám thân hình, cháy đen thành
than. Mới chiều nay, nhìn về miền núi xa thấy một dãy rừng cây
xanh bát ngát, mà qua ngày sau thấy cánh đồng đất đỏ nhấp nhô.
Bom đạn đã cày xới, đã hủy diệt mầu xanh, chỉ một đêm thôi,
hoang tàn, mộ địa. Hận thù đã trút xuống núi rừng xanh. Hay các
vùng cao nguyên. Tây nguyên giờ này chỉ còn những vùng đất đỏ.
Bụi đỏ mà thôi. biển có mầu xanh, cho ta tôm cá. Ngọc trai, thất

bảo tiềm ẩn dưới đại dương. Biển xanh có gió mát nên thơ. Có sóng rì rào chiều về nơi miền thùy dương cát trắng. Từ hải đảo xa xôi, dệt thành danh lam thắng cảnh. Đây là Hà Tiên chiều về trên bến đỗ. Mẩu nước xanh lơ, bãi cát xuôi dòng. Một cảnh thái bình, yên vui, dân chài dư sức sống. Một vịnh Hạ Long tuyệt tác, bút tích thánh thần, được xây dựng bởi tạo hóa.

Ruộng đồng mẩu xanh, cho hương thơm mẩu lá sạ. Lúa chín ngập đồng, dân làng ấm no. Đêm đêm tiếng hát câu hò. Ánh trăng mười sáu con đò bến quê. Thanh bình đường làng chen lá cỏ. Dân quê chất phác tay lấm, chân bùn, đã làm nên cuộc sống, êm đềm như chiều về trên cánh đồng xanh. Em bé mục đồng thả diều trời gió thổi. Ngồi lưng trâu tiếng sáo vi vu. Ấy là cánh đồng xanh miền quê thái hòa. Ấy vậy mà có lắm khi ruộng sâu nứt nẻ, bờ đê mất dòng nước trong xanh. Đất cày lên sỏi đá. Còn gì mẩu xanh của cánh đồng lúa năm xưa. Tàn phá thiên nhiên. Tàn phá trái đất, hậu quả sẽ khôn lường. Con người phải biết thương mẩu xanh trái đất.

Con sâu rọm nép mình dưới chiếc lá xanh. Con ốc sên ủ mình trong khóm cỏ xanh. Và con chim sẻ đang kêu chim chíp trên cành lá xanh. Một sức sống mãnh liệt được mẩu xanh che chở.

Lòng Từ Bi của Phật cũng mẩu xanh: Đức Phật sinh ra dưới gốc cây vô ưu, trong vườn Lâm Tì Ni, một vườn đầy cây cối, hoa lá mẩu xanh. Đức Phật xuất gia, tu khổ hạnh trong rừng già. Dưới những gốc cây của vùng thung lũng Himalaya xanh mướt. Đức Phật tham thiền, nhập định dưới gốc cây bồ đề cành lá xanh tươi. Đức Phật chuyển pháp luân dưới gốc cây bồ đề trong vườn Lộc Uyển, thuyết kinh Tứ Diệu Đế, độ năm anh em ông Kiều Trần Như. Vườn nai lá cỏ xanh mẩu. Mẩu xanh của sức sống tiến trình đạo lộ giải thoát. Đây là Khổ các con phải biết. Đây là Tập các con phải dứt. Đây là Diệt các con phải chứng. Đây là Đạo các con phải tu. Đức Phật thuyết pháp độ sinh suốt 49 năm dưới những gốc cây. Khi thọ thực. Khi tham thiền. Khi thuyết pháp hóa độ, giảng dạy cho hàng thính chúng. Ngày chỉ ăn một bữa dưới gốc cây. Tối ngủ một lần dưới gốc cây. Lá cây xanh che mưa, chở nắng. Núi rừng xanh làm tịnh thất tu trì. Cuộc sống của Phật không xa rời mẫu xanh, mà hòa đồng với mẫu xanh để dập tắt nỗi khổ của nhân thế. Giữa cánh đồng ruộng xanh Phật hóa độ người bà la môn điền chủ và 500 tay cày. Trên con đường mòn hoang vu mẫu xanh Phật hóa độ anh chàng Vô Não. Nơi vườn xoài xanh Phật thọ ký cho nàng kỹ nữ Ampabali đi tu chứng đắc quả thánh. Bên vệ đường đi lúa mạ xanh lặc lìa, Phật hóa độ cho anh chàng gánh phân Nan Đề sống đời tăng đoàn và đắc quả A La Hán, thi triển thần thông… Suốt 49 năm Phật sống với mẫu xanh. Cuối cùng, Phật nhập Niết Bàn trong khu rừng sa la, hoa nở đầy cành. Lá xanh rợp mát. Phật vào Vô Dư Niết Bàn. Cánh rừng mẫu xanh sa la tiễn đưa Phật. Tịch nhiên. Trầm hùng. Rợp mẫu xanh của trời đất. Giá trị của mẫu xanh vô cùng.

Rặng trúc vàng tắm mình trong nắng sớm
Bóng chim qua tịch lặng chốn đồi tây.
Tiếng nước chảy trong vò nghe thấp thỏm
Nhịp thời gian trôi con nước vơi đầy.

Ngồi thở nhẹ để thấy mình thanh thản
Mặc cho đời bươn bả lắm thị phi.
Người ơi! giữ lòng hai chữ Từ Bi
Khắc vào vách đá nghĩa nghì sắt son.

Nền văn hóa đẹp là nền văn hóa mẫu xanh. Nền văn hóa giác ngộ. Tôi. Người. Tất cả hãy cấy hạt mầm mẫu xanh vào những mảnh đất tâm của mình. Vì mầu xanh là sức sống. Mầu xanh là hy vọng. Hy vọng thành người tốt. Thành người chân, thiện, mỹ, vun quén và trưởng thành. Sáng nay, chú mặc chiếc áo mầu xanh, bước chân ra vườn, thấy cây lá mầu xanh. Hoa cỏ mầu xanh. Ngước mặt nhìn trời, bầu trời xanh lơ. Mặt đất xanh rờn, vun trồng bao sức sống.

Ngồi bó gối bên chồng sách cũ
Màng nhện giăng bên vách tường rêu
Nhện và sách gặm mòn dòng chữ
Mưa sáng nay, nắng táp buổi chiều.

Ngày ra đi, tôi chưa nhìn rõ từng con đường,
từng lối đi quanh co trong thôn xóm,
hay từng mái rạ, luỹ tre, luống cải nơi quê hương tôi.
Bây giờ thì sao?
Một phương trời xa xăm mịt mù, hút mắt.
Nếu có ngày về thì chỉ nhìn tận mặt cái xa lạ, hoang đường.
Vì cái đẹp của tuổi thơ ngày ấy
giờ đã dập vùi trong vết tích đau thương.

THÍCH NGUYÊN SIÊU
Triết Lý và Thi Ca

CHÙA PHẬT ĐÀ - SAN DIEGO, CA

MÂY NGÀN BAY
THÁC GHỀNH CHẢY

Tự nhiên, như cái như là. Con bướm nở ra có đôi cánh vàng. Con nòng nọc nở ra có cái đuôi. Cái đuôi đứt đi thành cóc con. Cóc con lớn thành cóc. Cóc lớn thành cậu ông trời. Cóc nghiến răng là trời phải mưa. Nước mưa rơi ngập ruộng đồng, cóc chui vào hang. Có bài thơ con cóc:

"Con cóc nó ngồi trong hóc
Nó xoay cái lưng ra ngoài
Ấy là con cóc."

Con cóc chấp tay:
"Lạy trời mưa xuống
Lấy nước tôi uống
Lấy ruộng tôi cày
Lấy bát cơm đầy
Nuôi người già yếu
Dìu trẻ ngây thơ.

Giấc mơ trong trắng
Ráng vàng thời nắng
Ráng đỏ thời mưa
Ráng vừa thời gió.
Tiếng mõ công phu chiều
Tiếng chuông công phu sáng
Làm bạn với kệ kinh
Như hình với bóng
Chẳng lìa ra khỏi tầm tay
Giấc mơ hằng được đong đầy
Xin Phật về trời Tây."

Nghe chừng dường như là vậy. Mỗi bước chân đi chậm rãi, tay chống gậy. Tay lần hạt. Miệng niệm Nam Mô. Bóng hình kia trên triền núi. Một chiếc nón rộng vành mang sau lưng, trông dáng đạo thiền. Vạt áo tràng phất phơ trong gió, ra vẻ như một hiệp sĩ giang hồ. Kỳ thật là một nhà sư tu hành, chưa từng giết một con kiến, cái ong, mà lại còn cho sự sống đến chúng. Con người phải học cách cho sự sống.

Một hạt mầm, nằm dưới đất trải qua bao nhiêu thời gian. Hạt mầm vẫn không hư. Hạt mầm cố giữ lấy mình để sống. Chiều nay cơn giông, trời mưa xuống. Đất mềm, hạt mầm lấy sức vươn lên. Ngày thứ nhất, hạt mầm có được một mẩu lá non, mẩu trắng đục. Thấp bé tí ti. Nhưng qua một ngày mẩu trắng đục tiếp xúc với ánh nắng mặt trời, đã chuyển thành mẩu xanh, diệp lục tố, nuôi dưỡng. Và cứ thế ngày thứ hai, thứ ba… Và cuối cùng đã trưởng thành cây bàng to lớn nơi đầu làng. Làm điểm tựa. Chỗ ngồi hóng mát. Hay mỗi khi đi đâu xa dân làng nhớ về cây bàng đầu làng. Cây bàng trở thành biểu tượng linh thiêng của dân làng ấy.

Cây bàng đến hôm nay là được 70 tuổi, chứng kiến bao lớp người qua và bao lớp người đến. Lớp Cha ông thì không nữa. Cứ thế, tuần tự ra đi, giờ tính lại không còn một ai. Một lớp người giềng mối, kỷ cương, như là phảng phất đâu đó. Chỉ nghe hơi. Nghe hương mà chẳng thấy hình bóng đâu nữa. Cây bàng giờ này cũng đã già rồi. Thân bàng xù xì. Gốc bàng lồi lõm. Cành bàng ngoằn ngoèo. Lá bàng to che mát, những ai còn ở lại với làng. Ấy là cái tình làng được biểu hiện qua cây bàng, dù nắng hay mưa, dù mùa hạ hay mùa đông, cây bàng luôn vững chắc đứng đó để che chở cho làng được bình yên.

Dòng sữa Mẹ ngọt như lời Cha hát
Có bao giờ Mẹ từ chối với con
Mẹ già trọn một đời luôn tần tảo
Sớm đầu sông chiều con nước no tròn.

Để nhìn lại mây ngàn bay thác ghềnh chảy như không là một ảo tưởng mà là luôn hiện thực trong tôi. Hiện thực từng chút đồ ăn còn sót lại, bỏ vào nồi đất đun sôi, xúm xít người xin một muỗng. Nóng quá. Thơm quá. Đậm đà tình dư của đại chúng. Ai có làm mây ngàn mới biết được mây ngàn bay lang thang về phương trời vô định. Ai có làm thác ghềnh mới biết thác ghềnh cho dòng nước cuốn trôi. Mây ngàn thác ghềnh như bài thiền ca vô tận. Người ca thì ở nơi đây - thác ghềnh. Lời ca - mây ngàn thì mang đi khắp chốn. Gieo rải hạt mưa xuống mặt đất, núi rừng, gom góp lại nơi con nương, rạch tựu về suối nguồn lớn, trôi qua thác ghềnh. Vẫn cứ thế muôn thuở có nhau. Mây ngàn. Thác ghềnh tuy xa mà gần. Và tuy gần mà xa. Luôn cách nhau, nhưng luôn gần nhau. Xa trong nghìn trùng. Nhưng gần trong gang tấc. Cây bàng giờ vẫn còn đây, nhưng dân làng vẫn ra đi biển biệt mà âm hưởng, vết tích vẫn còn trinh nguyên. Nếu có ai về thăm lại chốn xưa. Đây là thiền thất. Đây là tăng đường. Đây là gác chuông và đây là tháp sắt. Có cũ đi. Có điêu tàn theo thời gian năm tháng gặm mòn, hư hao, nhưng ý vị của những buổi chiều bách bộ. Lên đồi hứng gió biển khơi, hay Thầy trò, ngồi quanh chuyện đạo, tất cả âm ba còn đồng vọng đâu đây. Nào có mất, dấu chân đi canh thiền còn đó. Tiếng chuông mõ giờ công phu khuya êm đềm thiền vị mãi sống trong lòng người tu.

Cành trúc vương vệt nắng mai. Cánh phượng hồng vương tiếng ve sầu than thở, như là bức tranh sống lưu dấu nơi lòng ai, chốn tha phương hoằng đạo.

Nắng vàng chiếu sáng đồi tây
Từng cơn gió nhẹ hây hây hiên chùa
Lá xanh vàng đỏ thu xưa
Sư về gõ cửa cảnh chùa tịch liêu.

Như con suối nhỏ ven rừng
Âm thầm ngày tháng lưng chừng cuộc chơi
Rồi đây mai mốt đổi dời
Thân thành cát bụi mộ đời rong rêu.

Ta có cảm giác như là người xưa mộng tưởng, để thốt lên lời thể. Như cây bàng kia, dẫu rằng chẳng thể nhưng luôn hiện thân bảo hộ dân làng dù ở hay đi. Dù còn hay mất, luôn vẫn bên nhau. Vẫn cánh đồng lúa vàng. Vẫn dòng sông dẫn nước vào ruộng. Và con đường mòn thôn quê đã giữ lại bao dấu chân người yêu dấu, đầy sức sống. Cây bàng vẫn đợi. Dân làng vẫn đi. Tình quê thắm đượm khăng khít. Bỗng dưng nhớ lại bài Thể Non Nước của Tản Đà. Xin ghi lại đôi câu mà chia sẻ:

"*... Non cao những ngóng cùng trông*

Suối tuôn dòng lệ chờ mong tháng ngày
Xương mai một nắm hao gầy
Tóc mây một mái đã đầy tuyết sương...
... Non xanh đã biết hay chưa
Nước đi ra bể lại mưa về nguồn
Nước non hội ngộ còn luôn
Bảo cho non chớ có buồn làm chi
Nước kia dù hãy còn đi
Ngàn dâu xanh tốt non thì cứ vui...”

Dẫu mỗi người đôi ngã cứ đi, nhưng tấm lòng son vẫn còn đó. Còn như ngày nào qua những huấn thị. Qua cách giáo dục điệu khi xưa, mà cây bàng ngồi đây như một lời minh chứng. Hạnh nguyện độ sinh của Bồ Tát thì rộng thênh thang. Phương trời nào cũng độ sinh được cả. Hạnh nguyện được thi thiết. Chúng sinh được an vui là thỏa chí vẫy vùng trong trần thế, mà không bó gối tọa thị bàng quan, mặc cho đời nói hươu nói vượn. Phải dập tắt cái ác, phát huy cái thiện, để thấy được ngàn dâu xanh tốt mà vui.

Còi tàu lửa chiều về xé gió
Bác nông phu cặm cụi trên đồng
Nắng mưa chỉ một tấm lòng
Chén cơm, khoai sắn mặn nồng quê hương.

Bưng tách trà mà tay run run. Đứng bên hộp tủ chăm chú nhìn, sợ cái ly đánh rớt. Nhưng không. Run thì run tách không thể rớt. Ách yếu là ở chỗ đó chuyên nhất, chú mục. Do vậy, đâu dễ gì mà rớt. Là thị giả phải học chỗ đó. Học chỗ run mà vẫn chắc. Nếu không vững chắc mà rớt thì có gì để nói nữa. Bậc mô phạm là vậy. Người ngoài thấy vậy, mà không phải vậy. Một nội lực, sức mạnh bên trong. Do nội lực ấy mà ngồi thiền lưng thẳng băng, như cội tùng già ngàn năm sương tuyết, nhưng thân tùng vẫn thẳng. Lõi tùng vẫn chắc. Sương tuyết đâu hề hấn gì. Cội tùng già nơi cửa thiền cũng vậy. Giờ thầm tưởng lại, mây ngàn vẫn bay. Thác ghềnh vẫn chảy. Người đi vào cõi Niết Bàn.

Những dấu chân người đi qua hãy còn lưu lại phía sau,
in đậm trên bãi cát.
Dù người có đi đến tận phương trời xa xôi, diệu vợi nào
thì dấu chân vẫn luôn hiện hữu rõ nét còn lại ở sau lưng.
Khi người đã làm ra các việc ác thì chúng
sẽ không bao giờ được bôi xoá trên đường tiến đến kết quả
nếu người không biết ăn năn sám hối.

THÍCH NGUYÊN SIÊU
Triết Lý và Thi Ca

CHÙA PHẬT ĐÀ - SAN DIEGO, CA

THỊ HIỆN ĐỘ SANH

Chuyện kể rằng: Ngược dòng thời gian, ba a tăng kỳ kiếp về trước, có một chúng sanh ở trong địa ngục a tỳ. Chúng sanh đó cũng như bao nhiêu loài chúng sanh khác phải chịu cực khổ, đau thương cả ngày lẫn đêm, không một giờ phút được ngơi nghỉ cái khổ của địa ngục. Nếu không bị lửa thiêu đốt thì cũng bị sự lạnh buốt hàn băng. Không bị tra kẹp cắt xẻ thì cũng bị roi vọt, đâm chém. Nỗi khổ vô vàn không thể diễn tả. Nhưng chúng sanh này khác hơn những chúng sanh khác. Tự mình thọ nhận nỗi đau, chịu đựng sự khổ mà luôn có ý nghĩ thiện, phát tâm lành. Nỗi khổ đau không làm lay chuyển ý nghĩ thiện và phát tâm lành này. Ý nghĩ thiện là nguyện không bao giờ làm ác để phải chịu cảnh đau khổ như đang chịu đau khổ bây giờ và phát tâm lành là ước nguyện cho tất cả chúng sanh không còn khổ đau như thế này nữa. Vì nhất tâm nghĩ thiện và phát nguyện làm lành để cứu độ chúng sanh nên các nỗi khổ đau của địa ngục đều bị rơi rụng không còn có năng lực chi phối nơi tự thân của chúng sanh này. Liền khi ấy, chúng sanh này ra khỏi địa ngục. Ý thiện nơi đây là "Nhất niệm thông tam giới" – Nhất niệm thì ra khỏi ba cõi.

Chúng sanh ra khỏi địa ngục này chính là tiền thân của đức Bổn Sư Thích Ca Mâu Ni Phật, thời gian của ba a tăng kỳ kiếp trước. Sau khi thoát khỏi cảnh khổ địa ngục, tiền thân của Phật khi thì làm con người, khi thì đầu thai làm chư thiên, khi thì làm con chim hiếu, khi thì làm con sư tử lông vàng, khi thì làm các loài chúng sanh trong thế gian này, nhưng luôn giữ ý nghĩ thiện và làm hạnh lành có lợi ích cho tha nhân. Trải qua ba a tăng kỳ kiếp sau, vì luôn thực hành hạnh nguyện Bồ Tát nên chứng đắc ngôi vị Bồ Tát hiệu là Hộ Minh ở trên cung trời Đâu Suất.

Nhìn vào địa cầu trần gian này, Bồ Tát Hộ Minh thương cảm nỗi khổ của con người. Vì vô minh, con người tham ái và từ đó đã bắt nguồn cho bao nhiêu đầu mối khác. Vì tham nên con người đấu tranh, tước đoạt, giành giựt để làm sở thuộc cho cái tôi. Vì sân nên con người đã tạo ra bao nhiêu thù hận, khủng bố trở thành chiến tranh chém giết. Vì si con người làm bất cứ điều gì có thể làm, không có lý trí, đạo đức con người mà tha hồ gieo rắc bao nỗi lầm than, cơ cực. Một chuỗi dài của nỗi khổ đến vô cùng. Từ vô lượng kiếp trong quá khứ đến hôm nay và từ hôm nay đến vô cùng tận thời gian trong tương lai. Bồ Tát suy tư sao chúng sanh khổ quá. Khổ từ vô thuỷ đến vô chung. Khổ từng kiếp sống. Bất luận là con người hay các loài chúng sanh khác, kể cả những loài bò bay máy cựa côn trùng không chừa một ai. Nỗi khổ của sự sinh ra, có mặt trên đời là gánh chịu mọi trạng thái của khổ. Rồi già nua, yếu đuối, gối mỏi, lưng còng đè nặng trên tấm thân khốn khổ. Vì già cả, mỏi mòn, sinh ra bệnh hoạn, đủ thứ bất luận chỗ nào. Từ đầu đến chân, con người phải chấp nhận, như là một gánh nặng chưa thể đặt xuống mà cứ mãi đè trên đôi vai gầy guộc. Cuối cùng là chết, nỗi khổ của chết cũng chẳng chừa một ai. Chết là một nỗi khổ kinh hoàng cho người sắp chết và người còn sống. Công danh sự nghiệp, tiền tài danh vọng chúng kéo tới vây quanh người sắp chết mà kéo, mà lôi, mà giành giựt bất kể ngày đêm làm cho tâm tư người sắp chết loạn động, bị cuốn đi theo dòng cuồng nộ, hối tiếc, chưa thoả mãn. Bao nỗi thương tâm trong giờ phút này, người chết thì ra đi vô định, mờ mờ, mịt mịt, tiền lộ man man. Còn người sống thì khổ âm dương cách trở đôi đường, cho đến bao giờ để gặp lại người thân, đó là Mẹ mình, là Cha mình, là Vợ mình hay Chồng mình trong thời gian qua… Nỗi khổ nói chung trên bốn tiến trình Thành – Trụ - Hoại - Diệt. Có cái gì tồn tại với chính nó mà không bị chi phối bởi cái khác và biến thiên theo định luật huỷ hoại đâu. Bồ Tát đã thấy một cách tinh tường, rõ mồn một. Rõ như chỉ tay trong lòng bàn tay, không sai sót một tơ hào nào.

Thương quá! Hỡi chúng sanh ơi! Lòng từ bi của Bồ Tát rung động đến từng ngọn cây, lá hoa, từng viên sỏi; đâu đâu cũng thấy ý vị của suối nguồn từ bi tuôn chảy, làm nhuần thấm khắp quả địa cầu này. Từ các cung trời, chư thiên nhiều phước báo cho đến loài người khổ vui trung bình hay là các loài bàng sanh, địa ngục thì khổ đau không thể tính đếm. Ôi! Nhân sinh là thế ấy, một giấc mộng dài. Ôi! Cuộc sống con người là thế ấy một chuỗi sầu thương không chấm dứt. Sinh tử cứ mãi chất chồng, mà con người thì không tỉnh giác, làm sao đây? Bồ Tát hỏi lại lòng mình, làm sao đây? Làm sao để giải thoát chúng sanh ra khỏi biển trầm luân sinh tử! Qua bao ngày suy tư, Bồ Tát đã trả lời được câu hỏi cho chính mình. Bằng cách, Bồ Tát nhập đại định quan sát và rải lòng từ khắp các quốc độ trên địa cầu, để xem quốc độ nào Bồ Tát hiện thân nơi đó để tu và hoá độ; để xem ai là cha mẹ làm phương tiện để ra đời.

Đầy đủ phước báu, duyên lành. Kinh thành nào, nhân dân nào có nhơn duyên với Bồ Tát để thị hiện nơi đó, mà hoàn thành hạnh nguyện độ sanh và viên thành Phật quả.

Sau khi nhập định quán sát, Bồ Tát thấy rằng quê hương Ấn Độ là nơi đủ duyên để thị hiện. Kinh thành và nhân dân Ca Tỳ La Vệ là phương tiện trú ngụ tốt đẹp và Đức Vua Tịnh Phạn, Hoàng hậu Ma Ya là người có đức hạnh lớn để làm cha mẹ. Đây là thông lệ của ba đời chư Phật. Vậy hôm nay, Bồ Tát cũng theo thông lệ của chư Phật mà thị hiện.

Đức Vua Tịnh Phạn và Hoàng hậu Ma Ya tuổi đã lớn mà chưa có hoàng tử để nối ngôi. Đây là nỗi lo âu lớn của vua và Hoàng hậu. Do vậy, vua và Hoàng hậu ngày đêm nguyện cầu, ước mong có được một Thái tử. Đây là tâm nguyện, là hoài bảo bao nhiêu năm tháng cầu xin. Lòng thành được chứng tri, duyên lành đã hội đủ. Đức hạnh của Hoàng hậu đã tựu thành. Một đêm, Hoàng hậu đang an giấc, mơ thấy trong người có một cảm giác an bình, tươi mát, hạnh phúc khác thường. Nghe mùi hương thơm từ không trung rơi xuống. Nghe nhạc trời chúc tụng, bông hoa tung rãi trên người. Và kìa, trên cao, từ trên không trung một con bạch tượng 6 ngà đã đi vào bên hông phải của Hoàng hậu. Trở mình, Hoàng hậu có cảm giác rằng mình đã thọ thai. Sáng thức dậy Hoàng hậu đã báo cho Đức Vua và triều đình biết giấc mơ trong đêm qua. Đức Vua Tịnh Phạn vô cùng vui mừng tin rằng triều đình sắp có Thái tử.

Ngày sau, cả triều đình làm yến tiệc để chúc mừng Đức Vua và Hoàng hậu sắp sửa có người kế vị vương triều thành Ca Tỳ La Vệ. Mọi người từ quan quân đến dân dã, từ thành thị tới thôn quê, đâu đâu đều vui mừng tán thưởng. Năm đó, Đức Vua ban phát lúa thóc cho dân nghèo. Không lấy thuế mà còn cấp thí cho đầy đủ. Còn

Đức Bà Hoàng hậu thì sớm tối lo tu thân luôn, giữ gìn như cành vàng lá ngọc. Đức Bà Hoàng hậu được chăm sóc thật chu đáo. Nào cung phi mỹ nữ, nào kẻ hầu người hạ chăm sóc mọi bề tốt đẹp. Vừa bảo vệ cho Đức Bà Hoàng hậu vừa trân quí Hoàng nhi trong bụng mẹ. Nhưng lạ thay, từ ngày mang thai Thái tử trong lòng, Đức Bà Hoàng hậu Ma Ya thân tâm luôn thư thái, khoẻ mạnh một cách lạ thường. Ăn ngon, ngủ yên bội phần tự tại, không giống như trước khi mang thai. Do vậy, càng làm cho Đức Vua thêm niềm tin kính cẩn mà làm phước thiện nhiều hơn, tu nhân tích đức, một mực vuông tròn.

Ngày qua tháng lại, thời gian thấm thoát thoi đưa. Mới đó mà sắp đến ngày khai hoa nở nhụy. Có thể nói từ ngày Đức Bà Hoàng hậu mang thai Thái tử, thì Đức Vua Tịnh Phạn bấm từng đốt ngón tay theo thời gian mà tính nhẩm ngày sinh của Thái tử. Do vậy, thời gian này, Đức Vua đã sai gia nhân, tỳ nữ sắm sửa đủ thứ vật dụng nào gối lớn, gối nhỏ. Sữa bú, tã mặc. Nào áo khăn, đồ chơi. Không thiếu một vật gì. Từ đó để thấy được lòng trông mong của Đức Vua và triều đình cũng như thần dân của thành Ca Tỳ La Vệ, muốn bế, muốn bồng Thái tử như thế nào. Bao nhiêu ước vọng nơm nớp, ngóng trông hình hài của Thái tử khôi ngô, tuấn tú, như một thiên thần hiện xuống trần gian. Nhưng không chỉ hơn thiên thần mà là một Bồ Tát hiện thân cứu đời. Có người nói Thái tử sinh ra sẽ đẹp lắm vì Đức Vua và Đức Bà ăn ở hiền hậu, biết thương dân. Có người nói, chắc Thái tử thông minh lắm vì từ khi Đức Bà Hoàng hậu mang Thái tử trong lòng thì hình như Đức Bà biểu tỏ sự hiểu biết hơn xưa, mỗi khi tham dự quốc sự với triều đình. Sắc thái của Đức Bà cũng đẹp hơn, duyên dáng và sang trọng hơn. Có người nói Thái tử chào đời với một thân hình to lớn, vạm vỡ. Sức khoẻ phi thường, không ai sánh bằng. Còn có người nói, Thái tử chắc dễ thương và Thái tử sẽ có nhiều tình thương đến cho mọi người. Thái tử thương người. Thái tử thương loài vật. Thương tất cả lá hoa, cảnh vật nữa... Ôi! Bao nhiêu ý kiến và đoán định mặc dù Đức Bà chưa hạ sinh Thái tử. Điều này đã chứng minh cho mọi người thấy rằng, Bồ Tát là làm chúng sanh vui. Đem sự bình an, hạnh phúc đến cho tất cả không phân biệt riêng ai. Bình đẳng và bình đẳng giữa mọi loài.

Cái gì đến thì đã đến. Ngày hôm nay, cả kinh thành Ca Tỳ La vệ nhộn nhịp, xa giá, lộng tàng chuẩn bị một đoàn tuỳ tùng rầm rộ, xiêm y rực rỡ, quan quân tỳ nữ không thiếu một ai trong đoàn cung tiễn Đức Bà về nhà cha mẹ đẻ để hạ sinh Thái tử. Thì ra đây là tập tục, văn hoá thời đó. Do vậy mà Đức Bà hạ sinh Thái tử cũng phải làm theo tập tục, văn hoá này để về lại nhà cha mẹ đẻ của mình mà sinh con.

Qua ngày sau, từ sáng sớm, bình minh vừa ló dạng. Hạt sương còn đọng trên cành. Cảnh vật trong hoàng thành vừa mở mắt, chuyển mình cho một ngày mới, một ngày huy hoàng. Ngày lịch sử trọng đại. Ngày reo vui của chư Thiên và loài người, đón mừng Bồ Tát thị hiện nơi đời. Ấy là, đoàn xa giá bắt đầu khởi hành. Đi đầu là một toán lính cởi ngựa trắng được trang phục oai vệ. Đầu chít khăn chớp cao. Áo có cầu vai thắt nơ biểu hiệu quan quân của triều đình. Ống quần được quấn lại cột bằng dây dày màu đỏ, trông thật gọn gàn và hùng dũng, ngồi trên lưng ngựa trắng, dõng dạc, uy nghiêm như các thiên thần. Tiếp theo là đoàn tì nữ rải hoa, đánh nhạc, múa hát suốt chặng đường trông đẹp mắt mà hai bên đường người dân đổ dồn về chiêm ngưỡng. Chặng giữa là kiệu hoa. Sáu quan khiên kiệu, khoẻ mạnh, vững chắc. Trang phục màu đỏ sậm, làm tương phản với màu xanh của cỏ cây hoa lá hai bên đường đi, trông như một bức tranh nghệ thuật thiên nhiên tuyệt mỹ. Và sau cùng là toán tì nữ mang đồ đạt để dùng cho Thái tử khi chào đời. Người xem hai bên đường, luôn miệng trầm trồ. Đức Bà đẹp quá. Đức Bà có phước quá. Đức Bà như là một mệnh phụ Hoàng hậu. Một người mẹ đức hạnh thương con. Ôi! Sao hy hữu quá! Phước duyên quá! Tuyệt vời quá! Bao nhiêu là lời khen, tán thưởng, đồng cầu nguyện sớm được chiêm ngưỡng Thái tử, một bậc anh tài, kiệt xuất…

Đoàn người sắp đi ngang qua vườn Lâm Tì Ni của vương thành Ca Tỳ La Vệ, Đức Bà ngồi trong kiệu nhẹ vén bức màng che, nhìn vào vườn hoa tươi sắc, thấy cây xanh, lá thắm, gió mát, chim kêu, tạo thành một không gian đặc biệt hiếm có! Đức Bà nghe lòng mình thanh thản, rộn lên một niềm vui khó tả. Đức Bà muốn ghé vào thăm vườn Lâm Tì Ni thánh thiện nơi chốn trần gian này. Đức Bà ra lệnh cho đoàn tỳ nữ hãy dừng chân để vào thăm vườn hoa tươi mát và nghỉ chân đôi chút. Dưới bóng mát cây xanh, kiệu hoa được đặt xuống, tỳ nữ dìu Đức Bà xuống kiệu. Nhìn quanh, nào hoa hồng đang khoe sắc. Kìa là hồ sen bách diệp đang độ ngát hương. Đây là lối đi cúc vàng đại đoá kiêu sa còn giữ lại vài hạt sương mai lóng lánh. Trên cành cây, chim chuyền líu lo ca hát, chúng tỉa lông, chuốc mỏ làm đẹp cho nhau. Chúng thấy Đức Bà, đôi mắt đen lóng lánh trong bộ trang phục Hoàng hậu, chúng lại càng reo to như vui mừng, chào đón một con người mà từ trước đến giờ chưa hề có. Chưa bao giờ thấy trong ngôi vườn này. Kìa là những con thỏ vàng đang ăn cỏ. Những con nai đang nghểnh cổ chăm chú nhìn. Thật là một cảnh tượng thanh bình nơi trần thế. Đức Bà dạo đi xem từng khóm trúc xanh. Từng đám cỏ mượt mà dưới chân êm như nhung, mát rượi. Cảm giác nhẹ nhàng, mát mẻ, dường như đang tuôn chảy khắp châu thân của Đức Bà. Một cảm giác thánh thiện mà từ trước đến giờ chưa một lần chứng nghiệm tự thân. Đức Bà cùng đám tì nữ hướng về cây Vô Ưu phía trước. Thân cây cao lớn, cành lá tươi mát, dáng dấp trông thật hữu tình như mời gọi, như sẵn sàng đón tiếp Đức Bà trong tiếng lá rì rào. Trong hương thơm bát ngát, sẵn sáng hiến dâng một niềm trân quí, tôn kính. Kìa! Trên cành Vô Ưu, vừa tầm tay, một đoá hoa tinh khiết. mầu nhiệm vừa nở tròn đầy, trong ánh nắng lung linh của đất trời tuyệt diệu. Gió nhè nhẹ lay cánh hoa, như nâng niu, như trìu mến, như hiến dâng trong ý nghĩa cúng dường cho Đức Bà. Giờ phút linh thiêng đã đến, đám tì nữ vây quanh, chư thiên có mặt đầy trên hư không. Chư vị thọ thần, thổ địa từ bốn phương, tám hướng đều chấp tay hướng về từng bước chân tiến dần đến đoá hoa Vô Ưu tinh khiết của Đức Bà. Tất cả các loài hữu tình, vô tình chẳng ai bảo ai đều chấp tay, lắng lòng thanh tịnh, sẵn sàng để cung nghinh một đấng siêu phàm sắp xuất hiện. Bước chân cuối cùng được dừng lại một cách thanh thản, tự tại, Đức Bà nhẹ nhàng đưa tay phải lên hái đoá hoa Vô Ưu duyên dáng, tuyệt trần, thù diệu này. Bàn tay vừa chạm đoá hoa, Đức Bà thoáng nghe mùi hương thơm lừng, chảy khắp châu thân, Thái tử chào đời, dưới gốc cây Vô Ưu, trong vườn Lâm Tì Ni, một buổi sáng đẹp trời, mây ngàn bay, gió thoang thoảng, bầu trời như thấp xuống, xanh lơ để đón mừng Thái tử.

Thái tử đản sanh

Ôi! Linh thiêng quá! Ôi! Hy hữu thay, nhạc trời tấu lên chúc tụng. Chư Thiên tán hoa cúng dường. Mùi hương của thù sa, ma ha mạn thù sa. Hoa mạn đà la, ma ha mạn đà la rải khắp hư không, bằng đôi tay mềm dịu của chư thiên dâng cúng. Trong giờ phút linh thiêng này, quả đất rung động sáu lần, hết thảy chúng sanh đều nghiêm thân, khể thủ.

Thái tử chào đời, bước đi trên bảy hoa sen, tay phải chỉ lên trời, tay trái chỉ xuống đất và nói: "Trên trời dưới trời, Như Lai là tôn quí." Lời nói này được gió ngàn mang đi, đi thật xa, đi khắp vườn Lâm Tì Ni, đi qua những cánh đồng ruộng lúa, những núi đồi, biển xanh ngút ngàn, bao la, đi tới các cung trời chư thiên và đi tới thế giới địa ngục, ngạ quỉ, bàng sanh, không sót một chỗ nào. Hữu tình, vô tình thảy đều nghe thấy mà rung động tận đáy lòng. Thấm thấu một sự bất khả tư nghì mà hàng ngàn năm trước chưa có, giờ đây mới có. Hôm nay mới có. Có nơi gốc cây Vô ưu trong vườn Lâm Tì Ni, trong khi Đức Bà Hoàng hậu Ma Ya đang dạo thăm vườn cảnh. Sau khi nói xong, Thái tử đứng trên đoá sen thứ bảy, thì có rồng phun nước để tắm cho Thái tử. Từ trên không trung có hai dòng nước nóng, lạnh cũng tắm cho Thái tử. Tắm xong, Thái tử trở lại như một em bé bình thường, được tì nữ bồng lên trao cho Đức Bà ẵm vào lòng mẹ. Đôi mắt long lanh, trong mát, đầy tình yêu thương, trân quí Thái tử nhìn mẹ, mỉm cười!

Lập tức, đoàn quan quân, thắng ngựa nhanh về triều đình để báo với Đức Vua là Đức Bà vừa hạ sanh Thái tử. Tin vui đã đến, Đức Vua truyền lệnh chuẩn bị xa giá, dẫn đầu đoàn quan quân cấp tốc hướng về vườn Lâm Tì Ni để rước Thái tử và đưa Đức Bà về cung. Thật là một ngày huy hoàng. Ngày vui cho tất cả thần dân thành Ca Tì La Vệ.

Đức Vua Tịnh Phạn ôm Thái tử vào lòng bao nhiêu sung sướng, kỳ vọng và hảnh diện tràn ngập nơi đây. Trong khi đó thì Đức Bà điềm tỉnh, nhẹ nhàng như đã làm xong một trách nhiệm thiêng liêng giao phó. Kể từ đây, Đức Bà an nhành, hưởng phước lạc. Trên đường về lại triều đình, ca khúc khải hoàn được tấu lên, các vũ công tì nữ múa hát, cúng dường ngày hội lớn. Dân thành Ca Tì La Vệ kéo về từ khắp mọi nơi, người đốt hương, kẻ dâng hoa, trống nhạc tưng bừng hoà nhập vào đoàn quan quân mà cung rước Thái tử. Gió ngàn reo vui trên thinh không. Chư vị thiện thần, chư thiên quì mộp trên bầu trời trong những đám mây xanh, vàng, đỏ, trắng lờ lững bay theo hầu Thái tử. Nhiệm mầu thay! Hy hữu thay! Từ trước đến giờ chưa từng có, nơi thế gian này, một sự kiện vô tiền, khoáng hậu trên nhân thế của loài người, chư Thiên, vạn loại chúng sanh…

Trước cổng kinh thành Ca Tì La Vệ được kết hoa, treo đèn, lộng tàn, cờ xí bay phất phới. Người người trong thành hôm nay, ai cũng mặc đồ đẹp, búi tóc cao, mang giày bó sát chân, sắc màu rực rỡ trông như dân chúng ở xứ nhà trời. Tất cả đều quì mọp, làm thành hai hàng rào danh dự dài thẳng tắp, chấp tay, cúi đầu trong niềm cung kính vô biên. Đoàn kiệu của Đức Vua, Đức Bà và Thái tử từ từ tiến vào đại sảnh của hoàng cung, vào thẳng nơi chính điện. Đám tì nữ mang chiếc thau nước hoa đến để rửa tay chân cho Thái tử và đặt Thái tử trên chiếc long sàng đã sửa soạn sẵn, đầy vẻ kiêu sa của một vương tước, đắp nhẹ chiếc khăn xoa và đứng cầm quạt hầu Thái tử. Đức Bà vào phòng nghỉ ngơi sau một ngày mệt mỏi, nhưng đã dâng hiến cho đời một bậc thượng nhân, đại sĩ, làm mô phạm lẫy lừng, làm mẫu mực vang danh cho dòng tộc Thích Ca, Tịnh Phạn.

Tiếng đồn mỗi ngày được lan xa, khắp chốn thị thành, hay đến miền nông thôn, hoang dã, ai ai cũng được tin vui là hoàng thành đã có người nối ngôi, đem tài đức vẹn toàn mà chăm sóc muôn dân. Niềm bình an, thái hoà tràn ngập quê hương. Nhờ tin vui truyền đi nhanh, theo gió ngàn, theo tiếng chim hót, theo sự ca tụng của chư thiên, của núi rừng trầm lặng. Từng chiếc lá, từng nụ hoa, tất cả đều mang màu sắc tươi nhuận đã đánh thức ông tiên A Tư Đà đang tham thiền, nhập định bên sườn núi thâm u của núi Hymalaya choàng tỉnh dậy. Ông tiên chống chiếc gậy đứng lên, sửa lại chiếc áo quấn trên vai, búi tóc rối mềm phất phơ trước trán. Tay xách chiếc túi, tay chống chiếc gậy, dò lần xuống núi hướng về kinh thành Ca Tì La Vệ, chậm rãi lê chân, vì ông tiên đã hơn 80 tuổi. Ra khỏi rừng, ông tiên xoay nhìn lại núi Hymalaya cao ngất, hùng vĩ như là một biểu tượng oai linh, thần thánh đang yên ngự trong nước Xá Vệ này, để làm cho mưa hoà, gió thuận, đời sống người người thanh bình, thịnh trị. Vẫy tay chào dãy núi thần hùng vĩ, như lời nói cuối cùng "ta sẽ quay về lại nơi đây, để ẩn tu thiền định cho đến ngày chứng quả. Nhưng! Khó quá! Khó quá! Tuổi ta đã già, không còn sống được bao lâu. Tiếc thay! Khổ thay!"

Ông tiên A Tư Đà đứng trước cửa kinh thành, bị lính gác chận lại không cho vào. Ông tiên chấp tay xin phép: "Hãy vào tâu với Đức Vua rằng có ông tiên A Tư Đà đến để xem tướng cho Thái tử." Lính gác cổng vào tâu, Đức Vua thân hành ra đón tiếp và đưa vào đại sảnh, ngồi đối diện với Thái tử. Ông lễ phép cầm tay Thái tử, nhìn khuôn mặt khôi ngô, tuấn tú, mịn màng làn da mát rượi, hồng hào khác thường với các em bé khác. Sau một hồi xem tướng Thái tử, ông tiên nói: "Tâu Đức Vua, Thái tử quả thật là bậc Đại nhân. Ngài có đủ 32 tướng tốt, 80 vẻ đẹp của bậc phi phàm. Lại còn có chữ Vạn trước ngực, đây là một tướng tốt cho biết rằng, nếu Thái tử ở lại vương cung thì làm Chuyển luân thánh vương. Nếu xuất gia tu hành thì sẽ thành Phật." Vừa nói xong, ông Tiên sụp lạy và khóc nức nở. Đức Vua, từ kinh ngạc này đến kinh ngạc khác khi thấy ông tiên sụp lạy Thái tử và khóc nức nở. Đức Vua vỗ bàn và lớn tiếng: "Sao! Đại nạn đến với hoàng gia ta! Đại nạn đến với hoàng gia ta! Này Tiên ông?" "Tâu Đức Vua! Không phải là đại nạn đến với hoàng gia, mà là một đại phước, Đức Vua đã có và cả thần dân của thành Ca Tì La Vệ này nữa, nhưng riêng lão già này mới là vô phước. Vì năm nay lão đã hơn 80 tuổi rồi, sự sống chẳng còn bao lâu nữa, để mà nghe được lời vàng ngọc của Thái tử xuất gia thành Phật diễn giảng đến cho mọi người nghe, còn lão thì đã chết mất từ lâu rồi, thật vô phước! Thật vô phước cho lão!" Ông tiên A Tư Đà lần đức dậy chậm rãi ra đi, đi về rừng Hymalaya tiếp tục tham thiền với núi rừng trầm mặc.

Đức Vua hãy còn ngồi bàng hoàng, khi nhìn lại thì không còn thấy ông Tiên đâu nữa. Đức Vua nhẹ bổng Thái tử vào phòng, cho Đức Bà ru ngủ. Nhưng Đức Bà đã nói với Đức Vua. Hôm nay là ngày thứ bảy, kể từ khi hạ sanh Thái tử, và hôm nay là ngày Đức Bà phải về lại cung trời Đao Lợi, xin từ giã Đức Vua, từ giã triều đình và thần dân thành Ca Tì La Vệ. Đức Vua trao Thái tử cho di mẫu Ma Ha Ba Xà Ba Đề chăm sóc. Đức Vua hãy bảo trọng. Niềm vui chưa được bao lâu, thì giờ đây nỗi buồn lại đến. Đức Vua nghe Đức Bà nói thế rụng rời tay chân, vạn vật quay cuồng, đảo lộn, mới vừa có được một viên ngọc quí, thì giờ lại mất một cành vàng, ta có thể tin được sao. Không! Ta không tin được! Không tin được! Tâu Đức Vua, hãy bình tâm, Đức Vua đã có Thái tử. Sau này, Thái tử đi tu và sẽ thành Phật, hoá độ muôn loài được an lành, hạnh phúc, làm bậc Đạo sư của nhơn thiên, vang danh đến hậu thế và rồi tất cả chúng ta hôm nay sẽ còn gặp nhau, tạm biệt Đức Vua. Đức Bà thát sinh lên cung trời Đao lợi hưởng phước báu. Lại một lần thứ hai

Đức Vua nghe Thái tử đi tu. Đây là điều Đức Vua không muốn. Nếu Thái tử đi tu, lấy ai kế vị làm vua để trông coi thần dân của thành Ca Tì La Vệ này. Do vậy, Đức Vua thấy lòng ủ dột, ưu sầu. Bao nhiêu ý nghĩ, lo âu chúng ùn ùn kéo tới đầy ắp trong đầu của Đức Vua. Và mai này chúng ta sẽ thấy cách đối phó của Đức Vua để giữ chân Thái tử ở lại với triều đình, nhưng có được không, chúng ta hãy đón xem.

Sau những cơn giông tố, trời lại quang đãng, sáng sủa, mưa tạnh, mây tan, trả lại cho triều đình những ngày tháng êm đềm, bình yên này, Thái tử sống trong nhung êm, nệm ấm. Sống những ngày vàng, đêm ngọc mỗi ngày càng lớn khôn, đầy đủ dung nghi, đĩnh đạc, một tướng mạo đầy tính thánh thiện, không giống như những thiếu niên khác. Đức Vua đã cho Thái tử học đủ văn lẫn võ, mời thầy dạy vào triều đình để trao truyền đủ bộ môn, từ phong cách đến lễ giáo, từ văn học đến võ nghệ, cõi ngựa, bắn cung, đấu kiếm. Từ nghệ thuật đến văn hoá hàm tàng các bộ môn của dân gian. Từ đời sống của hàng thượng lưu trí thức, nền văn hoá kinh viện vua quan, Thái tử chỉ cần đọc qua là đã thấu hiểu tường tận. Do vậy, các vị thầy dạy đã đành bó tay không thể dạy được nữa, vì Thái tử thông minh xuất chúng, vượt hẳn người thường. Cho đến một hôm, đến ngày lễ Hạ điền, Đức Vua dẫn Thái tử ra đồng để thăm dân chúng, ruộng đồng của mình. Trong khi mọi người đều lo công việc, làm lễ khởi công cho một mùa lúa mới, thì Thái tử ngồi dưới gốc cây tươi mát, ngắm nhìn cảnh sinh hoạt. Bác nông phu đánh trâu cày lên những luống đất. Những côn trùng dãy dụa trên luống đất mới vở lên và từ trên không trung những con chim bay lượn săn mồi đã sà xuống đớp ngay những con trùng ấy. Rồi từ gần bìa rừng kia, người thợ săn trương cung bắn những con chim gãy cánh rớt ngay trước mặt, ấy là lương thực của mình hôm nay. Nhưng có biết đâu, con cọp đang rình trong bụi rậm sắp vồ người thợ săn lúc hoàng hôn sắp buông phủ. Và cứ thế, mạnh hiếp yếu, kẻ hiền thua người dữ, một diễn tiến của sự đời. Thái tử đã chứng kiến một cách rõ ràng trong tầm mắt. Đây là lần đầu tiên Thái tử ra khỏi cung thành mới thấy. Sự tranh giành, sanh sát, vì mục đích mưu sinh, vì sự sinh tồn, theo bản năng của loài vật để xây dựng đời sống cho riêng mình. Bản năng sinh tồn ấy được đánh đổi bằng sức người, bằng sức loài vật dưới nắng mưa, oai bức, tầm tã, với sức cực nhọc muôn phần mới làm ra bát cơm manh áo. Còn chưa nói đến bao sự nguy hiểm đang bủa vây quanh mình. Thái tử thiền định quán chiếu sự sống của muôn loài hiện rõ trong tâm. Về chiều, khi mọi người làm lễ Hạ điền về hết một mình Thái tử lững thững vào triều nội mà thấy lòng kém vui. Bao hình ảnh côn trùng, dã thú, thợ săn… đã ăn tươi nuốt sống với nhau, vì bản năng sinh tồn. Đời sống là một trường tranh đấu, mạnh được yếu thua, kẻ hiền thua dữ. Ôi! Nhân thế! Một kiếp người lầm than, khổ luỵ. Ai là tác giả? Ai là chủ nhân ông cho một chuỗi dài sinh tử? Thái tử ngả lưng xuống giường trầm tư…

Sau ngày lễ Hạ điền, Đức Vua thấy Thái tử kém vui, ít xuất hiện bên ngoài như trước. Đức Vua lo sợ, sợ Thái tử bỏ vương cung mà xuất gia sống đời khổ hạnh. Đức Vua liền triệu tập các vị lão thần hỏi ý kiến. Có người nói hãy xây cho Thái tử ba toà lầu các. Mùa hè thì có toà lầu các mát mẻ. Mùa lạnh thì có toà lầu các ấm áp. Giữa hai mùa nóng lạnh thì có toà lầu các không nóng không lạnh để cho Thái tử thưởng ngoạn. Trong ba toà lâu đài đó có đủ bốn mùa. Nào là những dòng nước nhân tạo chảy quanh, róc rách, êm đềm. Nào là cây xanh tươi tốt, thắm đượm tình nước non. Có chim kêu, có gió thổi. Có tiếng đờn sáo ngày đêm hầu hạ. Cơm nước, những thức ăn sơn hào hải vị, hảo hạng đủ thứ loại cứng, loại mềm. Dù là đời sống vật chất không thiếu món chi, Đức Vua cung cấp đủ cả, nhằm cho Thái tử vui chơi mà lãng quên ý muốn xuất gia tu hành. Nhưng một khi con chim đại bàng đủ lông đủ cánh thì nó đâu sá gì bị câu thúc, ràng buộc để sống chung với đám gà, chim cút kia. Chỉ đợi cho đến một ngày, đủ duyên là tung cánh, giữa bầu trời cao rộng thênh thang…

Ngày qua ngày, đêm qua đêm, Đức Vua đã triệu tập các vị đại thần, giàu kinh nghiệm để hiến kế cầm chân Thái tử. Và cuối cùng có vị lão thần trông dáng uy nghi, quắc thước đã hiến kế, Đức Vua cưới vợ cho Thái tử. Chỉ có tình yêu thương của vợ. Tình yêu thương của đứa con đầu lòng mới đủ sức mạnh để giữ Thái tử ở lại vương cung. Tâu Đức Vua! Ấy là sức mạnh ngàn đời, sức mạnh có từ ngàn xưa mà con người luôn bị nhận chìm trong đó. Đức Vua vững lòng không còn lo nghĩ chi nữa. Nghe lời tâu thấy hợp lý. Đức Vua bãi triều. Qua ngày sau. Đức Vua ra lệnh tuyển chọn công nương mỹ nữ để làm vợ Thái tử. Lệnh truyền được ban ra, bao nhiêu công chúa của các vua chúa lân bang, các cành vàng lá ngọc của những trưởng giả, hào phú, xin được ghi tên tham dự, mong được làm vợ Thái tử thì phước đức vô cùng. Ai ai cũng đều nghĩ như vậy, một niềm hãnh diện là mình được tuyển. Nhưng sau ba ngày những hình ảnh yêu kiều, trong bộ xiêm y gấm lụa Kasi màu sắc sặc sỡ, vòng vàng đeo tay, trang sức không thiếu món gì đi qua trước mặt Thái tử, tất cả đều đi qua, không làm Thái tử để ý, các vật trao tặng cũng đã hết, giờ tuyển chọn cũng sắp sửa khép lại. Nhưng ồ kìa! Một bóng hồng cao sang, thánh thiện xuất hiện, trong cách ăn mặc giản dị, không kiêu sa, chẳng quyền quí, nhưng đã tồn đọng và chứa đựng một cái gì mầu nhiệm trong cung cách của người con gái đó. Nàng từ từ bước vào đảnh lễ Thái tử và nhẹ nhàng hỏi: Thái tử còn tặng vật nào để cho em không? Thái tử ngẩng nhìn, thấy nàng là mẫu người con gái lễ nghi thuần hậu. Các vật tặng đã hết, đã tặng hết rồi. À! Còn! Chỉ còn chiếc vòng đeo tay, xin được tháo ra và tặng cho nàng. Hạnh phúc quá! Cảm động qúa! Sao Thái tử không đeo mà lại tặng. Ấy là một sự công bình, vì tất cả ai cũng có. Đưa đôi tay nhận chiếc vòng từ nơi Thái tử mà run run, đầy cảm động. Bất chợt ở nơi đó đã có một thâm tình, nhơn duyên từ kiếp nào, giờ đây chỉ là cái cớ gặp nhau của một đời cuối cùng. Thì ra, người con gái ấy, là con của vua Thiện Giác, tên là Da Du Đà La.

Dạo chơi bốn cửa thành

Toại nguyện, vì kế sách đã thành, Đức Vua yên lòng không lo buồn như trước nữa vì Thái tử đã có Da Du Đà La chăm sóc, từng miếng ăn, từng giấc ngủ êm ấm, vui tươi. Nhưng việc đời có ai ngờ và đoán trước được, trong cuộc đời bị bủa vây bao nhiêu thứ xa hoa, phù phiếm, đờn ca, sáo nhạc, vô nghĩa. Những son phấn nhễ nhại trên những thân người mộng mị, đâu có giá trị gì qua lớp phấn son giả tạm ấy.

Thái tử được chăm sóc bởi nàng Da Du Đà La đầy đức hạnh ấy, nhưng cho đến một ngày Thái tử xin Đức Vua được ra bốn cửa thành để dạo chơi phong cảnh, cũng như xem sự sinh hoạt của người dân. Đức Vua bằng lòng, nhưng quan quân dọn dẹp đường sá. Treo đèn kết hoa rực rỡ trên những con đường Thái tử sẽ đi qua. Đức Vua ra lệnh dời tất cả những người già yếu, tật nguyền, ăn xin đi chỗ khác, quét dọn đường sá sạch sẽ. Những chiếc lá vàng, những cành cây khô hai bên đường được hái xuống, không để những màu sắc tiều tuỵ héo úa trên cây. Trên suốt quãng đường đâu đâu cũng vui tươi chào đón Thái tử. Xa Nặc thắng ngựa Kiền Trắc và mời Thái tử lên lưng ngựa cho buổi du ngoạn sáng hôm nay. Đi tới đâu, Thái tử cũng thấy cảnh vật đều bình yên như một cảnh thanh bình nơi trần thế. Nhà nhà hạnh phúc, người người ấm no hiện rõ trên nét mặt chân thật. Nhưng vì mãi ngắm nhìn cảnh vật xinh tươi, Thái tử và Xa Nặc đã ra khỏi phạm vi Đức Vua giới hạn. Do vậy, từ xa Thái tử thấy một người già cả, gối mỏi, chân mòn, lưng còng, tai điếc, trên tay chống chiếc gậy tre ọp ẹp lê đi, trông dáng gầy gò, yếu đuối… Thái tử hỏi, này Xa Nặc, cái gì phía trước đó vậy. Tâu Thái tử đó là một người già. Sau thời gian người ấy sinh ra và lớn lên rồi hôm nay thì do sức thời gian tàn phá, héo mòn, nên thân tướng lụn bại mà sinh ra nông nỗi như vậy, thưa Thái tử. Vậy thì, ngày mai kia thân ta cũng ra như vậy. Tâu Thái tử, ấy là định luật tự nhiên, chẳng chừa một ai, thưa Thái tử. Có vẻ đăm chiêu, suy tư hiện rõ trên mặt, thôi về đi Xa Nặc, Thái tử bảo. Xa Nặc vâng lời, dẫn ngựa Kiền Trắc về thành. Đây là lần thứ nhất ra cửa thành phía Đông, Thái tử gặp một người già.

Đêm đã chóng qua, trời bắt đầu hừng sáng. Những tia sáng ban mai còn mát dịu, nhè nhẹ xuyên qua lá cành, như mởn mơ sưởi ấm sau một đêm đông giá lạnh. Vạn vật thức dậy, đón chào một ngày mới. Thái tử vỗ nhẹ Xa Nặc, thắng ngựa Kiền Trắc ra cửa thành phía nam. Từng đoàn người lùa trâu ra đồng. Từng đám trẻ con cắp sách đến trường, đâu đâu cũng bừng dậy một sức sống mãnh liệt, hiện thực hôm nay. Thái tử thấy lòng mình thanh thản hơn, khi ánh nắng chan hòa với muôn sức sống. Trong khi đang hít những dưỡng khí trong lành của ban mai thì Thái tử chợt thấy một người đang nằm bên vệ đường, quằn quại rên xiết. Xuống ngựa, Thái tử đỡ người dậy. Thưa Thái tử! Thái tử hãy dang ra xa, đó là một người bịnh, bị lây nhiễm vi trùng cực độc, Thái tử đừng đụng vào. Xa Nặc! Người bịnh! Người bịnh là sao? Ta không được đụng tới, tại sao? Tại sao Xa Nặc? Tâu Thái tử, người này mắc phải một cơn bệnh nguy hiểm có tính truyền nhiễm. Ai đụng vào sẽ bịnh giống như ông ta. Vậy thì mai này ta có bị bịnh như vậy không? Thưa Thái tử, bịnh không chừa bất cứ một ai, dù đó là vua quan, hay dân dả, tất cả đều bịnh. Con người hay loài vật, kẻ cao sang người quyền quí mắc bịnh đều giống nhau. Chùn lại trước lời nói của Xa Nặc, Thái tử âu sầu cho thân phận của một kiếp người đau thương. Thôi, về đi Xa Nặc. Hãy về đi con ta không muốn ở đây nữa.

Một ngày lai qua, màn đêm buông phủ, bao trùm cảnh vật, kinh thành Ca Tỳ La Vệ cũng chìm trong bóng đêm. Mọi người đều ngủ say trong giấc điệp, giờ này thỉnh thoảng còn nghe tiếng trống sang canh, vang vọng trong đêm trường u tịch. Đêm cũng trôi qua như bao đêm trước. sự sinh hoạt của vạn vật như mọi ngày. Gió thổi rì rào, ngang qua cánh đồng lượn sóng. Từ tít chân mây, chạy mãi giáp chân trời là nước non của Ca Tì La Vệ, của vua cha trị vì, muôn dân âu ca, lạc nghiệp. Xa Nặc theo sát sau lưng Thái tử. Con ngựa Kiền Trắc khôn ngoan, đưa chủ mình thưởng cảnh thú vị. Nhưng xa xa đẳng kia, cái gì một đám người đầu bịt khăn trắng, khiêng một xác chết được trùm kín và đám người theo sau, cũng mặc áo trắng, bịt khăn trắng khóc lóc, gào thét đau thương. Những bó đuốc cầm thẳng, ánh lửa cháy bập bùng, đưa tiễn người đi, đi về phía sông Hằng. Xa Nặc ơi! Đám người đang làm gì vậy? Tâu Thái tử, đó là một đám tang, gia đình, quyến thuộc của họ khiêng về phía sông Hằng để thiêu đốt xác chết. Những người theo sau là bà con quyến thuộc đang than khóc đưa tiễn vì đã mất người thân. Vậy sao Xa Nặc, rồi một ngày mai kia, thân ta cũng chết và đưa đến chỗ hoả thiêu? Đúng vậy, tâu Thái tử. Con người có sanh ra thì phải chết đi, không luận bất cứ một ai. Dù vị đó là anh hùng cái thế, quyền tước cao sang. Hay cao như núi, rộng như biển, một ngày nào đó cũng mỏi mòn và huỷ diệt theo định luật vô thường, tâu Thái tử. Thôi! Hãy đưa ta về đi Xa Nặc. Ba hình ảnh già, bịnh, chết như ba mũi kim đâm vào trái tim của Thái tử đau nhói vì thương tâm cho số kiếp nhơn sinh, khổ luỵ, ưu phiền. Chẳng lẽ trên thế gian này, không có một ai cứu khổ, độ mê để đưa người về bến giác hay sao? Mà để cho con người nhiều gian truân, đau đớn. Đâu là con đường giác ngộ và đâu là con đường lầm lạc, si mê, ta phải quyết tìm, ra đi để tìm chân lý. Sau một đêm trằn trọc suy tư. Cuối cùng là lần dạo chơi nơi cửa thành phía Bắc. Thái tử gặp một vị đạo sĩ thanh cao, bình tĩnh, trên thân đắp chiếc y vàng, tay ôm bình bát, trông thật dễ thương, đạo mạo. Hình ảnh đẹp quá! Diệu thường quá! Thái tử đến gần đảnh lễ và hỏi thăm. Này đạo sĩ, sao đạo sĩ có một dung nghi đĩnh đạc, trang nghiêm, thoát tục. Phương pháp gì mà giữ được một trạng thái tự tại, an nhiên như vậy. Một tâm hồn siêu thoát, thưa Đạo sĩ? Này Thái tử, bần đạo niệm lòng thanh tịnh. Không phiền, không nhiệt, luôn vui theo thú đạo mầu.

Nói xong, vị đạo sĩ quay gót du hành, xa trông theo bóng mờ và mất hút. Thái tử còn đứng đó, tâm tư chấn động: "Niệm lòng thanh tịnh… luôn vui theo thú đạo mầu."

Tâu Thái tử, trời đã về chiều, hoàng hôn dần buông phủ, mời Thái tử lên ngựa, kẻo Đức Vua trông đợi ở hoàng cung. Hai thầy trò phi nước đại, thoáng chốc đã về đến cổng thành. Xa Nặc dắt

Kiền Trắc vào chuồng cho ăn cỏ, uống nước sau một ngày dong ruổi.

Tâu Thái tử, sao giờ này Thái tử mới về để thiếp ở nhà một mình luôn trông đợi? Này Da Du Đà La em. Hôm nay, ta gặp một vị đạo sĩ khác thường. Trông như một bậc Sa môn tu hành chứng quả. Dáng dấp thư thái như một thánh tăng, đã giác ngộ giải thoát. Lòng ta khó quên hình bóng ấy.

Ngày qua ngày, Thái tử luôn suy tư về bốn hình ảnh nơi bốn cửa thành: Già, bịnh, chết và Sa môn. Cuối cùng Thái tử quyết chí xuất gia để tìm chân lý. Thái tử tìm gặp Đức Vua để xin phép. Dường như linh tính đã báo trước, Đức Vua hiểu được lòng của Thái tử, ý muốn đi tu. Bàng hoàng trong giây lát. Này, Tất Đạt Đa con, ngai vàng, điện ngọc còn đó. Còn một cách nguy nga tráng lệ. Còn trong uy quyền của một Thái tử. Thần dân thành Ca Tì La Vệ còn đó. Còn trong sự giàu sang thịnh vượng. Nối nghiệp làm vua là con. Tất cả đều ở trong tay con. Nếu con đi tu, ai là người cai quản giang sơn này, Tất Đạt Đa! Tâu Đức Vua, tấm thân của con còn chưa giữ được huống nữa là xã tắc, giang sơn, rồi một ngày mai kia con già nua, bịnh hoạn rồi chết đi cả một chuỗi sầu ly biệt. Tuy nhiên, nếu Đức Vua thay thế cái già của con, cái bịnh của con và cái chết của con thì con sẽ ở nhà kế vị vua cha, bằng không thì Đức Vua hãy vui lòng cho con được toại nguyện. Im lặng trong giây phút, Đức Vua ra chiều khó nói; nhưng rồi, Tất Đạt Đa con, trên cõi thế gian này từ xưa đến giờ đã có một ai thay thế được cái già, bịnh, chết cho ai đâu. Đã sinh ra làm người thì người phải chết, ấy là định luật của tạo hoá, chứ có nào của riêng ai. Vậy thì, ngày mai con sẽ đi tu. Xin Đức Vua bảo trọng. Vì nếu không bước ra khỏi quỹ đạo của sự sống và chết thì mãi mãi sẽ chịu trầm luân sinh tử.

Mọi người còn yên giấc. Kinh thành Ca Tỳ La Vệ còn chìm trong màn sương khuya. Tĩnh vật êm đềm như mơ màng giấc điệp, Thái tử đẩy nhẹ cánh cửa phòng, đi về phía người hầu cận Xa Nặc, dẫn ngựa Kiền Trắc cho Thái tử. Con ngựa hí vang trong đêm khuya, ý nó không muốn đi trong lúc này. Thái tử vỗ đầu nó an ủi: này Kiền Trắc con, hãy giúp Ta hoàn thành chí nguyện và sau này Ta sẽ thưởng công cho con. Nó cúi đầu im lặng, dường như hiểu được tâm nguyện ấy nên nó không hí vang như lúc nãy. Thái tử lên yên, Xa Nặc ngồi sau, thúc nhẹ đôi chân, Kiền Trắc vươn mình tới phóng nước đại. Ra ngoài vòng đai hoàng thành, Thái tử xoay đầu nhìn lại và vẫy tay chào tất cả như ý nói hẹn một ngày trở lại kinh đô không xa. Kiền Trắc vẫn sải mình trong đêm khuya đều đặn. Tiếng vó ngựa dập dồn. Tiếng gió thổi rào rào bên tai. Hai thầy trò im lặng, không ai nói chuyện với ai. Xa Nặc ôm chặt Thái Tử. Đôi tay Thái Tử cầm cương, đôi chân thúc nhẹ vào hông Kiền Trắc như thúc giục, hãy phi nhanh, phi nhanh hơn nữa hỡi Kiền Trắc ơi! Phi nhanh để đưa Ta đến nơi rừng khổ hạnh là con đã làm tròn bổn phận rồi.

Biết được ý chủ, giờ thì Kiền Trắc sải vó ngựa dài hơn, nhanh hơn. Trong đêm khuya sương mờ, nhìn trông bóng hình của ba thầy trò như là một bức tranh thủy mặc, lúc ẩn lúc hiện lờ mờ như sương, như khói, ảo ảnh xuyên qua làng mạc, thị thành, ruộng đồng và núi rừng san sát. Kìa! Trước mặt là dòng sông A Nô Ma hiện ra dãy nước trong xanh, lặng lờ tươi mát, gió nhẹ rì rào như reo vui chào đón gót chân Kiền Trắc. Ngày cũng như đêm, dòng nước tươi mát đã cống hiến cho mọi sinh vật một niềm an vui, an lành trong những ánh nắng hè gay gắt. Hai bên bờ cỏ mọc xanh um làm nền cho dòng nước trong uốn khúc càng nên thơ, hữu tình. Thiên nhiên đầy ý vị của một bức tranh đầy nghệ thuật của tạo hóa.

Thái tử vỗ lưng và nói nhỏ với Kiền Trắc, con hãy vượt qua dòng sông A Nô Ma phía trước. Đừng e sợ! Hãy thành công trong sứ mệnh! Thái tử vừa khuyến khích xong thì bốn vó ngựa Kiền Trắc cất cao, nhấc mình bay qua sông như một mũi tên bắn nhanh như chớp. Kiền Trắc đã đứng bên kia bờ sông trên thảm cỏ xanh bình yên. Thái tử và Xa Nặc xuống ngựa, đưa mắt nhìn quanh núi rừng xanh tươi, như hân hoan, như chào đón bước chân Thái tử đi tìm đạo. Dòng sông A Nô Ma xanh um, tươi mát, gió vẫn rì rào, làn nước luôn ca hát, lời ca muôn thuở: "Nước xanh biếc tĩnh lặng, làm tươi mát lá hoa, hai bờ cỏ lặt lìa, đón chân người tìm đạo. Bậc Thiện Thệ Mâu Ni." Dòng sông uốn khúc, chảy dài xa từ trên núi rừng, xuyên qua bao cánh đồng, làng mạc, hòa mình vào cuộc sống ruộng vườn của dân dã, nên thơ, một dòng sông thiêng, đánh dấu bước chân tầm đạo của Thái tử.

Trong giờ phút đất trời mầu nhiệm của buổi sáng tinh sương, cảnh vật còn im lìm vừa tỉnh giấc như cúi đầu cung kính đảnh lễ bậc siêu phàm sắp sửa hiển bày một đại nguyện. Thái tử tay cầm thanh gươm, tay cầm búi tóc, nói với Xa Nặc và Kiền Trắc: "Trong giờ phút nầy, chỉ có hai ngươi chứng kiến sự quyết tâm của Ta ra đi để tìm chân lý, chấm dứt mọi phiền não, tham dục của thế thường, cắt đứt mọi ràng buộc, vô minh không còn nữa, sinh tử không còn nữa, vĩnh viễn giác ngộ, giải thoát để cứu độ chúng sanh." Nói xong, Thái tử cắt lìa mái tóc, cởi vương bào, tất cả trao cho Xa Nặc để đem về dâng lên cho vua cha Tịnh Phạn Vương.

Giờ nầy, mặt trời đã hừng sáng từ phương đông, soi tỏ cảnh vật dòng sông A Nô Ma, những cánh rừng dàn trải dường như vô tận trước mặt đang chờ những bước chân tầm đạo của Thái tử. Quay lại, Thái tử vẫy tay chào. Xa Nặc, Kiền Trắc hãy còn đứng yên cúi đầu như luyến tiếc, yêu thương, không muốn xa rời Thái tử. Ngựa Kiền Trắc đã khóc, những giọt lệ lăn tròn trên đôi má dài, nó giậm chân hí vang cả núi rừng buổi sáng tinh sương, và ngựa Kiền Trắc đã bỏ ăn sau ba ngày, nó chết. Một lòng trung thành với Thái tử.

Lần từ bước chân chậm rãi, đầy sự suy tư, quán chiếu nơi tự thân, chợt Thái tử gặp một người thợ săn và Thái tử xin được đổi chiếc áo Thái tử để lấy chiếc áo thợ săn phong sương, cũ kỹ, núi rừng. Như vậy, kể từ hôm nay, trên thân Thái tử không còn hình ảnh gì để người ta nhận ra là Thái tử Tất Đạt Đa của hoàng thành Ca Tỳ La Vệ nữa, mà dáng dấp ấy là một vị Đạo sĩ, chân không mang dép, đầu không đội nón, ăn lá cây rừng, uống nước suối sông, ngồi thiền dưới những gốc cây an nhiên tịch tịnh. Ngày qua ngày, đếm từng bước chân tầm đạo, nay thì ở khu rừng này, mai thì ở khu rừng kia, lúc thì gặp các đạo sĩ tu khổ hạnh, lõa thể, ngồi chồm hổm như chó, ăn nhai lại như trâu, hay trầm mình dưới nước trong những dòng sông lạnh. Tất cả, Thái tử đều đến để tiếp xúc và hỏi đạo, nhưng tất cả đều vô ích, không đâu có được một tư dung trong sáng, một trí tuệ vượt thoát, mà chỉ là một mớ tư tưởng tầm thường, mang tính thế gian tà kiến. Vì tự thân của các vị du sĩ ngoại đạo ấy, họ cũng chưa gặp được một vị Thầy nào tu chứng để hướng dẫn họ. Từ đó, Thái tử vẫn không nản chí mà tự mình càng nỗ lực tinh tấn hơn nữa, quyết tìm cho ra con đường chân lý giác ngộ. Có những lúc Thái tử đã vạch lá của rừng lau để đi và tối lại ngủ vùi trên lau sậy. Có những lúc băng qua những cách rừng âm u, cô tịch, không có một dấu chân người, không nghe một tiếng chim hót. Và có những lúc cô độc, Thái tử đứng một mình, nhìn thẳng vào vách đá để cật vấn với mình bao nhiêu câu hỏi, nhưng vẫn chưa trả lời được với chính mình. Núi rừng vẫn trầm lặng. Cây rừng vẫn trầm lặng như tự thuở nào, nhưng giờ đây đã không còn giữ được vẻ trầm lặng đó. Chúng bị đánh thức, bị gọi dậy, bị lay động bởi những bước chân của Thái tử giẫm trên những chiếc lá khô, những khúc gỗ mục, làm tỉnh giấc những loài chim đêm, làm chăm chú những ánh mắt nhìn hiền hòa của hươu nai, dã thú. Tất cả núi rừng đều tỉnh dậy để cùng Thái tử đi tìm đạo. Khi thì ngồi trên bờ sông Hằng, khi thì ngồi dưới gốc cây trong khu rừng già, tĩnh lặng, không một tiếng động của núi rừng u tịch. Thái tử thiền quán, nhìn sâu vào tướng trạng và thật thể của vạn vật để thăm dò, tìm kiếm cái mà đến hôm nay Thái tử vẫn chưa thành đạt. Trong thời gian tu khổ hạnh này, Thái tử mỗi ngày chỉ ăn đôi ba hạt mè và uống vài ngụm nước để duy trì sự sống. Thái tử có những lần gặp các đạo sĩ, họ đã chỉ bày cách tu thiền định và chứng đắc đến cõi trời Phi tưởng phi phi tưởng xứ, nhưng Thái tử vẫn thấy chưa phải là con đường giác ngộ giải thoát tuyệt đối. Do vậy, Thái tử đã từ giã tất cả pháp môn tu của ngoại đạo đó và tiếp tục tìm kiếm để đột phá bức màn vô minh để minh hiện hữu, nhưng cho đến bây giờ thì chưa, vẫn còn ở đằng xa, phía trước.

Hôm nay có gió rừng tươi mát. Có tiếng chim hót líu lo trên cành, một không gian thanh bình trên chốn núi rừng u tịch, Thái tử đi lần về phía có nhiều nai sống từng bầy. Chúng chạy bên này, đuổi bên kia trông thật hiền hòa, thú vị của loài hoang dã thơ ngây. Thái tử thấy giữa khu rừng, cũng dưới những gốc cây, có năm vị đạo sĩ, đầu tóc dài, râu ra rậm, thân người sạm nắng, đi chân không, đầu chẳng nón, trông kham khổ, dạn dầy gió sương, cát bụi. Lần đến chào hỏi, mới biết đó là năm anh em nhà tu khổ hạnh tên là Kiều Trần Như, Thái tử xin được ở lại làm bạn tu với nhau. Đồng ý của nhóm năm người, từ đó, Thái tử tham gia tu tập giống như bọn họ. Ngày đêm trải thân với nắng nóng và sương lạnh của núi rừng, trải qua nhiều năm tháng. Thân thể ngày một ốm o, tiều tụy, cho đến lúc phải kiệt sức, Thái tử đã gục ngã ngay tại chỗ ngồi. Bây giờ, nhìn thấy Thái tử chỉ còn da bọc xương. Đôi mắt sâu hoắc như hai cái giếng cạn. Cái bụng tóp sát vào sau lưng. Hai bộ xương như hai mái sườn nhà lòi ra lởm chởm. Trông thật như là bộ xương cách trí, treo trong phòng thực nghiệm y khoa. Khi tỉnh dậy, Thái tử suy nghiệm, đây không phải là pháp môn tu giải thoát. Hành hạ, ép xác, khổ hạnh không phải là pháp môn làm phát sinh trí tuệ. Khổ hạnh chỉ làm thân thể teo tóp, khô gầy và tư tưởng èo uột, yếu đuối cho đến chết mà thôi. Sau những giây phút chứng nghiệm thực thể, Thái tử quyết định từ bỏ lối tu khổ hạnh này, đứng dậy từ bỏ năm anh em người bạn đồng tu. Thái tử đi lần về phía sông Ni Liên Thiền. Nhìn dòng nước xanh biếc, mát rượi, trông thật hữu tình, mời gọi Thái tử, hãy bước xuống dòng nước đi. Bước xuống dòng nước mát để tắm gội sạch sẽ những tháng ngày qua. Những tháng ngày dầm mưa dãi nắng, đói cơm khát nước. Những tháng ngày vô dụng, làm tiêu hao sức lực, thần thái của bậc trượng phu. Hãy bước xuống dòng nước để giặt sạch tất cả những bụi đường, đất cát phù hư, trước khi bước lên ngôi vị tối tôn, tối quí. Thái tử lắng nghe tiếng gọi của dòng sông, lúc xa lúc gần, âm ba như dìu dặt, như buông lơi, như kính cẩn hiến dâng dòng nước mát thiên nhiên, tự nhiên cho Thái tử.

Hồi lâu, nhìn tận mặt nước lững lờ trôi êm đềm thanh thản, Thái tử chậm rãi từng bước bước nhẹ xuống bờ, trầm mình vào dòng nước mát. Nước thấm vào từng làn da, từng tế bào của Thái tử.

Một cảm giác sảng khoái, nhẹ nhàng đang lan tỏa khắp châu thân, làm bừng dậy một sức sống mãnh liệt trong người của Thái tử. Dường như rũ sạch tất cả những gì đã cố bám của ngày tháng qua. Sau khi tắm sạch sẽ, mát rượi toàn thân, Thái tử qua bên kia bờ dòng sông Ni Liên Thiền, góp nhặt cỏ, cây, nhánh lá... lót thành một tòa ngồi dưới gốc cây lớn, Thái tử vươn vai, nhìn quanh cảnh trí núi rừng nơi đây thật xinh tươi, mát mẻ, thanh tịnh, u huyền, thầm mang một ý nghĩa siêu thoát được báo trước, là kỳ tích của con đường giác ngộ, của sự tu chứng, đắc đạo nhiệm mầu. Trong lúc mãi mê theo dòng tư tưởng vượt thoát thì nghe tiếng cười nói của trẻ chăn cừu: "Ồ kìa! Một vị thần núi đang đứng đằng kia. Dáng dấp có vẻ người tu khổ hạnh, thật hiền từ, thánh thiện." Những trẻ chăn cừu ấy đi lần về phía Thái tử, tất cả đều cúi lạy và dâng cho Thái tử một bó cỏ cát tường và một bát cháo sữa. Thái tử nhận lấy bó cỏ cát tường trải lên chỗ ngồi, còn bát cháo sữa thì dùng hết. Sau khi dùng bát cháo sữa, Thái tử thấy thân thể khỏe nhiều hơn, quay lại cảm ơn các trẻ chăn cừu. Thái tử nói: "Ta không phải là thần núi, Ta là một người tu, đi tìm con đường giác ngộ, giải thoát cho tự thân, để cứu độ con người ra khỏi chốn tối tăm, sanh tử của cuộc đời. Cảm ơn các con đã cho ta bó cỏ cát tường và bát cháo sữa, đây là công đức lớn nhất mà các con đã có, xin hồi hướng." Nói xong, Thái tử bước lên tòa cỏ dưới cội cây lớn, nói lời thệ nguyện: "Kể từ ngày hôm nay, dưới cội cây này, nếu Ta không tìm ra con đường chân lý, giác ngộ, giải thoát thì cho dù có thịt nát, xương tan, ta vẫn không rời khỏi cội cây này." Lời thệ nguyện vang động núi rừng, in đậm trên từng lá hoa, cỏ cây, sỏi đá, tất cả đều cúi đầu lắng nghe và ghi nhớ.

Kể từ ngày Thái tử vượt thành xuất gia, tính đến hôm nay vừa tròn 6 năm. Sáu năm tu khổ hạnh rừng già, tuyết sương không thiếu, lấy trời làm mùng, lấy đất làm chăn nhưng vô vọng. Dẫu sao đi nữa, trong 6 năm khổ hạnh ấy, đã cho Thái tử một kinh nghiệm tu tập theo các hàng ngoại đạo, để sau này thành tựu quả vị Vô thượng Chánh giác mà giảng dạy lại cho con người, các hàng đệ tử, đó là con đường Trung đạo, chiết trung giữa hai cực đoan khổ hạnh ép xác và hưởng thụ dục lạc, để cho con người có kinh nghiệm nơi tự thân mà thăng tiến trên đạo lộ tu chứng.

Một cách tóm lược giáo lý Trung đạo là:

1. Tránh xa hai cực đoan khổ hạnh và dục lạc.

2. Không thiên về hai cực đoan chấp có và chấp không.

3. Thể đạt đệ nhất nghĩa không. Vượt lên cái có và không.

4. Vạn vật do duyên sinh – Giáo pháp Duyên khởi.

5. Chứng đắc Tứ diệu đế qua giáo pháp Bát Chánh Đạo

Tiêu biểu một vài bài kệ nói về ý nghĩa giáo lý Trung Đạo:

1. Bồ tát Long Thọ, trong Luận Đại Trí Độ nói:

Nếu tất cả các pháp đều do duyên sinh

Thì tự tánh các pháp đều trống rỗng

Nếu các pháp đều chẳng phải trống rỗng

Không phải từ nhơn duyên mà có

Thì ví dụ như hình ảnh ở trong gương

Chẳng phải là cảnh, cũng chẳng phải là gương

Cũng chẳng phải người có gương

Chẳng phải tự mình, cũng chẳng phải tự người

Lời nói này cũng chẳng chấp thọ

Đây chính là Trung đạo.

2. Bồ Tát Long Thọ, cũng trong Đại Trí Độ Luận giải thích về tư

tưởng Bát Nhã Kim Cang Ba la mật:

Tất cả các pháp hữu vi
Giống như mộng huyễn bào ảnh
Như sương mai, như điện chớp
Phải nhìn thấy đúng như vậy.

3. Trong Trung Luận, phẩm Quán Tứ Đế đã nói:

Tất cả các pháp đều do Duyên sinh
Nên Ta nói các pháp vốn là không
Các pháp cũng gọi là giả danh
Mà cũng gọi là Trung Đạo.

4. Lìa nhị biên – tức hai bên phân biệt: Bồ Tát Long Thọ nói:

Không sinh cũng không diệt
Không thường cũng không đoạn
Không đến cũng không đi
Không một cũng không khác.

Vậy, giáo lý Trung Đạo mà Đức Phật đã giảng dạy cho chúng ta học tập tu hành vượt thoát để chứng đắc.

Các trẻ chăn cừu hãy còn đứng đó, chúng nhìn Thái tử ngồi trên thảm cỏ cát tường mà chúng mới cúng dường khi nãy, cảm thấy vui mừng là chúng được phước, có duyên với vị thần núi này. Mặt trời sắp lặn, hoàng hôn buông phủ, đám trẻ cúi đầu lạy sát đất, như từ giã Thái tử để lùa cừu về nhà.

Ngồi thế kiết già, lưng thẳng, mắt khép lại, tập trung nơi đầu mũi, giữ tâm tỉnh giác, quán niệm thanh tịnh. Đây là ngày đầu tiên Thái tử tự mình thiền quán để tìm ra con đường cứu khổ, ban vui cho chúng sanh luôn chịu nhiều khổ đau sinh tử. Thái tử thiền định dưới gốc cây lớn ấy, ngày không ăn, tối không ngủ. Thân cây lớn có tàng che rộng mát, nhờ vậy mà qua được những cơn mưa tầm tã, hay những lúc nắng chói chang, oi bức của xứ Ấn thời bấy giờ. Nhưng dù gì đi nữa, Thái tử không xao lãng, nao núng mà nhất tâm hưởng niềm pháp lạc trên tiến trình tu tập qua từng ngày. Thái tử đã tham thiền nhập định, nỗ lực tu tập bằng một trí tuệ thù thắng để ly dục, ly các pháp ác, bất thiện. Đoạn tận nội chướng, ngoại chướng, diệt tận phiền não, vô minh vọng động… Trên tiến trình tu chứng này, Thái tử đã chứng đắc Tam Minh: Túc mạng minh, Thiên nhãn minh, Lậu tận minh.

Túc mạng minh: Nhớ lại tất cả những kiếp sống trong quá khứ thuộc loài nào, cuộc sống ra sao, dòng họ, gia thế là gì?... Trong đêm cuối cùng, lúc canh 1, Thái tử đã thấy rõ từng kiếp một, đến hai kiếp, ba kiếp… mãi mãi về trong quá khứ. Thân nẩy không thực có. Nó vốn ảo ảnh phù hư… có rồi lại không, không rồi lại có, cứ thế đắp đổi vô cùng tận.

Thiên nhãn minh: Tới canh hai, Thái tử quán chiếu thấy rõ ràng từng thế giới, từng mọi sự sự vật vật sinh rồi diệt, thành rồi bại, có rồi không. Tất cả mọi sự tương duyên, tương quan trong lẽ sinh tồn trong vũ trụ hay pháp giới chúng sinh vô cùng tận…

Lậu tận minh: Tới canh ba, Thái tử quán sát qua sự tĩnh lặng của thiền định đi sâu vào từ thế giới vô thủy đến vô chung. Từ thế giới vô minh hình thành, hoại diệt trên tiến trình tu chứng và thông suốt bản lai diện mục các pháp, mà sau này, bài pháp đầu tiên Tứ Diệu Đế được Đức Phật thuyết giảng để hóa độ năm anh em Kiều Trần Như: Đây là Khổ các thầy phải biết. Đây là Tập các thầy phải dứt. Đây là Diệt các thầy phải chứng và đây là Đạo các thầy phải tu. Thái tử đã giải thoát được Dục lậu (cấu nhiễm của sự ham muốn). Hữu lậu (cấu nhiễm của sự luyến ái trong đời sống). Vô minh lậu (cấu nhiễm của sự mê mờ tối tăm).

Trong giai đoạn này, Thái tử tiếp tục thiền quán giáo pháp Duyên Sinh, qua hai vòng lưu chuyển và hoàn diệt. Vòng thứ nhất lưu chuyển: Thái tử để khởi chi phần "Vô minh" có nghĩa là tối tăm, không ánh sáng. Không có ánh sáng của nội tâm, tối tăm từ nơi bản chất của sinh tử luân hồi. Vô minh là phiền não, là sầu muộn, là không thấy rõ duyên do của sự trầm luân sống rồi chết, vui rồi buồn, hạnh phúc rồi khổ đau. Vô minh là đầu mối, gốc rễ hay dây mơ rễ má cho các nguyên nhân khác suốt tiến trình của 12 nhơn duyên. Thái tử quán chiếu vì có "Vô minh" nên sinh khởi ra "Hành". Chúng sanh làm đủ mọi thứ: thiện, bất thiện, không thiện không bất thiện. Con người tạo tác mọi thành quả ấy ngang qua tự thân, miệng, ý, không bao giờ ngưng nghỉ, tương tục, tuông chảy miên man tạo thành một dòng sông sống chết vô tận và con người cứ mãi lặn rồi hụp, trôi rồi nổi, thênh thang, vô bờ… và cứ thế một cách chậm rãi, rõ ràng, an nhiên từng chi phần một: Thức, Danh sắc, Lục nhập, Xúc, Thọ, Ái, Thủ, Hữu, Sanh, Lão tử, ưu bi, khổ não… Thái tử nhận diện rõ mồn một, tường tận từ đầu tới cuối. Đã trải qua bao nhiêu ngày đêm rồi và bây giờ Thái tử bắt đầu thiền quán hoàn diệt: Từ ưu bi khổ não, ngược dòng về Tử, Lão, Sinh, Hữu… cho tới Hành, Vô Minh. Tại sao có ưu bi, khổ não? Có đủ thứ bất như ý. Có đủ mọi chuyện buồn vui của tự thân hay của cả thế giới loài người, chúng sanh…? Có ưu bi, khổ não là vì có Tử, mà một khi chết là khổ, đau khổ trên tự thân, tự thân mình đã đành lại còn làm khổ đến cho người khác nữa. Cho cha, cho mẹ, cho bà con quyến thuộc, thân hữu, bạn bè… một chuỗi vây quanh đó. Rồi tiếp tục, tại sao lại có Tử, là vì có Lão, sự già nua, yếu đuối, bịnh hoạn, đau thương, thì làm sao không đưa đến sự chết. Cứ như thế ngược dòng về Vô minh, là vừa tròn 49 ngày đêm rồi.

Như vậy, tiến trình tu chứng suốt thời gian ngồi dưới gốc cây lớn ấy, đến đêm cuối cùng của Phật là:

Thứ nhất, đức Phật chứng đắc Túc mạng minh.

Thứ hai, đức Phật chứng đắc Thiên nhãn minh.

Thứ ba, đức Phật chứng đắc Lậu tận minh.

Thứ tư, viên thành Phật quả, Chánh biến tri, Vô thượng giác.

Và cũng kể từ giờ phút đó cây lớn, Tất bát la được tôn xưng là cây Bồ đề.

Sau ngày thành đạo, thời gian bảy tuần đầu được chia ra như sau:

Tuần lễ thứ nhất: Đức Phật vẫn ngồi bất động dưới gốc cây Bồ đề trên thảm cỏ chiến thắng, để chứng nghiệm sự tu chứng, giác ngộ, giải thoát, thọ hưởng pháp lạc Niết Bàn.

Tuần lễ thứ hai: Đức Phật đứng cách cây Bồ đề 100 thước về hướng bắc, nhìn cây Bồ đề trọn một tuần lễ mà không nháy mắt, để hồi tưởng lại sự khó khăn, gian khổ, phải chiến đấu cho đến hôm nay mới đạt thành quả vị Phật, và cũng để cảm ơn cây Bồ đề.

Tuần lễ thứ ba: Đức Phật thành Phật rồi, nhưng không rời cội cây Bồ đề mà cứ quanh quẩn nơi ấy, nên các hàng chư Thiên nghi ngờ là đức Phật chưa thành đạo. Biết được ý nghĩ ấy, đức Phật thị hiện ra con đường bằng bảy báu để đi kinh hành và cho chư thiên thấy là Như Lai đã thành đạo. Con đường này gọi là con đường kinh hành bằng châu báu.

Tuần lễ thứ tư: Đức Phật kinh hành về hướng tây bắc từ cây Bồ đề, nơi đây, chư thiên cúng dường cho đức Phật một ngôi bảo tháp bằng ngọc ngà quí báu. Đức Phật thiền định trong ngôi bảo tháp này để quán chiếu vi diệu pháp.

Tuần lễ thứ năm: Đức Phật đi về hướng đông từ cây Bồ đề và tọa thiền dưới gốc cây Nigrodha. Thời gian trú dưới gốc cây này, đức Phật an tịnh thọ hưởng pháp lạc, giải thoát. Có người Bà la môn đến hỏi pháp.

Tuần lễ thứ sáu: Đức Phật đi đến cội cây Mucalinda trên bờ ao gần cội Bồ đề. Cũng vậy, Phật luôn thiền định để thọ hưởng giáo pháp giác ngộ giải thoát mà tự thân của Phật đã tác chứng ngay hiện tại. Tuần lễ này, trời mưa to, gió lớn nổi lên, có một con rắn to lớn tên là Mucalinda bò ra khỏi hang. Rắn quấn lấy thân đức Phật và ngẩng cao đầu để che mưa không ướt đức Phật.

Tuần lễ thứ bảy: Đức Phật rời khỏi chỗ ngồi đi đến cội cây Rajayatana về phía nam từ cây Bồ đề. Nơi đây đức Phật không làm gì hết, chỉ ngồi thiền, niệm tưởng pháp lạc, quán chiếu căn cơ của chúng sanh cũng như nhìn lại giáo pháp mà đức Phật đã chứng ngộ. Đức Phật thấy căn cơ của chúng sanh thì xuôi theo dòng sinh tử, còn giáo pháp Phật chứng ngộ thì ngược dòng sinh tử. Từ đó, đức Phật thấy khó mà hóa độ chúng sanh nên đức Phật muốn nhập Niết Bàn. Ngay khi đó có vị Thiên tên là Sahampati, biết được ý Phật muốn nhập Niết Bàn, tức thì nhanh như chớp, hiện xuống trước mặt đức Phật đảnh lễ và thỉnh đức Phật đi hóa độ: "Bạch đức Thế Tôn! Vì lòng thương tưởng cho đời. Vì sự bình yên, hạnh phúc cho chư thiên và loài người, xin đức Thế Tôn hãy ở với đời và hóa độ chúng sanh. Trong các hàng căn cơ có kẻ hạ căn hạ trí, có kẻ trung căn trung trí và có kẻ thượng căn thượng trí, khi nghe được giáo pháp họ sẽ chứng ngộ tùy theo khả năng, nhờ vậy mà có thể thoát khỏi khổ đau, sanh tử, luân hồi.

Đức Thế Tôn nhìn vào đầm sen đang nở rộ, nào là hoa sen trắng, hoa sen vàng, hoa sen hồng... Có những ngó sen còn ở trong bùn, có cái thì ra khỏi bùn nhưng còn ở lưng chừng trong nước, có cái đã vươn lên khỏi nước nhưng chưa nở và có cái đã vươn ra khỏi nước ở trong hư không, khoe hương, tỏa sắc làm đẹp đầm sen đầy sức sống. Căn cơ con người cũng vậy, hạ căn, trung căn, thượng căn, tất cả tu tập đều gặt hái kết quả tốt đẹp.

Giờ hóa độ đã đến, nhơn duyên đã tròn, cánh cửa vô sanh bất diệt đã mở, đức Thế Tôn đứng dậy, quán tưởng ai là người được hóa độ trước, nghĩ về vị đạo sĩ cùng tu thời khổ hạnh là Alara Kalama thì ra ông đã chết cách đây hai tuần lễ. Tiếp tục nghĩ về ông Uddaka Ramaputta thì cũng đã chết trước đây một tuần lễ. Đức Phật cảm thán những người không có duyên với Như Lai. Đức Thế Tôn đi thiền hành một vòng quanh cội Bồ đề trên bờ đầm sen tươi mát. Khí trời thoang thoảng hương đưa, những đóa sen hồng, trắng, những tấm lá xanh trải mình trên mặt nước, duyên dáng làm sao, dường như tất cả đang hân hoan đón chào từng bước chân thiền hành của đức Phật. Vừa đi, đức Thế Tôn vừa nghĩ về năm người cùng tu khổ hạnh khi xưa nơi Vườn Nai, năm anh em Kiều Trần Như. Năm người vẫn còn ở đó, họ vẫn duy trì pháp môn tu khổ hạnh như thuở nào. Đức Phật lần về hướng vườn Lộc Uyển. Từ xa trông thấy đức Thế Tôn, năm anh em Kiều Trần Như đều ngoảnh mặt làm ngơ không tiếp, vì nghĩ rằng đức Phật khi xưa đã bỏ pháp môn tu khổ hạnh, hay đã thối chí trên con đường tu. Nhưng mỗi bước chân của đức Phật càng đến gần đã làm chấn động tâm tư của năm người mà không thể giữ yên được nữa, và không ai bảo ai, cả năm người đều đứng dậy chắp tay đảnh lễ đức Thế Tôn và mời ngồi rồi lấy nước rửa chân một cách kính cẩn.

Quả thật, trong giờ phút này, nếu ai đó nhìn thấy cử chỉ, cung cách của năm anh em Kiều Trần Như thì biết rằng lòng từ bi của đức Phật đã chinh phục được thái độ kiêu mạn này.

Đức Phật thăm hỏi năm người một cách ân cần, khuyến tấn tu tập và cũng trong nhơn duyên này, đức Phật đã chuyển pháp luân lần đầu tiên, tức thuyết pháp cho năm người nghe qua bài pháp Tứ Diệu Đế: Khổ đế, Tập đế, Diệt đế và Đạo đế. Nghe xong thời giảng pháp của Đức Phật, năm anh em Kiều Trần Như đã chứng đắc từ sơ quả tới tứ quả. Tứ quả Thanh Văn: Tu đà hoàn, Tư đà hàm, A na hàm, A la hán. Chúng ta nhớ rằng kể từ đây, Tam Bảo hình thành. Phật bảo là đức Thế Tôn. Pháp bảo là giáo pháp Tứ Diệu Đế. Tăng bảo là năm vị Tỳ kheo Kiều Trần Như.

Kể từ nay, đức Phật đã có hàng đệ tử xuất gia, luôn ở bên cạnh Phật, trong lúc đi khất thực, ngồi thiền và hóa độ, mọi thời, mọi xứ không rời nhau. Ấy là ý vị hòa hợp, thanh tịnh mà một chúng Tỳ kheo Tăng luôn được thể hiện đúng chánh pháp trên con đường tu phạm hạnh.

Gió từ dãy Hymalaya thổi về thung lũng vườn Lộc uyển như mân mê hoa lá. Như chào đón chư Tăng sống đời tu hành chân thật. Đức Phật trú ngụ nơi đây một thời gian và tiếp tục hóa độ những đệ tử xuất gia ngày một nhiều hơn. Những du sĩ, Bà la môn, những cư sĩ sống đời gia đình, những vua chúa, vương tôn công tử đủ mọi tầng lớp người dân, hễ ai có duyên với Phật thì đều được hóa độ.

Do vậy, đức Phật phải bận rộn suốt ngày, hầu như lúc nào cũng có chương trình Phật sự. Hóa độ chư thiên trên các cung trời. Hóa độ loài rồng dưới các long cung, tướng cướp giết người, hàng hạ tiện nông nô, hay kỷ nữ giang hồ đều có đủ. Lòng từ bi của Phật được ban bố khắp muôn nơi, từ hang cùng ngõ hẻm, từ thành thị tới xóm làng, nông thôn, hoang dã đâu đâu cũng đều có hình bóng từ bi của Phật, hàng Thánh chúng làm rực sáng niềm tin chánh pháp. Niềm tin chánh pháp được Phật thuyết giảng đến mọi thành phần quần chúng, họ đã thấu đạt chân lý, một niềm tin yêu sâu xa trong chánh pháp luật ấy, mà có người đã chứng đắc bậc thánh, có người trở thành những đại gia đệ tử, các hàng trưởng giả, phú hộ đã phát tâm hộ pháp đắc lực, thuần thành. Nhờ vậy mà Phật pháp càng lan xa, ăn sâu, mọc rễ trong cộng đồng xã hội.

Đức Phật cùng Thánh chúng lên đường hóa độ. Khi thì ngủ trong khu nhà trống. Lúc thì ngủ trong đống rơm khô giữa cánh đồng, hay trong khu rừng, dưới các gốc cây u tịch, xa cách xóm làng. Trên thân chỉ ba tấm y đắp đổi trong ngày, khi nắng cũng như lúc mưa, không có nhiều hơn nữa. Một chiếc bình bát để đi khất thực, đựng cơm, đồ ăn của người đàn việt. Chân không mang dép. Đầu không đội nón. Buông xả. Chỉ có vậy thôi.

Đấng Như Lai, bậc Chánh Biến Tri,
Sống giữa thế gian tri túc hạnh
Trì bình độ nhật qua ngày tháng
Tự tại an nhiên nguyện độ đời.
Bậc Đạo sư đưa người vượt thoát
Chỉ rõ đường xa lánh vô minh
Hãy ngồi xuống định hình kiếp sống
Tiến lên đi giải thoát hành trình.

Cho đến hôm nay, trên đường hóa độ, Phật đã thâu nhận 1250 vị thầy sống đời ly dục, phạm hạnh và luôn theo sau đức Thế Tôn. Vì quá đông, gây khó khăn cho sự sinh hoạt hàng ngày, cũng như chẳng có phương tiện chứa hết, nên đức Phật đã chia ra từng nhóm nhỏ, phân tán rải rác khắp nơi cho tiện bề tu tập và hóa độ. Đức Phật dạy: "Này các Thầy, các Thầy hãy lên đường để hóa độ. Các Thầy chỉ đi một mình, đi để làm lợi ích cho chư thiên và loài người, vì sự bình an và hạnh phúc cho tất cả." Trong khu rừng của nước Ma Kiệt Đà, có dòng sông mát, có lá hoa xanh tươi, chim muông reo vui trong ánh nắng sớm mai huy hoàng.

Đức Phật trải tọa cụ dưới một gốc cây có tàng che mát rộng, các Tỳ Kheo cũng trải tọa cụ ngồi vây quanh Phật. Đã đến giờ thuyết pháp, đức Phật dạy: Nầy quí Thầy, quí Thầy sống đời phạm hạnh nghĩa là từ bỏ gia đình, sống không gia đình, xuất gia học đạo, quí Thầy cần phải tinh tấn lên. Đây là Giới, kỷ cương, mô phạm, quí Thầy phải giữ gìn cẩn mật, chớ để bị lủng, bị rỉ chảy, mất đi sự thanh tịnh, tinh khiết của người xuất gia. Đây là Định, các Thầy phải chứng đắc. Người tu mà không có Định, tất nhiên bị rối loạn, rồi quờ quạng, không định hướng và cả đời luống trôi qua vô ích. Sinh tử vẫn hoàn sinh tử. Đây là Tuệ, ánh sáng soi đường, vượt qua tăm tối, thấy rõ đường đi lối về, nhờ vậy mà luôn tỉnh giác, chánh kiến, chánh tư duy, soi đường trên lộ trình tu tập. Và này các đệ tử tại gia, quí Phật tử phải luôn hành trì giáo pháp bố thí, hỷ xả. Bố thí của đệ tử tại gia là rộng cho về tài vật. Giúp đỡ người ốm đói, trẻ em mồ côi, người già tàn tật, lợi ích cho tha nhân. Người luôn mở nắm tay để cho mà không là úp bàn tay lại để giữ. Phải biết thương người và vật mà giúp đỡ trong khả năng của mình. Trong khi giúp đỡ tài vật ấy, hãy lắng nghe hay nhớ lại lời người xưa thường nói: "Của cho không bằng cách cho." Cho với một cử chỉ, thái độ lịch sự, nhã nhặn, cho trong khả tính cảm thông, hiểu biết và người nhận của cho cũng vậy, biết kính trọng nhớ ơn người cho. Cả hai đều phải dễ thương. Phật dạy tiếp theo pháp Hỉ xả. Vui vẻ mà buông bỏ. Đừng chấp chặt quá đáng. Đừng bo bo ôm giữ cho mình. Càng ôm nhiều thì càng nặng gánh, càng buông bỏ thì càng nhẹ hơn. Ấy là vai trò của người đệ tử tại gia mà Phật thường nhắc nhở.

Chiều về, cảnh vật êm đềm, cây cao bóng cả cũng đứng yên không một chút gió. Tĩnh vật như bản chất cố hữu nơi khu rừng này, do vậy, mà đức Thế Tôn và hàng Thánh chúng thường chọn nơi đây làm đạo tràng tu học cho hai giới đệ tử xuất gia và tại gia. Càng về đêm, không khí càng yên tĩnh mà hôm nay là ngày 11 trăng gần tròn và trong. Do vậy cảnh vật càng nên thơ, thích hợp cho giờ tọa thiền nhìn về nội tâm, thấy từng hơi thở, nghe từng làn tế bào hô hấp qua cảm giác bình an. Kìa những vị Sa môn đang ngồi dưới những gốc cây, trông như bất động, chẳng nhúc nhích trong chiếc y màu măng cụt càng điểm tô thấp thoáng, chỗ đậm, chỗ nhạt màu sáng của ánh trăng và màu hoại sắc tăng thêm thiền vị, đậm đà xuyên qua lá cành, một bức tranh thiên nhiên đầy thú vị. Những tâm hồn giác ngộ, sống giữa trần gian mà không bị trần gian trói buộc. Những ý thức giải thoát trên đã cởi trói tất cả muộn phiền. Giờ đây chỉ có một niệm duy nhất là nếm hương vị an lạc, hạnh phúc là đây, ngay bây giờ, nơi chỗ ngồi, dưới ánh trăng xuyên qua kẽ lá. An bình. Một nỗi bình an của tâm hồn hướng thượng. Đức Thế Tôn luôn khuyến tấn hàng tứ chúng hãy gắng lo tu, nếu không đời người chóng qua uổng phí mà chưa chắc kiếp tới lại làm được thân người nữa. Bởi vì, được thân người như dưa nằm mặt đất, mất thân người như đất trên đại địa. Khó lắm! Chớ để luống qua.

Hôm nay, đức Thế Tôn đã hứa, nhận lời cúng dường trai tăng của vua Ba Tư Nặc. Từ sáng sớm nơi kinh thành đã có nhiều người ra vào, trông ai trên nét mặt cũng lộ vẻ vui tươi, một không khí nhộn nhịp nhưng không kém phần trang nghiêm, quan trọng. Người người ai cũng mặc đồ đẹp, áo quần bảnh bao, giày khăn tươm tất, theo nghi lễ của triều đình. Quí cụ ông già, bà cả lại càng chỉnh trang hơn nữa, vì niềm tin yêu Phật và hàng Thánh chúng càng kiên cố hơn. Họ nói thầm với nhau rằng: Đức Thế Tôn tốt tướng lắm. Khuôn mặt của Phật sáng rỡ, uy nghi như vầng trăng mười sáu, tươi mát, ai thấy cũng thương, đậm đà, uy nghiêm lắm lắm. Tướng đi của đức Thế Tôn, tướng ngồi, tướng đứng cũng vậy, oai nghi vô cùng, để đến giờ ngọ mọi người sẽ thấy. Nhớ giữ lòng yên vui, để tâm định tĩnh, đừng nói chuyện ồn ào, mất phước nghe. Mọi người đều căn dặn nhau như vậy.

Trong sảnh đường, nơi được chọn làm Đạo tràng cúng dường Trai Tăng, trang hoàng thật thanh tịnh, không xa hoa, màu mè, thoáng trông thật thiền vị. Thiền vị như tấm lòng của Vua Ba Tư Nặc vậy đó. Vì từ ngày vua gặp Phật, nhà vua và hoàng hậu đã trở thành đệ tử Phật thuần thành. Một lòng qui ngưỡng ngôi Tam Bảo. Do vậy mà Tôn giả Xá Lợi Phất, Mục Kiền Liên, A Nan được xem như là bạn thân thiết của vua. Và, vua một lòng kính trọng nhất mực.

Từ kinh thành, mọi người đều trông thấy một đoàn người Sa môn trong chiếc y hoại sắc, hai tay ôm bình bát, đi trong dáng điệu ung dung, thư thái, thẳng hàng, trông thật đẹp, thanh thoát làm sao. Quả là thánh thiện! Quả là an nhiên, tự tại!

Đi đầu là đức Thế Tôn, thứ hai là ngài A Nan, vị thị giả, tiếp theo là tôn giả Kiều Trần Như, Xá Lợi Phất, Ca Chiên Diên... cuối cùng là chú Sa di La Hầu La. Mọi người chấp tay, cúi đầu, quì mọp khi cái bóng của đức Thế Tôn đổ dài trên hàng người Phật tử. Ai cũng mừng, hạnh phúc, thiện duyên. Nhà vua, hoàng hậu, hoàng thân quốc thích đều có mặt đầy đủ nơi sảnh đường để chuẩn bị làm lễ tác bạch cúng dường trai tăng. Một không khí trang nghiêm chưa từng có. Một khung cảnh huy hoàng, trầm mặc chưa hề diễn ra trước đây. Phật! Thế Tôn! Bậc Chánh Biến Tri! Ứng Cúng! Hàng Thánh giả A La Hán! Vô Sanh! Chỉ có mình La Hầu La là còn nhỏ thôi, nhưng tánh đức vẫn là Mật hạnh đệ nhất.

Những chiếc bình bát của chư Thánh giả để trên bàn, hai hàng thẳng tấp, uy nghiêm. Riêng trên bàn của đấng Thế Tôn, ngài A Nan nhìn Phật không thấy có bình bát. Nếu không có bình bát thì làm sao thọ trai. Ngài A Nan lộ vẻ lo lắng. Nhưng đức Thế Tôn an nhiên tự tại. Trong giờ phút này, từ tinh xá Kỳ Viên tôn giả Bàn Đặt sau khi nhờ đức Phật giáo hóa, học hai chữ chổi quét mà đã quét sạch phiền não, vọng động trong tâm, đắc quả A La Hán cách nay mấy ngày. Tôn giả Bàn Đặt biết được đức Thế Tôn cần bình bát, liền vào Hương thất của Phật cung kính bưng bình bát và hướng về kinh thành vua Ba Tư Nặc, kính cẩn dâng bình bát, đặt xuống trên bàn của đức Thế Tôn. Vị A Lan Hán có thần thông vô quái ngại. Sau khi thọ trai xong, đức Thế Tôn đã chúc phúc cho vua, hoàng hậu cùng triều đình và người dân qua lời giáo pháp Kinh Hạnh Phúc: "Hiếu thảo phụng dưỡng cha mẹ, thương yêu tiếp độ vợ con, và hành nghề an lạc là hạnh phúc cao thượng nhất. Rộng lượng bố thí, tâm tánh chánh trực, giúp đỡ họ hàng và tạo nghiệp chân chánh là phúc lành cao thượng nhất. Loại trừ và ngăn ngừa nghiệp ác, thận trọng và kiêng cử các chất say, vững vàng giữ gìn phẩm hạnh là phúc lành cao thượng nhất."

Một ngày nọ, nhơn duyên đã đến, đức Thế Tôn đắp y, ôm bát đi trên con đường ngang qua rừng mà từ trước đến giờ ai cũng biết có tướng cướp, giết người khét tiếng ở trong khu rừng ấy. Kẻ giết người đó chính là anh chàng Angulimala – tràng hoa kết bằng ngón tay, hay còn gọi là Vô Não. Từ xa, anh chàng Vô Não nhìn thấy đức Thế Tôn đi lại. Đi trong dáng điệu hiền từ, an nhiên, đức Phật thanh thản. Chàng Vô Não tay cầm dao bén, chạy theo sau đức Phật, anh ta hét lên, này Sa môn Gotama hãy đứng lại. Hãy đứng lại! Anh ta cố sức đuổi theo Như Lai, nhưng không bắt kịp. Mệt nhoài, mồ hôi nhễ nhại, thở bắt đứt hơi nhưng không cách gì chạy kịp đến chỗ Phật đi, mặc dù đức Phật vẫn chậm rãi, từng bước chân an lạc. Đức Phật nói: Nầy Angulimala con, con đừng nóng nảy, đừng cố tâm đuổi bắt, đừng để tâm sát hại làm chủ con nữa. Con hãy buông bỏ con dao giết người kia xuống, thì tự nhiên con sẽ chạy theo kịp với Như Lai. Nghe nói thế, Angulimala liền quăng con dao đang nắm trong tay và la lên, con đã bỏ con dao xuống rồi, Sa môn Gotama hãy đứng lại. Đức Phật nói, Như Lai đã đứng lại từ lâu. Và không, hãy bỏ con dao trong tâm kìa, chứ không phải con dao trên tay của con. Angulimala nghe đức Thế Tôn nói vậy, chợt nhìn đôi tay mình, nhìn con dao nằm lăn trên đường, nhìn xuống đôi chân, nhìn vào nơi bụng, tỏ vẻ như là tìm kiếm con dao trong tâm. Không thấy, bối rối, hoảng sợ. Anh ta la lên Sa môn Gotama, con không tìm thấy con dao trong tâm, Sa môn hãy chỉ cho con! Hãy chỉ cho con, Sa môn Gotama! Đức Phật nhìn bằng đôi mắt từ bi, đầy sự yêu thương, một con người vì muốn cầu đạo mà lại phải mang lấy một nghiệp nhơn tạo ác khiếp sợ, giết người! Bằng ái ngữ, đức Phật an ủi, giảng dạy: Con dao trong tâm của con là sự ham thích giết người, là vô minh, vọng động, là ác kiến, tà tư duy, tà mạng, tà nghiệp... Kể từ ngày hôm nay, con phải tu Giới, tu Định, tu Huệ, tu Giải thoát và tu Giải thoát Tri kiến. Con sẽ dập tắt mọi ác nghiệp mà con đã tạo tác bấy lâu nay. Angulimala được Phật hóa độ, từ giả đời sống giết người, theo Thế Tôn về Tinh xá Kỳ Viên sống với Tăng đoàn, là một vị Tỳ kheo, nỗ lực thiền định, tịnh tâm tu tập, đắc quả A La Hán ngay trong hiện tại.

Đời này tạo ác nghiệp
Do vô minh không tuệ
Chẳng thấy điều mình làm
Khổ đau và sinh tử.

Nhờ nghe lời Phật dạy
Đây là con đường sáng
Hãy dõng mãnh tiến lên
Từ bỏ mọi ác nghiệp
An lạc cho tâm mình
Đời này và đời sau
Cả hai đời hạnh phúc.

Một khi đã tạo nghiệp thì phải trả nghiệp, vì thấy được như thế nên đức Phật đã nói với tôn giả Kiều Phạm Ba Đề: Con hãy lên cung trời mà ở, đừng ở chung với chúng Tăng, vô tình mà mắc tội. Lý do ấy là 500 kiếp về trước, tôn giả Kiều Phạm Ba Đề làm một vị Tăng ở trong chùa, có một vị Trưởng lão tu tập một cách tinh chuyên, đạo hạnh ngời sáng, đương thời người Phật tử cũng như chúng Tăng trong chùa ai cũng kính trọng, ngưỡng mộ đức hạnh tu trì của Ngài, nhưng chỉ có một điều là vị Trưởng lão ấy ăn, miệng nhai giống quai hàm con trâu nhai cỏ. Tôn giả Kiều Phạm Ba Đề lúc ấy thấy vậy liền sinh tâm đùa giỡn và có ý nói Trưởng lão ăn giống như trâu nhai cỏ. Vì sinh tâm khi dễ như thế mà đời này, Tôn giả Kiều Phạm Ba Đề tu tập đã chứng quả A La Hán nhưng khi ăn quai hàm nhai như trâu. Đây là do nghiệp báo từ đời trước.

Chính vì vậy mà đức Phật bảo Tôn giả lên sống trên cung trời để tránh sự sinh tâm khinh thường của các hàng tân học Tỳ kheo mà có tội. Ngày đức Phật nhập Niết Bàn, Tôn giả từ trên cung trời đã hướng tâm, chắp tay, vọng về rừng Sa la – Câu Thi Na, nơi đức Thế Tôn nhập Niết Bàn mà nói lên bài kệ:

Kiều Phạm Ba Đề đầu diện lễ
Chúng trung thanh tịnh đại đức Tăng
Tượng vương kỳ khứ tượng tử tùy
Nhất đăng diệt nhi nhất đăng tục.

Dịch:
Con Kiều Phạm Ba Đề cúi đầu đảnh lễ đức Thế Tôn
Ngài là Bậc Đạo Sư tuyệt vời trong chúng Tăng thanh tịnh
Voi chúa đã ra đi thì voi con cũng xin được đi theo
Một ngọn đèn đã tắt thì ngọn đèn này cũng xin được tắt theo.

Một ân tình thắm thiết giữa Thầy trò bất phân ly, như người đời nói, thệ hải minh sơn, khắc cốt ghi lòng ơn Thầy trò nghĩa sư đệ.

Giữa những ao bùn nhơ, có những hoa sen hương thơm tinh khiết. Chớ lầm tưởng rằng giai cấp, cao sang, quyền uy, tước cả mới là điều tiêu biểu cho xã hội con người nể sợ, kính trọng. Không đâu, giá trị ở chỗ là có thật đức tu tập hay không, chứ không phải con người được đánh giá qua cái hào nhoáng bên ngoài do con người đặt để, ấy là giai cấp cao sang quyền quí, hay nghèo khổ đê tiện. Các phẩm chất ấy đều là sản phẩm chủ quan của con người mà thôi. Ơ kìa! Một anh chàng gánh phân mình đẩy bụi bặm, trên vai gánh nặng gánh phân bò, chăm chăm nặng bước bước đi về phía ngược chiều với đức Thế Tôn và hàng Thánh chúng, từ xa đi lại, trên cánh đồng lúa đã gặt chỉ còn trơ lại gốc rạ. Anh chàng gánh phân tên là Nan Đề, ngước mắt nhìn thấy đức

Thế Tôn và hàng Thánh chúng từ xa tiến lại, vội vàng anh bước xuống lề đường, đặt gánh phân bên cạnh rồi quay lưng, dường như tâm trạng lẩn tránh, lo sợ. Thấy vậy, Đức Thế Tôn và hàng Thánh chúng đứng lại. Này thí chủ, tại sao lại lẩn tránh Như Lai? Đức Phật hỏi. Khi nghe, Nan Đề càng run sợ không dám quay mặt nhìn Phật, cúi xuống và thưa: Bạch đức Thế Tôn, con đâu dám được phép đối diện với Thế Tôn. Đức Thế Tôn thuộc giai cấp Sát Đế Lợi, giai cấp vua chúa, còn bản thân con là đê tiện, hạ cấp, là nô lệ muôn đời, làm thân nô bộc cho người sai xử, là tôi tớ. – Này thí chủ, chớ nghĩ như vậy, vì trong Thánh pháp luật của Như Lai đâu có giai cấp và nô lệ. Vì bằng, con người ai cũng có dòng máu cùng đỏ, và nước mắt cùng mặn. Thí chủ hãy nhìn Như Lai.

Được nghe những lời tràn đầy từ bi, lòng yêu thương tươi mát, Nan Đề quay lại sụp lạy đức Thế Tôn và hàng Thánh chúng, kể từ hôm nay, đức Thế Tôn cho con được làm đệ tử Phật. Thế Tôn nhận lời. Nhờ tinh tấn tu tập, Nan Đề chứng quả A La Hán, thi triển thần thông trên hư không một cách thông suốt. Phật tánh ở trong tâm tất cả chúng sanh đều có. Phật tánh hiển bày, gọi là Bồ đề tâm.

Một khi chọn cho mình pháp môn tu thì hãy nỗ lực, tinh cần như đôi bò kéo xe lên dốc. Hơn nữa phải phù hợp căn cơ, trình độ của mình nữa, bằng không sẽ không đưa đến kết quả. Như người kéo cây lấy lửa, khi mà lửa chưa cháy, thì không thể ngừng kéo. Nhiệm vụ kéo cây là công huân hành trì liên tục, không gián đoạn. Vậy nên, chọn cho mình pháp môn tu qua những điều cần có ấy là: mình phải ham thích pháp môn đó. Pháp môn ấy phù hợp với mình. Hợp đúng với căn cơ, trình độ của mình, không quá cao, không quá thấp để mình hành trì không chán mà mỗi ngày lại càng tăng hơn lên. Chúng ta nghe câu chuyện: "Tu Huệ bất tu Phước, A La Hán khất thực bạt." Có nghĩa là: Tu Huệ mà không tu Phước, A La Hán đi khất thực cũng không có cơm ăn.

Từ thuở sinh tiền, vị Thầy ấy luôn tinh tấn tu Huệ. Một lòng tu Huệ. Thầy nghĩ rằng có Trí tuệ mới là điều quan trọng là cửa ngõ để vào Đạo. Do vậy, nhất tâm hành trì pháp môn Huệ, đắc quả A La Hán. Nhưng rồi trong sự sinh hoạt hàng ngày, Thầy đi khất thực, có lúc đi một mình, có lúc đi cùng chúng Tăng, nhưng không lúc nào có được đồ ăn đầy đủ. Vì vậy, cũng chưa có lúc nào Thầy được một bữa no đủ. Tội nghiệp quá! Đói khát, ốm o, mà thương. Thấy vậy, Tôn giả Đại Ca Diếp và Xá Lợi Phất hội ý giúp cho Thầy một bữa cơm no. Sáng hôm sau, hai Tôn giả, Đại Ca Diếp bưng bình bát cho Thầy, cùng đi khất thực. Phật tử thấy Tôn giả Ca Diếp, họ phát tâm nhiều hơn và cúng dường đầy bình bát. Rồi Tôn giả Xá Lợi Phất bới cơm đưa vào miệng cho Thầy ăn. Nếu không, để Thầy tự bới thì cơm sẽ biến mất, mà Thầy sẽ không ăn được. Nhờ thần lực, phước duyên của hai Tôn giả Đại Ca Diếp, Xá Lợi Phất mà Thầy được no lòng, một bữa cơm ngon, rồi nhập Niết Bàn A La Hán luôn.

Chúng ta cũng thường nghe: "Phước Huệ lưỡng toàn phương tác Phật." Phước Huệ cả hai đều đầy đủ thì mới thành Phật được. Đức Phật hôm nay, hay chư Phật trong quá khứ, hoặc tương lai thảy đều như vậy. Khi tu tập, chúng ta luôn nhớ là tu cả hai Phước và Huệ. Có bố thí, cúng dường thì cũng phải nghe, học Phật Pháp không thể lãng quên hay là nghiêng về bên nào.

Mô Phật! Sao đức Thế Tôn ngồi đây một mình? Ngồi một mình như thế này, Thế Tôn có buồn không? Nầy người Bà la môn! Như Lai có mất mát cái gì mà Như Lai buồn. Vậy, Như Lai có vui không? Như Lai có được cái gì mà Như Lai vui. Như Lai không buồn mà cũng chẳng vui. Như Lai bất động giữa sự buồn và vui ấy.

Theo thế thường thì buồn vui là hai tâm lý đã làm cho con người nhiều chao đảo, ngửa nghiêng. Con người mà vui lắm, con người bị giao động, nhiều khi đưa đến hậu quả không mấy tốt đẹp và cuộc vui qua rồi, thất vọng, mệt mỏi. Ấy là tai hại của cuộc vui. Còn nếu buồn, kết quả sẽ tiêu hao năng lượng sống. Ủ dột, sầu muộn đây là tâm lý tiêu cực, không kém phần tác hại trên tự thân, gia đình, xã hội... Cho nên triết lý của đời sống quân bình là đi giữa lạc và khổ, buông bỏ mọi dính mắc.

Đức Phật dạy: "Vững như voi, mạnh như hổ, ta không run sợ trước tiếng động. Miệng lằn, lưỡi mối không làm cho ta xúc động. Như gió thổi ngang màn lưới mà không bị vướng trong lưới. Tuy sống giữa chợ người, ta không say mê luyến ái, những lạc thú huyền ảo và vô thường của kiếp nhân sinh. Như hoa sen từ bùn dơ nước đục, vượt lên bao nhiêu nguyền rủa của thế gian. Ta phải sống trong sạch, luôn luôn tinh khiết, an lạc và thanh bình." [1]

Tôn giả Mục Kiền Liên, qùi mọp bên Phật và bạch Phật rằng: "Bạch Thế Tôn, cứu Mẹ của con đang làm loài quỷ đói, khổ đau lắm bạch đức Thế Tôn." Như Lai đã biết. Như Lai chỉ cách cứu Mẹ của con ra khỏi chốn khổ đau. Con hãy nhất tâm kiền thỉnh mười phương Tăng. Bởi vì mười phương Tăng, năng lực tu tập có nhiều, lòng từ bi to lớn. Hơn nữa cần có nhiều người như vậy thì mới cứu được Mẹ của con. Con phải sắm sửa đồ ăn trăm món, trái cây nhiều màu, đựng trong cái chậu Vu Lan mà dâng lên cúng dường

---

[1] *Đức Phật và Phật Pháp* – Tứ Vô Lượng Tâm. Trang 677.

cho chư Phật và mười phương Tăng nhân ngày lễ Vu Lan – Rằm tháng Bảy, sau khi Chư Tăng Kiết Hạ. Nhờ vậy mà Mẹ của con được siêu thoát. Vì ngày Rằm tháng bảy có nhiều ý nghĩa và công đức to lớn, ấy là: Ngày chư Phật hoan hỷ, ngày Chư Tăng Tự tứ, ngày Giải đảo huyền, ngày Xá tội vong nhân, ngày Cầu siêu bạt độ cho những cô hồn lang thang, vất vưởng... nhờ năng lực Từ bi, nhờ sức gia trì, chú nguyện của chư Tăng mà Mẹ con được lợi lạc. Đây chính là lễ Vu Lan - Mùa Báo hiếu mà cho đến hôm nay đã đi sâu vào lòng dân tộc, vào tâm hiếu thảo của những người con, tạo thành một đời sống có ân, có nghĩa, có lễ, có nghì giữa Cha Mẹ và con cái.

"Tâm hiếu là tâm Phật
Hạnh hiếu là hạnh Phật"

Hay:
Phụng dưỡng Cha và Mẹ là công đức tối thượng.

Cũng là lễ hiến tặng hương hoa, trà quả cho các vong linh, phưởng phất đầu ghềnh, cuối bãi được no đủ:
"Thương thay thập loại chúng sinh
Hồn đơn phách chiếc lênh đênh quê người"
"Tiết đầu thu lập đàn giải thoát
Nước tịnh bình rưới hạt dương chi
Nương nhờ đức Phật từ bi
Giải oan cứu khổ hồn về Tây Phương."

"Nhờ phép Phật siêu sinh Tịnh độ
Phóng hào quang cứu khổ độ u
Rắp hòa tứ hải quần chu
Não phiền trút sạch, oán thù rửa không."

"Đàn chẩn tế vâng lời Phật giáo
Của có khi bát cháo nén nhang
Gọi là manh áo thoi vàng
Giúp cho làm của ăn đường siêu thăng."
"Phật hữu tình từ bi tế độ
Chớ ngại rằng có có không không
Nam mô Chư Phật Pháp Tăng
Độ cho nhất thiết siêu thăng thượng đài."

Chỉ bấy nhiêu thôi là bao nhiêu tâm huyết, ấn chú nhiệm mầu để cho âm linh được siêu độ. Âm dương lưỡng lợi. Người vật đều vui. Dân tộc thái hòa. Quê hương hưng thịnh. Nhà nhà lễ cúng. Người người ấm no.

Phật thị hiện vào đời để cứu độ chúng sanh, cứu độ con người nên Phật làm người, đi tu thành Phật. Vì địa vị con người có vui, có khổ, trung bình. Và từ con người mới hiểu được nỗi niềm con người, hoàn cảnh con người, tâm lý con người mà cứu độ. Còn chư Thiên thì quá vui. Địa ngục thì quá khổ. Phật thị hiện vào đời để mà phương tiện độ đời. Có lúc Phật lên các cung trời thuyết pháp hóa độ Mẹ mình, hóa độ chư Thiên. Nếu nhan sắc của chư Thiên thù diệu, đẹp đẽ thì nhan sắc của Phật thù diệu, đẹp đẽ hơn. Nếu âm thanh trong trẻo, thanh tao thì âm thanh Phật trong trẻo, thanh tao hơn. Sau khi thuyết pháp xong, Phật về lại tinh xá Kỳ Viên mà chư Thiên không biết Phật về đâu. Lời dạy của Phật còn vang vọng. Còn in sâu trong lòng chư Thiên: "Thế giới chư Thiên là thế giới phước báu. Đời sống chư Thiên là đời sống hạnh phúc, an lạc. Vậy, chư Thiên hãy tinh tấn tu tập, tích chứa công đức nhiều hơn nữa. Nếu không tu mà chỉ hưởng phước lạc không thôi, mai kia sẽ hết, chừng ấy đọa xuống trần gian, chịu nhiều đau khổ."

Phật thị hiện vào đời để Phật độ sinh. Phật độ cho loài người, cố gắng tu để thấy được tri kiến Phật. Thấy được Phật tánh trong lòng, Tánh giác ngộ. Nhờ tu mà mai kia mốt nọ, Phật tánh rực sáng, hiển lộ Phật thân, thành Chánh biến giác, độ người số nhiều hà sa. Những lời Phật, con người còn nhớ:

"Chớ làm các điều ác
Nguyện làm các việc lành
Giữ tâm ý trong sạch
Là lời chư Phật dạy."

Hay:

"Ta phải có thái độ như đàn voi lâm trận,
Mạnh tiến giữa rừng gươm đao giáo mác
Bình tỉnh hứng lấy những nỗi chua cay của đời,
Và thản nhiên vững bước trên đường Phạm hạnh."

Con người, một thời nghe lời Phật, con người làm thiện từ vua quan đến dân dã. Từ thị thành đến thôn quê, ai tu thiện đều có kết quả thiện ngay trong đời hiện tại này. Chính vậy mà quốc gia được hưng thịnh, dân tộc được thái hòa, nơi nơi được an bình, phúc lạc.

Con người nghe lời Phật dạy hãy còn đây:

Mười pháp của một nội các (chính phủ) tốt bởi dân, cho dân và vì dân:

1. Vua độ lượng, biết thương người và giàu lòng bố thí.

2. Giữ giới, có đạo đức cao, làm gương cho mọi người.

3. Hy sinh tất cả vì lợi ích của toàn dân.

4. Đức tính thẳng thắn, thành thật và liêm khiết.

5. Lòng hiền từ, hòa ái.

6. Khổ hạnh, biết đủ trong nếp sống.

7. Không sân giận, thù hiềm.

8. Tạo lập hòa bình, chối bỏ chiến tranh, và tinh thần bạo động.

9. Nhẫn nhục mọi khó khăn, bị chỉ trích vẫn bình tĩnh.

10. Không chống lại ý dân, thuận theo ý dân, nếu xét thấy ý dân là đúng.

Hạnh phúc thay! Lời vàng từ giáo pháp, Phật đã khuyên dạy con người tu nhân, tích đức, hiện thành một nhân sinh quan đầy tình nhân bản, con người. Phật thị hiện vào đời để hóa độ chúng sinh. Một câu chuyện tiêu biểu:

Ở cánh đồng hoang kia có hai mẹ con quỷ la sát. Hàng ngày quỷ mẹ vào trong xóm làng để bắt những đứa con của người mẹ đem về cho quỷ con ăn. Và cứ thế trong xóm làng, người mẹ lo sợ, khổ đau vì mỗi ngày phải mất một đứa con. Quá đau thương lo sợ, người dân trong làng đến bạch Phật cứu giúp. Phật sai Tôn giả Mục Kiền Liên đến cánh đồng hoang, đợi quỷ mẹ ra đi, liền bắt quỷ con đem về cho Phật. Quỷ mẹ bắt con của người trong làng đem về không thấy quỷ con, quỷ mẹ kêu khóc, kiếm tìm, chạy sao lọt vào tinh xá Kỳ Viên. Quỷ mẹ lạy Phật, nhờ Phật tìm giúp quỷ con. Phật bảo: Con thương con của con không? Dạ thương nhiều lắm, Phật ơi! Con mất con là con sẽ chết. Vậy sao con lại vào xóm làng bắt con của những người Mẹ. Những người mẹ ấy, họ cũng đau khổ như con hôm nay. Con biết thương con, thì những người mẹ trong xóm làng họ cũng biết thương con của họ như con thương con của con. Bạch Phật, nếu con không bắt con của người cho con của con nó ăn, thì lấy gì nó sống, nó sẽ chết đói, không được! Con của con sẽ không thể chết đói. Phật cứu con! Được rồi Phật sẽ cứu. Kể từ ngày hôm nay, con không vào xóm làng để bắt con của những bà mẹ nữa nghe. Bạch Phật, vậy con của con nó ăn cái gì? Phật sẽ cho thức ăn. Được nhận lại đứa con từ nơi tay Phật, quỷ mẹ mừng rỡ vô cùng. Kể từ hôm ấy, Phật dạy chư Tăng, mỗi lần thọ trai, phải để ra một ít cơm vào chén nước, rồi chú nguyện để cho hai mẹ con quỷ đồng hoang, cũng như các loài khác được no đủ:

"Pháp Phật bất tư nghì
Từ bi vô chướng ngại
Thất liệp biến thập phương
Phổ thí châu sa giới
Án độ lợi ích tóa ha."

Hay là:

"Đại bàng kim sí điểu
Khoáng dã quỷ thần chúng
La sát quỷ tử mẫu
Cam lồ tất sung mãn.
Án mục đế tóa ha."

Phật thị hiện vào đời để công bố bức thông điệp hòa bình đến cho con người. Qua hiện tình của dòng nước Rohini. Dân làng sống hai bên bờ sông của dòng nước Rohini xảy ra tranh chấp. Dân làng hai bên đều muốn dòng nước chảy vào ruộng đồng lúa mạ của mình, mà không muốn cho kẻ khác, từ đó xảy ra tranh chấp đưa tới sự ấu đả, chiến tranh gậy gộc. Phật hay tin liền thân hành đi tới để can ngăn. Này các dân làng, dòng nước Rohini, hiện giờ chưa thấy có lợi ích gì cho ai, mà thật tế đã bao nhiêu người đang nằm sóng soài, máu chảy, gãy chân trước mắt dân làng đó. Chiến tranh không phải là hành động tốt. Gậy gộc không phải là việc làm hay. Chỉ có tấm lòng dung hòa, hiểu biết, thương yêu và tha thứ thì mới là chất liệu tốt để xây dựng đời sống thanh bình cho nhau. Các dân làng hãy nhường nhịn mà san sẻ dòng nước để cả hai đều được lợi ích. Cả hai đều được ruộng đồng, lúa thóc được mùa, xinh tươi no ấm, trong tinh thần đoàn kết thân thương. Dân làng nghe lời Phật dạy, cả hai đều hoan hỷ, cùng bắt tay nhau, cảm ơn Phật và xin làm đệ tử tại gia, nguyện hộ trì Phật pháp.

Đức Phật thị hiện vào đời để cứu độ ngang qua mọi lãnh vực từ tôn giáo đến văn hóa, giáo dục, xã hội, kinh tế.v.v… không phân biệt một ai, hay một quốc độ, dân tộc nào, tất cả đều bình đẳng trên tiến trình tu chứng. Giáo pháp có đủ mọi cấp bậc, trình độ. Do vậy, ai cũng có thể tu và ai cũng có thể chứng đắc. Đức Phật thị hiện vào đời như vầng thái dương tỏa rạng, chiếu soi khắp ruộng đồng, rừng núi, cho sức sống đến mọi loài cỏ cây, sỏi đá:

"Nguyện dĩ thử công đức
Phổ cập ư nhất thiết
Ngã đẳng dữ chúng sanh
Giai cộng thành Phật đạo."

Dịch:
Nguyện cho công đức này
Rộng khắp đến mọi loài
Đệ tử cùng chúng sanh
Đều được thành Phật đạo.

Một giáo pháp bình đẳng, vô phân biệt, đến để thấy. Thấy để tu. Tu để chứng một cách tự nhiên. Tự nhiên như không khí cho người để thở, cho loài thảo mộc lá hoa để thở. Cho hữu tình, vô tình để thở. Thở để sống dưới ánh mặt trời bình đẳng như nhau.

Một đàn bò, dê được lùa vào nơi gọi là chỗ tế đàn, giết bò dê để cúng tế thần linh. Đây là theo quan niệm, chủ trương của Bà la môn giáo. Một quan niệm và chủ trương phi nhân bản, chẳng một chút thương tâm, trước sự chém giết bò dê chẳng nương tay. Họ chủ trương rằng, thần linh ở trên cao, đòi ăn bò dê thì họ phải đáp ứng. Đây là quan niệm hoàn toàn sai trái đạo lý con người, không biết thương yêu loài vật, bảo vệ môi trường sống. Và giết bò dê tế thần linh là có phước, được thần linh ban bố hạnh phúc, phước đức. Nếu không như vậy thì thần linh sẽ nổi giận rồi tàn phá, hãm hại con người, nhà cửa, súc vật. Một quan niệm thiếu văn minh, tiến bộ khoa học. Trong Túc sanh truyện Bhùridatta Jàtaka số 543, Bồ tát hỏi vị tạo hóa giả định, người mà bây giờ được tin là cầm cán cân công lý của vũ trụ, như sau:

"Người có mắt, ắt thấy cảnh đau thương của đời sống

Tại sao phạm thiên không tạo một vũ trụ tốt đẹp

Nếu oai lực của Ngài là vô hạn?

Tại sao ít khi Ngài nâng tay lên để ban Phước lành?

Tại sao tạo vật mà chính Ngài đã tạo ra lại phải bị đọa đày trong cảnh khổ?

Tại sao Ngài không ban hạnh phúc cho tất cả?

Tại sao đời sống lại dẫy đầy giả dối, lừa đảo, mê muội?

Tại sao gian tham lại thắng, còn chân thật và công lý lại thất bại ê chề?"

Hay là:

"Nếu có một thần linh toàn quyền ban phước hay gieo họa cho tạo vật đã được chính Ngài tạo ra.

Và cho chúng nó những hành động tốt hay xấu.

Vị thần linh ấy quả thật đầy tội lỗi.

Con người chỉ thừa hành ý muốn của Ngài mà thôi.

Con người không có một chánh kiến, chánh tư duy để nhìn thấy đúng và suy nghĩ đúng sự việc của mình làm, mà chỉ tin một cách mù quáng để phục vụ cho thần linh nhiều tham vọng.1

Đức Phật thị hiện vào đời để cứu độ chúng sanh, ròng rã 49 năm thuyết pháp, bất cứ nơi đâu và khi nào, một khi nhơn duyên đầy đủ, thời cơ đã đến thì đức Phật luôn trải lòng từ bi hóa độ. Ngày Phật về thăm lại quê hương – Thành Ca tỳ la vệ, đã hóa độ vua cha, các vương tôn công tử của dòng họ Sakya. Lên cung trời Đạo lợi, Phật thuyết pháp hóa độ mẫu thân. Từ cõi nhân gian đến thiên thượng bất cứ nơi đâu đều in dấu chân của Phật. Bằng tấm lòng thuyết pháp Từ bi, bằng ý niệm lợi tha vô ngã, đức Phật đã để lại Tam tạng Giáo điển: Kinh, Luật, Luận mà cho đến hôm nay vào thế kỷ 21, từ Đông sang Tây, con người không phân biệt màu da, chủng tộc, giới tính... đều tham đọc, nghiên cứu vẫn chưa xong. Kinh luận thâm trầm, luật nghi quí kính, nội hàm tự tánh chân như, làm điều kiện đưa người thành Chánh quả:

Hạnh phúc thay đức Phật thị hiện

Hạnh phúc thay giáo pháp xiển dương

Hạnh phúc thay con người tu học

Hạnh phúc thay quả chứng vô sanh.

Khi công đã viên, quả đã mãn, đức Phật lần về khu rừng Câu thi na tươi mát, cả một trời cây sa la xanh mướt, thơm tho tỏa ngát. Tôn giả A Nan, người thị giả trải tấm y Tăng già lê giữa hai cây Sa

---

1 *Đức Phật và Phật Pháp* – Vấn đề thần linh tạo hóa. Trang 421.

la, mọc đôi to lớn, trĩu nặng bông thơm dâng hương cúng Phật. Đức Phật nằm nghiêng bên phải. Tay phải gối đầu, tay trái xuôi theo thân một cách an nhiên, tự tại. Đức Phật gọi các Thầy Tỳ kheo và nói: "Trước khi Như Lai nhập Niết Bàn, Như Lai hỏi lại các Thầy, có ai còn nghi ngờ điều gì trong giáo pháp nữa không? Có chỗ nào chưa hiểu, chưa thông suốt thì các Thầy hãy hỏi Như Lai, để Như Lai giảng giải cho thông suốt mà tu tập được lợi lạc quần sanh. Sau ba lần, đức Phật ân cần gạn hỏi, thì cũng ba lần các Thầy Tỳ kheo im lặng, cúi đầu, chứng tỏ các Thầy Tỳ kheo đã thông suốt giáo pháp. Đức Phật nhập định, từ sơ thiền rồi nhị thiền, rồi tam thiền, rồi tứ thiền. Rồi từ tứ thiền nhập tam thiền, từ tam thiền nhập nhị thiền, từ nhị thiền nhập sơ thiền và xả bỏ thọ hành, chấm dứt sự sống. Chư thiên rải hoa cúng dường. Quả đất rung động. Các hàng Thánh đệ tử chấp tay mà khóc, tiếc thương tình nghĩa Thầy trò. Các hàng đệ tử cư sĩ từ vua chúa đến dân chúng kéo về tràn ngập ngựa xe, dù lọng rợp cả đất trời, không còn một chỗ chen chân. Khu rừng Câu thi na hôm nay, tiếp chứa một biển người thương kính Phật. Trời người rơi lệ, chúng sanh trong tam giới tiếc thương, u sầu, đức Thế Tôn đã vào Vô dư Niết Bàn.

Lễ trà tỳ được bắt đầu, Thánh đệ tử, vua quan, thiên thần, dân chúng, đều chấp tay cúi đầu, đảnh lễ đấng Từ Tôn. Xá lợi Phật được chia đều cho mọi người, thỉnh về xây tháp phụng thờ lợi lạc nhơn thiên.

Chư hành vô thường
Thị sanh diệt pháp
Sanh diệt diệt dĩ
Tịch diệt vi lạc.

Dịch:

Các hành là vô thường
Là pháp luôn sinh diệt
Sanh diệt được diệt rồi
Thì tịch diệt mới vui.

Một niềm vui trong tự tánh Niết Bàn, Thường, Lạc, Ngã, Tịnh. Phật, Như Lai, Bậc Thiện Thệ tác đại chứng tri.

HÀNH TRÌNH GIÁC NGỘ

Tôi biết mình có duyên với Phật, hay có duyên với túc nghiệp của mình. Một túc nghiệp lành. Túc nghiệp ăn cơm chùa. Bước vào sân trên, đi gần đến gốc Bồ Đề, nhìn quanh thấy trái Bồ Đề rơi rụng thật nhiều. Cúi xuống, nhặt lấy một trái, tròn tròn mầu nâu nâu, bóp bể ra bên trong có nhiều hạt nhỏ mầu trắng đục. Tự dưng nghĩ đến nghĩa của Bồ Đề là giác ngộ. Giác ngộ có nghĩa là thấu suốt, tỏ tường tự tướng, tự tánh của sự vật. Hiểu rõ lý Duyên Sinh. Hiểu từ cái khởi đầu là vô minh cho đến sinh, lão, tử, và ngược lại từ sinh, lão, tử cho đến hành, vô minh, cả một chuỗi 12 móc xích, dính với nhau một cách liên tục, chặt chẽ. Làm sao hiểu nổi. Lấy phương tiện gì để hiểu. Tu pháp môn nào để đạt tới giác ngộ? Cao quá. Cầm trái Bồ Đề trong tay mà bao ý nghĩ miên man. Có nghe rằng: Tự tướng của tất cả các pháp là vô tướng. Tự tánh của các pháp là vô ngã. Không có cái tướng trạng, hình thù, nếu có chỉ là giả có. Cái có do duyên sinh. Cái có do thức biến. Không có cái tự tánh ở bên trong, vì sự vật đang trong tiến trình đang là. Đang là chuyển biến thành cái khác mà nó không sao có khả năng tự ngã để sinh tồn bởi chính nó. Hiểu cái tướng đã không. Hiểu cái tánh cũng không, có đôi phần giác ngộ, như khi nghe qua bài kệ:

"Chư pháp tùng duyên sinh
Diệt phục nhơn duyên diệt
Ngã Phật Đại Sa Môn
Thường tác như thị thuyết."

Dịch:
Các pháp có là từ duyên sinh
Các pháp diệt cũng do duyên diệt
Bậc Thầy Đại Sa Môn của tôi
Thường hay nói pháp là như vậy.

Lần bước chân vào chánh điện. Còn nghe mùi hương phảng phất đâu đây. Thời công phu chiều vừa xong. Thấp thoáng bóng dáng chú tiểu, tay bưng bát cháo cúng cô hồn đi về phía nhà bếp. Tôi đứng thẳng người, trang nghiêm chắp tay trước ngực, mắt nhìn lên tượng Phật, thờ giữa chánh điện hùng. Sụp lạy như chưa từng lạy. Lòng chí thành lạy Phật hôm nay. Quanh tôi chẳng có ai. Không gian của một chánh điện rộng. Lòng mình cũng rộng. Tâm rộng mở ra thì cảnh rộng mở ra, đến tận cùng tiền kiếp gặp được túc duyên nơi đó để thành người con Phật hôm nay. Phật mỉm cười, thấy đứa con nghèo, đi ăn xin đây đó, giờ dừng lại nơi đây. Này con! Hãy về đây để tiếp nhận gia tài. Gia tài của bậc thánh, Như Lai trao lại cho con làm của tiêu dùng. Lòng trầm xuống. Tâm ngưng lại. Ý bặt dứt, trần duyên rơi rụng, đang quì nơi đây. Một bài Pháp lặng thinh, rót vào lòng. Một cảm giác thanh lương, mầu nhiệm, tan trong thế giới hà sa. Có bước chân nhẹ, dáng dấp chú tiểu hồi chiều, chấp tay chào hỏi chú đang đi đâu? Chú đang đi, khởi đầu cho một cuộc hành trình giác ngộ. Mô Phật. Tuyệt vời!

Ấy là cái tâm không. Không như nội dung một bài kệ:

"Nhạn quá trường giang
Ảnh trầm hàn thủy
Nhạn vô di tích chi ý
Thủy vô lưu ảnh chi tâm."

Dịch:
Chim nhạn bay ngang qua dòng sông dài
Bóng chim nhạn in sâu vào đáy nước
Nhưng chim nhạn nào có ý lưu bóng mình nơi đáy nước
Và đáy nước kia cũng đâu có tâm giữ lại bóng nhạn bay.

Quả thật bóng chim nhạn soi rõ xuống dòng nước, và dòng nước kia có in bóng chim nhạn ở trong. *"Vô tâm đạo dị tầm."* Rỗng không, trong suốt, không một mảy may lưu lộ cái có trong tâm. Cái vô tâm ấy, là cái có ngàn đời. Cái có tịch nhiên. Thiên thu, vĩnh tuyệt. Cái có không một chút vẩn đục. Cái có nhiệm mầu. Thanh thiên. Tường vân. Lắm khi lòng người cố ý, thì lại mất sạch sành sanh. *"Cố ý trồng hoa, hoa ủ rũ. Vô tâm tiếp liễu, liễu xanh um."* Giá trị vô tâm là vậy. Tu vô tâm để chứng vô tâm. Nhạn vô tâm, dòng nước vô tâm nhưng lại là hiện có, hiện gặp nhau một điểm có nhiệm mầu. Ấy là cái tu vô tâm của thiền sư. Là cái chứng vô tâm của thánh giả. Cái vô tâm không ngăn ngại. Rỗng suốt thênh thang. An nhiên tự tại, như "hạt xả không trì." Hạt bỏ ao hoang, đâu dụng tâm thủ đắc. Không là có tất cả, mà có là dính mắc ngàn đời. Bóng nhạn và dòng nước là hai hình thể bất li trong ý nghĩa vô tâm, sống động muôn trùng, linh hoạt hạo nhiên, vô tận.

Có cái có. Có cái không. Có cái sinh. Có cái vô sinh. Có cái diệt. Có cái bất diệt. Tương quan giữa hai mặt nhị nguyên cuộc đời. Ta hãy nghe lời nhạc: Có không hỡi người trần gian:

"Có thì có tự mảy may
Không thì cả thế gian này cũng không
Kìa xem bóng nguyệt lòng sông
Ai hay không có, có không là gì."

Quả đất này đã có từ lâu
Hư không này có thật nhiệm mầu.
Có trong vô thức. Cỏ cây sỏi đá. Biển trời lung linh.
Trên đỉnh núi cao. Dưới lòng biển sâu. Trên mặt đất hoang vu.
Tối mù không ánh trăng soi sáng,
Ngàn vì sao lấp lánh từ dãy ngân hà.

Có rồi cũng không.
Thân người giả tạm
Tạm cả cuộc đời
Tạm cả chính mình.

Hôm nay ta có. Mai này lại không
Không từ hiện tại. Không cả tương lai. Không luôn quá khứ.
Không có tay gầy. Không cả đôi vai.
Con đường sinh tử miệt mài, lầm lũi ta đi.

Đi về cảnh giới vô biên. Đi từ cảnh giới chư thiên.
Vô lượng loài chúng sinh không ít ưu phiền đảo điên.
Lòng tham sân tuôn chảy triền miên.

Dừng chân đứng lại để ta thấy có.
Có rồi lại không.
Có trong thoáng chốc sát na xuôi dòng.

Có này bạn ơi!

Không này bạn ơi!

Hai ta lên núi, ngắm nhìn mây bay, cho lòng thanh thản, phút giây nhiệm mầu

Kể từ đây, ta thấy được thân này.

Có rồi lại không. Không rồi lại có.

Có như dòng sông. Có như ruộng đồng.

Có như sóng ngầm. Một chuỗi vô thường.

Không này bạn ơi! Có này bạn ơi!

Có không. Không có. Mỉm cười như nhiên.

Chính vì như nhiên ấy mà lắng nghe câu kệ để thuộc lòng mà ca, mà hát trên hành trình Giác Ngộ:

"Ngọc phần sơn thượng sắc thường nhuận

Liên phát lô trung thấp vị càn."

Dịch:

Ngọc thiêu trên núi ngọc thường tươi

Sen cháy trong lò sen không héo.

Giữa dòng đời sinh tử luôn thiêu đốt, hãy giữ lòng mình luôn thanh lương. Thanh lương trong cụm ưu phiền. Tươi mát trong lò nóng giận. Giác ngộ có trong con người, và cũng trong con người đang có lò lửa thiêu đốt. Có người bị lò lửa tự thân thiêu cháy, có người lại không. Không ấy chính là sen trong lò. Ngọc trong bếp. Lửa cháy sen hồng. Ngọc thiêu ngọc sáng. Thánh sống trong trần gian thánh tự tại. Người phàm phu sống trong trần gian bị lặn hụp quá nhiều. Cũng là cái ao bùn lầy ấy mà hoa sen thì tươi thắm, hương thơm, còn trâu cày kia thì bùn lầy nước đọng dính dấp đầy mình. Nếu ai biết chuyển thì phiền não thành an vui. Sống chết thành hạnh phúc. Bùn lầy thành phân nuôi dưỡng, tạo thành sức sống cho sen. Nhưng nếu trâu kia quậy ao sình lầy, đất bùn vung vãi từ đầu tới đuôi thì chẳng ai dám tới gần mà dưỡng, mà thương. Ấy chính là một triết lý sống hiện thực. Là phương châm cho người giác ngộ, qua hai phạm trù thế gian và xuất thế gian. Ta hãy đốt một lò hương thơm, bằng gỗ chiên đàn, bằng hương trầm thủy, mà tĩnh tọa, mà lắng sâu tâm thức, để nghe một ý vị tuyệt vời, siêu nhiên. Đó là bài kệ cáo tật thị chúng. Xin thưa với quí ngài, xin hãy lắng nghe:

"Xuân khứ bách hoa lạc
Xuân đáo bách hoa khai
Sự trục nhãn tiền quá
Lão tòng đầu thượng lai
Mạc vị xuân tàn hoa lạc tận
Đình tiền tạc dạ nhất chi mai."

Dịch:
"Xuân đi trăm hoa rụng
Xuân về trăm hoa tươi
Việc đời qua trước mắt
Tuổi đời chóng tàn phai
Chớ bảo xuân tàn hoa rụng hết
Đêm qua sân trước một cành mai."

Hiện giờ, hoa trong vườn Tu Viện trổ nụ thật nhiều, nở rộ vàng óng ả, chỉ thấy hoa và hoa, những chiếc lá non mới bắt đầu chớm mọc trên cành. Lá non mượt mà hoa vàng xinh tươi, e ấp trên cành khẳng khiu của dáng mai gầy. Thiền vị quá. Nên thơ quá. Một cái đẹp kiêu sa nhưng đầy ý vị khiêm hạ. Khiêm hạ như một lão tăng, đắp y bá nạp, khổ hạnh. Tuyệt! Một buổi sáng đẹp trời, dạo trong vườn mai Tu Viện. Từng bước chân nhẹ nhàng thảnh thơi. Đi trong thư thả. Đi nhẹ như mơ, nhìn thấy mai cúi đầu, như có ý ngỏ lời chào khách. Cứ thế, theo thời gian, xuân đến rồi xuân đi, sự tiếp nối của những chuỗi ngày sinh diệt, diệt sinh. Thường. vô thường, mà hoa mai cũng theo đó rụng hay nở. Có hay không. Còn hay mất. Một cái nhìn theo dị biệt, thế nhân. Mà quả thật, sự vận hành của vũ trụ, vạn hữu là thế. Liên lũy trên tiến trình có không.

Thật tướng của thiên hình vạn trạng, từ hình ảnh con người hay dáng dấp của đồi núi cao, của lòng biển rộng, hoặc những vật nhỏ nhặt vi tế, tâm lý, vật lý… đều luôn tuôn chảy chẳng dừng. Chảy mãi chảy hoài, chảy qua từng sát na một. Từ cái có thành cái không. Từ cái thành trở nên cái bại. Cái hạnh phúc an vui, giờ thì khổ đau sầu muộn. Chảy hoài, chảy liên lũy miên man, chưa một lần dừng chân đứng lại, mà thấm thía để nghe: "Việc đời qua trước mắt. Tuổi đời chóng tàn phai." Cho nên bây giờ ta đã trở thành cụ già gối mỏi, lưng còng, mắt mờ, tai điếc khác hơn 50 năm về trước. Kinh nghiệm cho thấy. thực tế cho thấy. Tự thân mình cho thấy mà không nhầm lẫn, hay dễ duôi rồi buông thả một cách không ý thức, đến khi ngoảnh mặt lại nhìn thì sau lưng đã khỏa lấp bụi mờ, phủ kín một lớp đầy rong rêu, lá mục. Làm gì nữa giờ đây trong bốn vách tường đã hư hao, hoang phế, hóa thân một cách đọa đày, mộng tưởng. Ta phải đánh thức nơi chính mình, dậy đi, hãy dậy đi, đừng buông mình mà nằm đó. Hãy nhìn sự vật đang trôi qua. Trôi qua. Trôi qua một cách không đợi chờ. Một cách tàn nhẫn. Một cách vô tình lầm lũi trôi qua cho đến chiều hoàng hôn buông phủ rồi sụp lặn. Thế là hết một ngày. Trôi qua! Thế là hết một đời. Trôi qua! Lại tiếp tục liều lĩnh bước vào dòng sông sinh tử nữa. Đã bao đời rồi. Đến hôm nay. Và cho mãi ngàn sau. Thế gian quá. Sao nghĩ mình lại vậy. Hãy ngoi đầu lên không ngụp lặn trong dòng sông sinh tử nữa. Ngoi đầu lên để thấy một cành mai đang đong đưa trước hiên nhà. Cành mai bất diệt nở trên dòng thời gian sinh diệt ấy mà. Đó chính là tư lương, hành trang trên tiến trình Giác Ngộ. Sự giác ngộ trong ta. Cành mai trong ta. Phật tánh trong ta. Tri kiến trong ta. Ấy là bài kệ phổ cáo cho đại chúng lắng nghe hành trình tìm về giác ngộ, như bài kệ này:

"*Chư hành vô thường*
Thị sanh diệt pháp
Sanh diệt diệt dĩ
Tịch diệt vi lạc."

Dịch:
Các hành vô thường
Là pháp sanh diệt
Sanh diệt diệt rồi
Tịch diệt là vui.

Cái thói quen quanh quẩn trong sự sanh diệt, mà chưa một lần diệt cái sanh diệt nên không thể có an vui. Hành trình giác ngộ là diệt cái sanh diệt. Bặt dứt thói quen quanh quẩn. Hình ảnh đàn kiến bò quanh miệng chén mật, cuối cùng đàn kiến lần lượt rớt xuống chén mật và chết hết. Vậy thì làm sao mà vui, khi còn bị đắm say, ràng buộc trong cái vô thường và sanh diệt. Cho nên hãy tập diệt cái sanh diệt, để được cái tịch diệt. Tập thấy cái vô thường để được chơn thường. Ước mong làm người mà không làm con kiến. Làm con kiến bị chén mật ngọt dụ dỗ. Làm con người có trí tuệ, tránh xa chén mật. Mật ngọt chết ruồi. Có khác chi đâu.

Hành trình Giác Ngộ, có một ý chí kiên trì, định tĩnh, để làm thật và thấy rõ trong mỗi hành động hằng ngày. Từ mỗi hành động nhỏ nhặt hằng ngày ấy, được xâu kết lại thành chuỗi Giác Ngộ. Đơn sơ. Dung dị. Nhưng đầy tính kiên định. Tinh Tấn và cần mẫn, của những tâm hồn thiện. Tâm hồn ngọt ngào, dễ thương, ta lắng nghe:

"Thùy miên thủy ngộ
Đương nguyện chúng sanh
Nhất thiết trí giác
Châu cố thập phương."

Dịch:
Ngủ mới thức dậy
Cầu cho chúng sanh
Tất cả hiểu biết
Biến khắp mười phương.

Tâm hồn của một chú tiểu nhỏ, nhưng tấm lòng của chú tiểu thì lớn. Tấm lòng ấy đi khắp mười phương, ba cõi. Sự hiểu biết có khắp mọi thời, mọi xứ. Chú tiểu luôn cầu nguyện cho mọi loài được như vậy. Sự hiểu biết có khắp mọi nơi, có nghĩa là ta có mặt khắp mọi nơi. Có nghĩa là ta tỉnh giác, chánh niệm khắp mọi nơi. Không gian nào ta hiện hữu, không gian ấy ta hiểu biết. Có hiểu biết là không mê mờ. Không mê mờ là có trí tuệ. Có trí tuệ là có giác ngộ. Một hành trình xuyên suốt từ mê tới ngộ. Từ phàm tới thánh. Do vậy, chú tiểu đầu còn để chỏm, mái tóc đầu đời, trinh nguyên, tinh khôi chứng minh cho lòng của chú. Phải phụng trì như vậy. Phải thuộc lòng như vậy, in như soi gương, hiện rõ khuôn mặt. Cứ thế mà nhìn. Cứ thế mà tu. Không phân vân. Không tự hỏi. Sư phụ dạy học là học. Học thuộc lòng như cháo, đụng tới việc gì là nhớ ngay bài kệ ấy một cách nhập diệu.

"Dĩ thủy quán chưởng

Đương nguyện chúng sanh
Đắc thanh tịnh thủ
Thọ trì Phật Pháp."

Dịch:

Lấy nước rửa tay
Cầu cho chúng sanh
Được tay sạch sẽ
Gìn giữ Phật Pháp.

Có khi chỉ một thời khắc ngắn, cùng một trú xứ: vừa rửa tay, vừa súc miệng, vừa đi restroom, vừa xả nước cầu... bao nhiêu động tác là bấy nhiêu bài kệ. Bài kệ rửa tay. Bài kệ súc miệng. Bài kệ đi cầu. Bài kệ xả nước cầu...:

"Tẩy nịch hình uế
Đương nguyện chúng sanh
Viễn ly phiền não
Cứu cánh tịch diệt."

Dịch:

Rửa sạch phẩn tiểu
Cầu cho chúng sanh
Xa lìa phiền não
Rốt ráo vắng lặng.

Hạnh phúc trên hành trình Giác Ngộ, dẫn ta về lại chính mình. Dẫn ta về bản thể chơn thường một cách sống động, dánh thức. Thời nào cũng tĩnh. Xứ nào cũng giác. Tĩnh tĩnh. Giác giác liên tục. Hành trình Giác Ngộ được mở ra. Một chân trời cao rộng. Không còn lạc loài. Không còn mê vọng, như giọt nước rơi vào hố thẳm, mất hút, biệt tăm.

Còn nhiều và thật nhiều của những động thái ấy. Động thái phụng sự cho hành trình Giác Ngộ. Góp lời thi ca trong chuỗi dài triết lý vị nhân sinh:

Đất nuôi người, đất ôm người để sống
Mộng cho người, mộng chẳng thật trong ta
Choàng tỉnh mộng ta bà nhiều khổ lạc
Trăng trên ngàn biển cả rộng bao la.
Đường về thất ôn một chiều sương lạnh
Lạnh buốt tâm hồn lạnh suốt lối đi
Vì nơi đó dáng gầy ôn đã khuất
Cuộc đời thăng trầm bút tích ai ghi.

KHÚC GỖ TRÔI SÔNG

Đoàn người đi có dáng dấp hiền lành, chậm rãi. Đi thư thả cách nhau không xa, cũng không quá gần. Đầu hơi cúi xuống. Dường như đếm từng bước. Họ đi trong tỉnh thức. Chánh niệm. Không ai nói chuyện với ai. Đôi tay ôm bình bát. Đôi chân đi trần, không mang dép. Đầu không đội nón. Trên thân đắp tấm y mẩu măng cụt. Thì ra, đây là đoàn sa môn, đệ tử của đức Phật. Sáng nay, từ thành Vương Xá, cùng đi với đức Phật có các vị đại đệ tử tùy tùng, theo sau. Đoàn sa môn đi ngang qua xóm làng, rồi đến ruộng đồng, rồi đến bờ sông. Cùng đứng trên bờ sông, mọi người đều thấy có một khúc gỗ lớn trôi sông, có lẽ từ đầu nguồn đổ xuống. Đức Phật chỉ khúc gỗ và nói với các Thầy tỳ kheo: *"Này quí Thầy! quí Thầy có thấy khúc gỗ trôi sông ấy không?" "Dạ thấy. Bạch đức Thế Tôn, các tỳ kheo trả lời"*. Trong ý nghĩa này - khúc gỗ trôi sông, đức Phật đã giảng dạy cho quí Thầy - tỳ kheo hiểu:

Từ uyên nguyên trên thượng nguồn, hay một nơi nào đó, khúc gỗ bị rớt xuống sông, và dòng nước trôi đi. Khúc gỗ băng qua bao nhiêu chặng đường, khi cao, lúc thấp. Khi dập, lúc vùi. Khi lên ghềnh. Lúc xuống thác và bây giờ đang trôi bềnh bồng nơi đây. Lắm chông chênh và thử thách, nếu khúc gỗ không tự giữ mình. Không biết hộ mạng, thì khó còn hiện hữu trong dòng sống. Có thể khúc gỗ đã có nhiều kinh nghiệm, từng trải đoạn sông vừa qua. Nhưng không đâu, đừng vội tự mãn, đoạn đường còn lại, để khúc gỗ xuôi ra biển còn dài lắm. Còn xa lắm để vào biển được an toàn. Vậy thì khúc gỗ phải được là:

- Thứ nhất: Khúc gỗ không đâm vào bờ bên này. Vì bờ bên này là cái danh. Cái lợi. Nhơn ngã, bỉ thử, mà nếu bị đâm vào cái danh, cái lợi ấy thì bị mắc kẹt ngay, như ruồi bị dính mật. Như kiến bị dính chân làm sao rứt được. Ấy thế là chết cứng tại chỗ, không nhúc nhích, chôn chặt nơi đó. Một khi khúc gỗ bị đâm vào bờ bên này, thì sẽ không xuôi ra biển, không trôi vào biển được.

- Thứ hai: khúc gỗ không đâm vào bờ bên kia. Vì bờ bên kia là ví dụ lời khen, tiếng chê, lời ngon, tiếng ngọt. Nếu bị đâm vào lời khen tiếng chê ấy cũng sẽ bị dính cứng ngắc. Vì một khi nghe lời khen thì vừa ý, vui mừng, nhưng khi nghe một lời chê thì giận dỗi, không vui, buồn lòng quở trách. Ấy thì làm sao được xuôi dòng. Do vậy, khúc gỗ không đâm vào bờ bên kia thì mới xuôi ra biển, nhập vào biển.

- Thứ ba: Khúc gỗ không bị mắc cạn nơi cù lao giữa sông. Vì cù lao giữa sông được ví như cái tôi và cái sở thuộc của tôi. Chính cái tôi và cái sở thuộc tôi là hai điều mà khó đoạn trừ cho được. Thấy cái tôi và cái của tôi là không ai được đụng tới. Ranh giới ngăn cách, bất xâm phạm được vạch rõ nơi đây. Do vậy, khúc gỗ mắc vào cù lao giữa dòng thì sao trôi ra biển, xuôi vào biển được.

- Thứ tư: khúc gỗ không bị người đời nhặt lấy, loài phi nhơn nhặt lấy. Vì loài người, phi nhơn được ví dụ khát ái, tham dục. Mỗi khi khát ái tham dục chế ngự tâm tư thì khó mà dứt trừ. Phải nỗ lực và phấn đấu họa may, mới chiến thắng, để làm chủ lấy mình. Bằng không là bị cuốn phăng vào màng nhện lao lung, không lối thoát. Do vậy, mỗi khi khúc gỗ bị người đời nhặt lấy, bị loài phi nhơn nhặt lấy, thì không thể dễ dàng trôi ra biển, xuôi vào biển được.

- Thứ năm: Khúc gỗ không bị mục nát trong ruột. Vì mục nát trong ruột được ví dụ tà kiến, ác kiến. Một khi đã rơi vào tà kiến, ác kiến thì sẽ không có chánh kiến. Muôn ngàn cái hay, cái đẹp, cái tốt đều rơi rụng. Như vậy làm sao thăng hoa đạo đức, lễ nghi. Ác kiến sai sử làm điều ác. Tà kiến sai sử làm điều bậy. Do vậy, mỗi khi khúc gỗ bị mục nát trong ruột thì sẽ không thể trôi ra biển, xuôi vào biển được.

Vậy thì khúc gỗ không rơi vào những tình trạng trên thì khúc gỗ sẽ dễ dàng trôi ra biển, xuôi về biển một cách dễ hiểu. Một cách đương nhiên, không cần đắn đo, suy nghĩ. Cũng vậy, người tu hành cũng giống như khúc gỗ trôi sông kia, không đâm vào bờ bên này. Không vào bờ bên kia. Không bị mắc vào cù lao cạn. Không bị loài người nhặt lấy, loài phi nhơn nhặt lấy. Không bị mục nát trong ruột, thì hay thay con người tu tập đó sẽ có được thành quả cao quí, chứng đắc Niết Bàn. Chứng đắc bậc thánh trong biển thệ của Như Lai. Trong biển Phật Pháp vô bờ, tối thượng. Thanh Tịnh Đại Hải. Đức Phật dạy rõ ràng, cụ thể là như vậy. Bằng bài học khúc gỗ trôi sông, để cho mình một sự phòng hộ nghiêm khắc, với chính mình. Phải thấy rõ từng cử chỉ của thân. Từng ý nghĩ của tâm mà xa lánh những điều hệ lụy ở trên, để được xuôi dòng, bằng không sẽ bị dính mắc. Đình trệ cái vô thượng cầu. Cái vô thượng đạt. Cái vô thượng chứng.

Nắng gay gắt dáng phượng buồn héo cánh
Tiếng ve sầu rên rỉ kiếp phù sinh
Hư và thực hoang tàn theo hưng phế
Xuôi dòng trôi đến tận cõi vô minh.

Từ vực thẳm biển rền cơn sóng vỗ
Chôn vùi đi khỏa lấp những cơn mê
Đứng lại để nhìn sâu trong tâm thức
Dấu chân nào còn đọng cõi ta về.

Gió từ cánh đồng thổi lên, làm phất phơ tà y giải thoát của các vị tôn giả. Mẫu y ấy, dáng dấp hiền từ ấy in đậm trên ruộng đồng xanh lá mạ làm phản cảnh sinh hoạt của thế gian. Đây là tĩnh dáng người giải thoát. Kia là động bương bã sớm chiều. Hai hình ảnh hai tâm hồn nghịch cảnh, luôn cận kề, dõi theo, không rời. Cái thiện, cái bất thiện gần kề trong gang tấc. Lắm lúc trong cái thiện hàm tàng cái bất thiện và cái bất thiện chứa đầy cái thiện. Tế nhị. Nhiệm mẫu, vô cùng tinh tế. Trong cảnh giới vô phân biệt, vượt thoát cảnh giới nhị nguyên. Uyên áo. Tận cùng. Đoàn người đi xa dần, mất hút trong cánh rừng sâu. Nếu ai đó có tâm đi tìm, thì chỉ còn thấy những dấu chân in trên lối mòn. Hiện rõ từng nét, lưu lại cho con người, dẫn dõi bước theo, để đi về một điểm đích vô trụ. Vô tung. Trong chốn hồng trần nhiều ảo mộng.

Đức Thế Tôn trải tọa cụ dưới gốc cây, các bậc Tôn giả cũng vậy, mỗi người chọn cho mình một gốc cây, khả ý, khả lạc, khả hỷ mà cùng ngồi quanh Phật. Đây là lối sinh hoạt thời Phật. Một sự sinh hoạt đáng tôn kính. Có nề nếp, trật tự. Tùy thuận. Tùy duyên. Hòa hiệp. Đến giờ phút khất thực thì mỗi người tự sửa y, trì bát vào thành theo thứ đệ khất thực, nếu người nào về trước, thì trông coi công việc trong tịnh xá, như lu nước đã cạn thì múc nước đổ vào cho đầy, để cho người sau về có mà dùng. Cái sân có rác, thì lấy chổi quét sạch, để người sau về được tươi mát. Tóm lại, mọi việc đều tự ý thức trong tinh thần đồng quân, chia đều để làm hay tự nguyện phụng sự. Chính vậy mà đời sống của các bậc thánh có lợi ích cho người. Có giá trị cao thượng. Sau khi ngồi trên tọa cụ trang nghiêm, đức Phật nhìn quanh chư tôn giả, rồi nhẹ nhàng, trong âm thanh từ hòa, trong trẻo, từ bi mà nói. *"Này quí Thầy, hôm nay Như Lai nói một điều cho quí Thầy biết là Như Lai đã nhiều kiếp sống, lang thang và lang thang mãi, cho đến bây giờ thì không còn lang thang nữa. Như Lai đã bẻ gãy cây đòn dông của cái nhà. Như Lai bẻ gãy nào là trình, xuyên, kèo, cột của cái nhà. Như Lai đã tìm gặp người thợ xây căn nhà này rồi. Kể từ nay không còn có vật liệu và người thợ xây nhà cho Như Lai nữa. Như Lai tự tại mọi thời mọi xứ. Như Lai bất động."* Nghe vậy có vị tôn giả: *"Bạch đức Thế Tôn, sao con thấy có người, họ gìn giữ cây đòn dông nhà họ kỹ lắm. Không cho mọt ăn. Không làm mục gãy. Họ sơn phết kỹ lưỡng, đẹp đẽ. Và các bộ phận khác cũng vậy."* Quả thật bằng cái nhìn của người đời, cái sở thuộc của mình, khó có thể rứt bỏ. Chính vậy mà sinh tử cứ mãi cưu mang, bệnh, già cứ mãi đeo đẳng. Xin cho mình có một cái nhìn thoáng hơn. Cởi mở hơn, cho đời bớt khổ. Vơi đi nỗi sầu nhơn thế xa xăm.

Đức Phật dạy: *"Cái ngã là cái không thật. Cái sở thuộc của ngã cũng không thật. Có chỉ là phương tiện có. Có nhưng phải rũ bỏ có, để mà tiến tới cái không có. Nhưng rồi cái không có cũng không có luôn, mới chơn thật nói."* Chư vị tôn giả trông vẻ đăm chiêu, suy nghĩ lời Phật dạy. Vậy cái gì đang ngồi đây? Ngã? Tự ngã? Sở thuộc của ngã? Hay vô ngã? Rỗng không? Tứ đại. Ngũ uẩn như huyễn? Nếu huyễn thì cái gì ăn? Cái gì ngủ? Cái gì đang ngồi thiền? Cái nghe và đang hiện hữu bây giờ? Một chuỗi loanh quanh. Nhưng không. Không loanh quanh, mà phải dứt khoát. Có dứt khoát mới có thánh vị. Mãi loanh quanh chìm đắm sa bà. Ấy là nguyên tắc cố hữu của ba đời nhân thế, thánh giả, phàm phu.

Một chiếc bình khô không trà không nước
Hận chỉ vì đời người uống cũng không
Đã lỡ sinh ra làm kiếp long đong
Thà đừng dệt kén nuôi tằm nhả tơ.

Vách tường vôi úa mầu vì nắng táp
Ngọn tháp chuông ngày tháng sớm hư hao
Lá bạch đàn gieo rắc lối đi vào
Buồn hiu cảnh chẳng người nào nơi đây.

Đức Phật dạy tiếp: "Tứ đại đều không. Ngũ uẩn đều không. Địa đại là chất cứng trong con người, như xương, răng, móng tay, móng chân… Ấy là địa đại bên trong con người, còn địa đại bên ngoài như đá, gỗ, sắt, thép… hết thảy đều bị thay đổi, di dời, tự nó đã không gìn giữ nguyện vẹn được. Tự thể nó vốn không. Tự thể nó bị thay đổi. Thay đổi chính nó để thành cái khác và cứ như thế thay đổi để trở thành và trở thành rồi lại thay đổi, một chuỗi vô cùng.

Thủy đại là nước trong thân người. Nước miếng. Nước mắt. Nước tiểu. Máu… luân lưu khắp châu thân. Nó có mặt từ đỉnh đầu tới gót chân, không nơi nào không có. Làn da. Tế bào, bất kể nơi đâu. Thủy đại tràn ngập, nhưng nào có vững bền, chắc thật chi đâu. Có lúc cũng thiếu máu. Có lúc khóc mà không còn nước mắt để khóc. Có lúc muốn tiểu nhưng khô cạn nước tiểu để tiểu rồi, thân người khô đét, nhăn nheo.

Phong đại là hơi thở trong con người. Thở bằng mũi, nhưng khi mũi nghẹt thì thở bằng miệng. Đến khi miệng nghẹt thì thở bằng lỗ tai. Thở qua lớp tế bào, làn da thoát nhiệt. Bình thường thở được thì sống. Bất bình thường không thở thì chết. Và cứ thế. Thở thì sống. Không thở thì chết. Nên hơi thở vô cùng quan trọng. Chỉ cần không thở 5 phút là các tế bào não sẽ bị rữa nát, vì không có máu bơm lên đầu. Quan trọng như vậy mà không chịu thở. Người nằm xuôi tay.

Hỏa đại là hơi nóng trong người. Hơi nóng làm ấm người. Dễ chịu. Khỏe mạnh. Nhưng nóng vừa đủ, nếu nóng quá độ làm người cảm nhiệt. Hỏa đại ngoài thân là lửa. Là nắng mặt trời. Lửa thiêu đốt núi rừng. Đốt cháy sạch dơ. Đốt cháy tất cả. Nhưng lửa cũng nấu chín cơm cho ta ăn. Chín nước cho ta uống. Một tinh thần tích cực nuôi lớn con người. Lửa thắp đèn, đèn sáng. Lửa sưởi ấm đêm đông. Kinh thành, phố thị một trời ánh sáng. Nhưng có khi lửa tắt tối om, kinh thành phố thị chìm trong bóng tối.

Vậy thì tứ đại có gì tự ngã. Tất cả đều vô ngã. Đâu có gì chủ tể, tất cả đều vô tể. Biết vậy mà tu. Còn năm uẩn cũng vậy, không khác tứ đại. Rỗng không. Không thực ngã. Cho nên có ai đó đụng tới mình một chút, cũng xin hoan hỷ. Lượng thứ để vui. Vào đại định. Trầm mặc núi rừng. Thân tâm bất động. Hòa tan vào đại thể."

Đâu phải cánh chim non
Mà bầu trời cao rộng.

Con chim ó lượn trên không, bỗng dưng sà xuống mặt nước, xớt con cá, quặp bằng đôi chân. Cất cánh bay lên, về tổ. Một hình ảnh có khả năng. Biểu dương sức mạnh, trong khả tính tinh nhuệ, lão luyện. Từ trên chót cây cao, một tổ chim ó con, còn nhắm mắt.

Nghe Mẹ về chúng hả miệng kêu oắt oắt, đớm mồi. Mẹ ó rứt cá chia đều cho con.

Giữa một khung trời bao la lổng lộng, giờ chỉ còn 4 con ó con. Quanh quẩn trong cái tổ. Chúng leo lên rồi tụt xuống. Chúng quạt đôi cánh chưa mọc lông. Những tưởng là bay vào khung trời cao rộng. Nhưng chưa được còn măng non. Hãy đợi chờ, có con cố trườn lên đứng nơi thành tổ, đập đôi cánh còn đỏ hoe, tập bay nhưng vẫn bị rớt xuống tổ. Trong ý thức của chim non ấy, nó nghĩ rằng mình bay. Bay trong bầu trời cao rộng. Bay tít chân mây. Bay xuyên núi đồi. Bay bạt ngàn gió núi. Bay với khả năng tự thấy có của mình. Bay để chinh phục bầu trời. Bay để thỏa thích chí nguyện bình sinh. Bay bằng đôi cánh mình có. Tưởng tượng của chim con là như vậy. Nhưng thực tế của chim đứng trên bờ tổ chưa vững. Đôi cánh chưa có mọc lông, chân chim còn yếu, sức đâu để lấy đà bay. Thực tế ta thấy là vậy. Những tưởng dời non lấp bể. Đội đá vá trời. Tất cả những tưởng cũng chỉ là tưởng. Ở đời có người mưu thần chước quỷ, tóm thâu thiên hạ trong lòng bàn tay. Đâu dễ dàng vậy. Tham thì thâm. Dẫm thì đen. Nhơn quả nghiệp báo hiện tiền. Chinh phục thiên hạ chưa được mà mình đã phải lãnh lấy hậu quả diệt vong, điêu linh, thống khổ trước mắt. Ác lai, ác báo. Nhơn quả đồng thời. Những tư tưởng ác, dấy khởi từ ác tâm, tham vọng của người nào đó, dòng tư tưởng ác tạo thành năng lượng, từ trường ác sẽ tiếp xúc, va chạm sự vật quanh môi trường trở thành tác hại kể cả người sinh ra tư tưởng ác, cũng bị hủy diệt. Làm ác hại người, hậu quả hại mình. Rỉ sắt ăn gãy cây sắt. Dầu nóng làm phỏng tay người nấu dầu. Do vậy, xin đừng có tư tưởng ác. Có ý niệm ác. Hành động ác. Thế giới này thật công bình. Nếu ta trồng cây, ta có bóng mát. Nếu ta trồng hoa, ta có hoa xinh đẹp. Thiên nhiên ưu đãi con người, nhưng xin con người đừng lợi dụng ưu đãi của thiên nhiên. Đất cho ta hạt ngọc của trời. Cơm, gạo, sữa, bánh mì, nhiều phẩm vật quí giá, kim cương, hột xoàn, ngọc ngà châu báu tràn đầy... nhưng con người chớ có tham vọng mà bị phỏng tay. Trời lạnh ngồi bên lửa cảm thấy ấm rồi bưng cả lò lửa hết vào mình, hậu quả bị cháy. Thấy tô canh lạt bỏ vào tí muối ăn thấy đậm đà, thấy ngon, rồi hốt cả chén muối đổ vào nồi canh, mặn ăn chẳng được. Mới thấy chút lợi, cho mình là may, tham vọng nổi lên, tiêu tan sự nghiệp. Bầu trời còn rộng, mặc sức ta đi, xin đừng vội tham, sẽ gặp họa lớn. Đây là kinh nghiệm cho thấy, hôm nay, mới có năm thứ 20 của thế kỷ 21 mà bao nhiêu đại họa, đại dịch, đại ác của lòng người làm cho thế giới điên đảo, bế tắc mọi lãnh vực, kinh tế chính trị, giáo dục học đường, văn hóa xã hội... do lòng tham bá quyền, nhiều tham vọng của ai đó. Đất nước này là tinh hoa của vũ trụ. Là nghiệp lành, ý thiện chở che đã cho ta quá nhiều lợi lạc. Xin đừng chế tạo đồ độc. Đừng làm ô nhiễm tàn phá trái đất. Đừng thử bom nguyên tử, hạt nhân. Đừng chế tạo vi sinh độc hại, gây nên thảm họa cho con người. Bầu trời kia còn rộng sao ta không mặc sức tung bay, bằng đôi cánh mình sẵn có: Đôi cánh ấy là từ bi, trí tuệ. Làm lợi mình lợi người, hạnh phúc cả hai. Hạnh phúc cả đời này và đời sau. Tham vọng sẽ giết chết người tham vọng. Sân si sẽ giết chết người sân si. Vô minh sẽ đốt cháy người vô minh. Người mang tham vọng bá quyền sẽ bị bá quyền, tham vọng hủy diệt. "Răng trả răng, mắt trả mắt," ta nghe như vậy. Ta không lo sợ vì đôi cánh chim non, mà ta thấy sao bầu trời quá rộng. Một chút lòng tham, sao ta không dừng lại, vì còn có một bầu trời thánh thiện đang chào đón ta.

Cúi xuống nhặt lông chim ó rơi trên bãi cỏ, thì ra đây là lông chim ó Mẹ, đi săn mồi đem về nuôi con. Tình thương còn rơi rớt đâu đây. Ẩn tàng trong lông chim ó Mẹ. Đêm ấp con cho con ấm. Ngày tìm mồi về nuôi lớn cho con. Loài chim mà có đời sống tình cảm. Tình thương cao vời vợi như vậy. Huống nữa tình người lại không? Chế vi sinh để hại người.

Đàn chim con mỗi ngày được lớn nhờ sự chăm sóc của Mẹ, cho ăn no, tập đập cánh, tập duỗi chân và bây giờ chim con có sức bay chuyền từ tổ đến các cành cây xung quanh. Chim con tập nhào xuống rồi cất cánh bay lên. Bám chân. Tung cánh… tập luyện, để một ngày nào chim con xoải cánh ngang trời, thưởng ngoạn núi cao, biển rộng, đồng bằng cỏ xanh. Lòng trong như nước suối. Mắt sáng như sao trời, mà vui, mà sống. Ấy là giá trị tuyệt vời của chim. Là tự do của chim. Thánh thiện vô bờ. Rộng như bầu trời. Mạnh như cánh chim ó. Một sức mạnh từ đôi cánh. Ý chí. Bản năng.

Hãy rủ nhau lên rừng lượm hạt dẻ. Ra đồng lượm hạt thóc và ra vườn lượm hạt me. Gom lại làm thành bữa ăn thú vị. Thực phẩm thiên nhiên có quá nhiều để cung ứng cho người, nuôi dưỡng sự sống. Từ dòng nước ngọt, đến bãi phù sa. Từ luống đất cày cho ta lúa nếp. Từ ánh trăng vàng, đến làn gió mát cho ta cuộc sống nên thơ. Còn gì nữa để ta thấy thiếu, mà tàn phá trái đất vô phương cứu chữa.

Hôm nay, trái đất đã vặn mình vì quá chịu đựng, do sức tàn phá của con người. Trái đất đã cầu cứu. Đã kêu cứu, dường như tuyệt vọng. Con người ra sức đốn cây, phá rừng, đất đã van xin thôi đừng đốn nữa. Con người vẫn làm ngơ. Tiếp tục đốn cây, bứng gốc. Dòng nước tự nhiên trôi chảy thơ mộng. Reo vui từ trên thác ngàn, dật dờ qua xóm làng, ruộng đồng mát mẻ, con người ra công đắp đập, ngăn đê, giữ lại một nguồn nước lớn. Lưu lượng tràn đầy hiểm họa. Tạo sức nặng. Gây sức ép trục quay của địa cầu. Từ đó sinh ra bao nhiêu tai nạn, con người phải gánh chịu. Con người sinh ra con người, nhưng nếu không khéo thì con người lại hại con người, chẳng có ai khác. Nạn dịch từ đâu mà có? Vì con người ăn dơ ở bẩn. Ăn con dơi. Nuốt con rắn. Cắt sọ khỉ uống tươi... chẳng chừa một loài nào để chung sống. Chúng chạy trốn vào núi, con người không tha. Chúng cút xuống biển con người cũng tìm cách để bắt. Uất hận thấu trời. Thương đau tột đất. Oan oan tương báo ngút tới mây xanh. Làm sao tránh khỏi. Chấp lại đôi tay, niệm thầm Nam Mô Phật!

Xin cho con người biết thương nhau vì con người cùng sống trên trái đất. Nếu trái đất nhiễm ô, con người cùng lây họa. Nếu không khi nhiễm ô con người cùng hít thở. Buồng phổi nào cũng đau. Da thịt nào cũng nứt nẻ. Vì hậu quả do con người tạo dựng.

Hận thù không thể diệt được hận thù
Chỉ có từ bi mới diệt được hận thù
Đây chính là định luật ngàn thu.

Bầu trời cao rộng. Cánh chim vẫn tung bay. Hạnh phúc đong đầy. Do lòng thánh thiện. Bài học cho người lưu lại ngàn sau.

QUA BỜ KIA

Chú tiểu đang ngồi thiền. Vá tóc tém nơi vành tai. Mắt nhìn xuống. Đôi chân xếp bằng bán già. Đôi tay xếp êm trước bụng. Chú ngồi bất động. Dù ai có đi qua chú vẫn bất động. Dù có tiếng động, chú vẫn bất động. Bất động trong tiếng động. Cái động không ngoài cái bất động nên là chú. Vì chú là chú nên không liên quan gì đến cái động và bất động, chú chìm sâu vào tỉnh thức. Tâm chú sáng trong như hạt sương mai trên đầu ngọn cỏ. Vì tâm sáng nên Phật hiện tiền. Phật ở trước mặt chú. Phật ở trong tâm chú. Phật hiện bây giờ, nơi đây. Lòng chú thấy an. Ý chú thấy lạc. Chú qua bờ kia. Một thứ Triết lý thiền bất động. Triết lý thiền rung động, giữa biển đời tử sinh.

Một ngày nữa, ta sống thêm một ngày nữa
Để cho đời một hương vị đậm tình thương
Bấy lâu nay ta cứ ngỡ giấc mộng thường
Người sẽ ở và ta ra đi vĩnh viễn

Ta đang sống giữa muôn trùng hiểm họa
Hãy cho đi tất cả sự yêu thương

Nhỡ mai kia ta cất bước lên đường
Lòng thanh thản ta chẳng bao giờ hối tiếc

Chú tiểu đang vượt bờ và chú tiểu yêu bờ bên kia. Chú tiểu có đôi chút muộn phiền bờ này. Ồ! Nhưng không, chú tiểu giật mình. Đôi vai nhúc nhích. Tâm của chú tiểu lý giải bờ kia, bờ này. Đôi bờ đều không. Sao mình lại yêu bờ này, muộn phiền bờ kia. Chú tiểu chơi vơi, giữa dòng nước xoáy. Trồi rồi hụp. Lặn rồi trôi. Dòng nước cuốn đi. Vì động của dòng nước, chú mở mắt nhìn thấy tượng Phật đang nhìn chú, Phật mỉm cười. Mắt Phật Từ Bi, chú nhìn Phật. Chú mỉm cười. Mắt chú Từ Bi. Phật và chú tiểu hiện ở nơi đây. Ở giữa chánh điện trầm hương, lan tỏa. Mùi thơm của trầm, chú ngửi. Mùi thơm của hương Phật ngửi. Tất cả đều hiện bày... để thấy cái thật, chân như, hay cái sống, chết, làm choáng ngợp trong tâm hồn chú. Chú mở to mắt. Chú hít thở thật sâu, làm tâm êm dịu, lắng trong. Chú buông xả, dòng chảy của tâm thức. Chú đọc lời thi ca:

Sống để biết ngày mai ta sẽ chết
Vậy hôm nay ta có được những gì
Hãy trao tặng cho gió ngàn mây trắng
Vui với mình xanh đậm hàng mi

Tĩnh tọa, dòng suy tư chẳng tỉnh
Tâm mình mà thức của riêng ai
Bầu trời, mặt đất nhiều thơ mộng
Điểm xuyết vầng trăng gánh trên vai.

Đọc xong thi ca, chú dụi đôi mắt. Chú xoa đôi chân. Chú nắn đôi tay. Chú đứng dậy lạy Phật. Lòng chí thành, thầm lặng. Thầm lặng như không khí chánh điện. Chùa dài lâu như tự thuở nào mà hôm nay chú mới cảm nhận. Có lẽ nhờ chú vượt bờ mê mà cảm nhận sự tịch nhiên, như nhiên.

Chú nhẹ lùi sau đôi bước rồi ra bậc thềm tam cấp chùa dẫn xuống sân, bách bộ. Tâm hồn chú nhẹ. Bước chân chú vui. Dường như sáng nay chú an lạc. An lạc bằng cái nhìn. An lạc nơi tự thân. An lạc của người đi qua nhìn thấy. Một nỗi bình yên từ đó. Làm vui lây những viên đá bên đường. Những chiếc lá xanh bên hàng dậu. Những cánh bướm vàng hút nhụy hoa. Như là một kinh nghiệm sống của bản thân. Của vạn vật trăm hồng, nghìn tía đang dàn trải trước mặt chú.

Một ngày sống là một ngày thêm an lạc
An lạc cho mình an lạc đến tha nhân
Mở vòng tay ta ôm ngọn lửa hồng
Làm ấm lại bao nỗi lòng giá buốt

Ngày mai vác cuốc lên rừng
Trồng cây cỏ dại, vun từng khóm hoa
Đêm nghe giọt nước nhạt nhòa
Đơm bông kết nhụy một tòa kim cương

Cứ thế chú đi. Đi như mình đang đi. Đang chuyển động. Đang hướng về. Cội nguồn tâm linh. Mặc cho lá hoa đón chào. Mặc cho giọt mưa và hạt nắng tung tăng, rơi rụng trên vai chú. Trên vạt áo bạc mầu hương khói. Bóng chú mờ dần và mất hút tít chân mây. Chú đã qua bờ kia. Chú đã để lại khoang thuyền nan dưới bến. Con thuyền nằm im bất động. Buổi sáng hứng nắng sớm. Buổi chiều đượm mầu hoàng hôn dưới rặng dừa xanh biêng biếc.

Dòng đời trôi như dòng sông trôi
Đục trong lượn khúc vượt núi đồi
Khi lên tới đỉnh Trời Đâu Suất

Lúc xuống phàm tình lửa ngục sôi
Con ốc sên bò bên hàng dậu
Đôi bướm vàng đậu hút nhụy hoa
Vườn trà ngát hương bay ngào ngạt
Dẫn lối về thiền thất ngày qua

Xa bờ kia bỏ lại sau lưng Bờ này. Giữa lòng sông lặng lờ trôi. Bất tận. Miên man. Bao tháng ngày nào ai biết. Sức sống buồn hiện hữu nơi đó. Đứng để nghe dòng sông thì thầm. Dòng sông nói. Dòng sông kể chuyện đời mình. Qua bao thác ghềnh lòng sâu, bãi cạn, lau lách, cỏ dại ven sông. Quả thật vô minh như bóng đêm tăm tối. Tăm tối như dòng nước đục nuôi lớn tôm cua, ốc, hến. Tôm cua phải vượt Bờ. Ốc hến phải vượt Bờ. Nếu không sẽ lại bị dòng nước đục ôm trọn đời mình dưới lòng sông sâu bất tận.

Người đứng trên bờ thấy mặt nước dòng sông mát. Nước dòng sông trong. Yên tĩnh, lặng lờ. Có ai thấy được dưới đáy sông xưa, có bao sự sống. Buồn vui lẫn lộn. Sống còn như mộng. Như hư. Buổi sớm, nước sông bốc khói, làm mờ đục mặt nước sông, chìm xuống, căng ra. Màn sương như mơ, khói sương như mành, dệt thành lời thơ của lão ngư.

Bầu trời đục khói mờ sương buổi sớm
Nhấp nhô chèo chiếc thuyền nhỏ trên sông.
Bềnh bồng sóng gợn từng cơn nhẹ
Bếp lửa hương trà làm ấm lão ông.

Không gian ấy. Mái chùa xưa. Chánh điện trầm. Chú tiểu vượt Bờ. Chiếc thuyền nan còn thấp thoáng, như sống lại ngày nào. Ngày xưa mới xuống tóc đi tu.

Hãy nhìn đời bằng đôi mắt đẹp
để thấy bầu trời thăm thẳm xanh lơ
mà không thấy chi một gợn mây đen
chợt hiện ở đâu đó.
Gợn mây đen sớm sẽ tan,
còn bầu trời xanh lơ thăm thẳm,
muôn đời luôn còn đó.

THÍCH NGUYÊN SIÊU
Triết Lý và Thi Ca

CHÙA PHẬT ĐÀ - SAN DIEGO, CA

Lời thơ chợt hiện từng trang
Trăm năm thoáng chốc mơ màng phôi pha

1.

Rêu phong phủ đường mòn dần dặt bước
Cốc tịch liêu ẩn dưới rặng bồ đề
Ôn đi một sớm Ôn về
Sau lưng gió bụi chưa hề vương mang.

2.

Cạnh tháp Tổ đường lên đỉnh núi
Con ốc bò cặm cụi ngày đêm
Lắng nghe nhịp thở êm đềm
Trông theo chân bước một thềm hương hoa.

3.

Chiếc áo nâu bạc màu sương gió
Đầu gậy mòn từ thuở tám mươi
Sáng mai xem cảnh hoa cười
Trúc vàng rợp bóng hồng tươi đón chào.

4.

Bước chân nhẹ dạo chiều nay
Lắng nghe tiếng thở gầy hao của mình
Một thời sinh tử hành trình
Chiều về tịch cốc bình minh xuống đường.

5.

Dấu rêu xám mang hình vô thuỷ
Ẩn bên đường theo dấu chân ai
Ngày hai buổi miệt mài lầm lũi
Sáng nắng mai chiều xuống hoàng hôn.

6.

Tách trà sáng nơi nhà thiền đã nguội
Ôn ngồi chờ sao chẳng thấy sáng nay
Tình pháp lữ đong đầy từ thuở nhỏ
Mà giờ đây thấp thoáng áng mây bay.

7.

Tam cấp nhà thiền bước xuống
Chiếc áo tràng chỉ xỏ một tay
Tình thương huynh đệ lâu nay
Giờ như cánh hạc trời Tây mịt mờ.

8.

Cành sứ trắng uốn mình khúc khuỷu
Hoa ngọc lan nặng trĩu hương thơm
Gập ghềnh chân bước chon von
Ôn lên tam cấp đỉnh non Chùa Thầy.

9.

Đêm tối thẳm lấp đầy hang động
Dáng người gầy áo mỏng sờn vai
Hành trình một kiếp đoạ đày
Giờ như tỉnh mộng giấc say tuyệt cùng.

10.

Dáng ai ngồi bên khung cửa sổ
Ánh đèn khuya leo lét canh thâu
Hạt mưa lay động đọt bầu
Ngoài hiên se lạnh ai sầu riêng ai.

11.

Cảnh vật mông lung chìm trong bóng tối
Ai! Người nào vạch lối học chân như
Hình sắc thể thôi một đời lêu lổng
Gục đầu trên gối sách dáng hiền từ.

12.

Tay người đếm từng hạt sầu nhân thế
Một hai ba điệu nghệ quá truân chuyên
Tham vọng đảo điên hiển bày trước mắt
Đến bao giờ chấm dứt nỗi oan khiên.

13.

Tham vọng người xô người vào chỗ chết
Lửa bập bùng thiêu sống xác người điên
Trần gian lắm nỗi muộn phiền
Ai người cứu được tiêu khiên ách nàn.

14.

Chỉ vì tham con người mê muội quá
Vác đá vá trời trần trụi khổ thân
Tới lui một kiếp xoay vần
Làm thân trâu ngựa trải thân đền bù.

15.

Quê mình ở giữa trần gian
Mà sao chẳng thấy an nhàn gì đâu
Một mai có chuyện cơ cầu
Tấm thân như thể vàng màu chiều thu.

16.

Một mình ngồi góc chùa xiêu
Nhìn quanh thế sự mà đau đớn lòng
Cảnh đời lúc đục lúc trong
Làm thân ông lão qua sông chèo đò.

17.

Nhìn thế sự phù hư được mất
Giống như đầu ngọn cỏ sương rơi
Ta Bà khổ lắm người ơi
Gắng làm phước thiện để đời mai sau.

18.

Trong trần thế chuỗi sầu không ít
Giọt lệ rơi thấm ướt khăn tang
Người đi kẻ ở bẽ bàng
Mảnh tình dâu bể đi hoang thuở nào.

19.

Chấp tay lại giữ cho lòng thanh tịnh
Nguyện vì đời buông bỏ sự hơn thua
Được rồi mất có không trong thoáng chốc
Nghe lời kinh sớm nắng lúc chiều mưa.

20.

Để tâm nghĩ tưởng mộng mơ
Đâu bằng giữ lại làm thơ tặng mình
Ý như ngọc lời như kinh
Vầng trăng mười sáu lung linh giữa trời.

21.

Dạo vườn trà nghe hương trà thơm nhẹ
Dạo vườn tâm nghe hương đức dâng đầy
Nguyện làm thiện kể từ nay
Đừng làm việc ác khổ lây thân mình.

22.

Rừng thu lá vàng lối mòn em đi
Trời cao cánh hạc lạc đàn chia ly
Ngẩn ngơ lòng không trống vắng sầu bi
Canh tàn thức giấc niệm thì Nam Mô.

23.

Lòng người sâu hơn hố thẳm
Hố thì có đáy lòng người thì không
Chập chùng đồi núi rừng thông
Lặt lìa lau sậy nở bông trên ngàn.

24.

Bóng Ôn ngồi bên đèn dầu leo lét
Giở trang kinh chậm chậm đọc từng trang
Có ai đó đứng nhìn ngoài song cửa
Nghìn năm sau dòng lệ vẫn tuôn tràn.

25.

Con mèo ngủ gối đầu trên bắp vế
Tụng kinh rồi, Ôn đứng dậy đi ra
Nhưng sợ động con mèo choàng thức giấc
Cắt chéo y yên tĩnh thật từ hoà.

26.

Nghìn năm trước Ôn mang gùi hái đậu
Cho chim ăn thỏ thẻ hót trên cành
Đôi bàn tay từ mẫn cứu chúng sanh
Lòng phổ độ niệm lành đơm bông trái.

27.

Tôi đi từ thủa mới sinh
Bước chân dẫm nát hành trình quê hương
Mai về nhìn tận hạt sương
Lặt lìa ngọn cỏ tình thương đong đầy.

28.

Gió heo mây thổi lùa sau khóm trúc
Chiếc lưng còng hì hục bới rơm khô
Đem ủ lại lấp đầy hàng cà tím
Giàn mướp xanh thắm đượm lúc chiều về.

29.

Trên triền núi đứng nhìn hoàng hôn tắt
Dòng sông xa ẩn dưới rặng dừa xanh
Nước vẫn chảy đám lục bình trôi nổi
Xuôi về đâu hỡi một kiếp nhân sinh.

30.

Tường vách rêu phong loang màu phố thị
Từng giọt đèn vàng soi tỏ đôi mi
Đám người gầy xin ăn nơi cuối ngõ
Tương lai buồn chỉ có chút sầu bi.

31.

Một người ngồi đó con chó một bên
Cả hai đói lạnh không có liếp phên
Cảnh đời cơ cực người chó buồn tênh
Nhìn cho thật rõ duyên may vững bền.

32

Cúi lạy xuống để nghe lời từ đất
Tâm sự nào cùng chia sẻ cho nhau
Màu hoang phế gầy hao từ dạo ấy
Tro bụi nào khoả lấp mộ huyệt sâu.

33.

Đôi mắt lim dim chập chờn vào mộng
Nhổ sợi tóc buồn vương mắc hàng mi
Đốm trắng đen phong kín nhịp xuân thì
Sầu dâng vời vợi sá gì cỏn con

34.

Hãy thức dậy nghe lời kinh tụng
Khuya ngoài hiên nhỏ giọt vẫn dài
Đèn thiền chong tỏ sao mai
Vách phên khẽ động hình hài trinh nguyên.

35.

Vào đây quán trọ con đường
Bụi vương tường ố nắng vàng cuối thôn
Cánh vàng đôi bướm chiều hôm
Tìm hoa hút mật núi non nghìn trùng.

36.

Chong đèn đọc sách khuya rồi chưa đi ngủ
Gom góp chuyện đời đếm từng đốt ngón tay
Thời gian qua nhanh tóc buồn mơ sương trắng
Giọt lệ nào rơi trống vắng thuở đôi mươi.

37.

Làm người tôi dập vùi theo cơn sóng
Sớm đầu non chiều đứng đón em về
Phố thị nhỏ con đường không ánh sáng
Em về đâu trời chớp bể mưa tuôn.

38.

Hun hút trong đêm bóng người già trẻ
Kéo nhau về thăm lại nấm mồ xưa
Cha ông chết mắt hãy còn thấy rõ
Từng con đường lầy lội một chiều mưa.

39.

Trưa hè nóng đốt ve sầu rên rỉ
Lưng người gầy cúi sát đám mạ non
Quần bó lại xăn tròn trên đầu gối
Cuộc mưu sinh mồ hôi nhỏ lăn tròn.

40.

Trên bờ đê con trâu già đếm mộng
Dưới ruộng sâu người tất tả đôi tay
Trời nắng hạn trâu già nhìn cô quạnh
Người đói cơm từng hạt bắp đâu đây.

41.

Em bé khóc vì mẹ già hết sữa
Mưa nắng nhiều đâu còn nữa cho con
Bữa cơm đầy khoai mì sắn no tròn
Ôi! Hạnh phúc mỏi mòn theo năm tháng.

42.

Những tưởng đêm tàn bình minh sáng lại
Nào ngờ đâu vẫn như tự thuở nào
Vẫn quờ quạng mơ màng trong bóng tối
Chớp mắt nhìn chẳng thấy lối người đi.

43.

Nam mô Phật từ bi nguyền tế độ
Bao sinh linh nằm dưới nấm mộ tàn
Ai hương khói nén nhang thăm người chết
Cầu xin cho vơi một kiếp phù tang.

44.

Rõ cuộc vô thường xoay vần trôi nổi
Ai có hay sớm tối sự vơi đầy
Chống chọi mãi thân gầy nhiều bệnh
Có sá chi bóng xế áng mây bay.

45.

Người đi giữa cuộc vô thường
Tôi về thắp một nén hương cho mình
Cầu xin trọn kiếp nhân sinh
Ân tình cho trọn đệ huynh đong đầy.

46.

Thầy mà một, con là hai chuỗi ngày dài vô tận
Có hủ muối dưa Thầy luôn chia sớt cho con
Bên cạnh bóng Thầy gầy con nguyền xin sụp lạy
Nhân duyên vuông tròn Thầy lại quảy dép ra đi.

47.

Ngôi tháp Thầy nằm yên trên đỉnh núi
Trăng trên ngàn xâu chuỗi hạt Thầy mang
Thênh thang gió gợn mây ngàn
Âm ba thảnh thoát nhịp đàn rung dây.

48.

Con trâu nằm cạnh gốc cây đa
Chỏng mỏ nghênh sừng buổi chiều tà
Bụng đã đói meo từ hôm nọ
Nhìn quanh chẳng cỏ lấy chi no.

49.
Ruộng đồng nứt nẻ đất khô khan
Lúa thóc chết tươi giữa nắng vàng
Mùa gặt năm nay đành bó gối
Lầm than cơ cực hỡi giang san

50.
Sông núi hồn thiêng của quê hương
Đắm chìm trong cảnh nỗi oan khiên
Người dân đói khổ nào ai biết
Danh lợi cường quyền mất Tổ Tiên.

51.
Năm ngàn năm văn hiến giống nòi
Làm gương lưu dấu dân tộc soi
Ngờ đâu giống diệt nòi quên lãng
Gương bể văn minh lắm phũ phàng.

52.
Nghe tiếng nhạc buổi trưa hè gay gắt
Lời ai ru mường tượng ánh ma trơi
Thân trôi nổi dập vùi bao thế hệ
Tủi phận mình lãng một kiếp rong chơi.

53.
Lịch sử người dân đen chân mòn gối mỏi
Chen chúc trong rừng rợp dưới mái lều tranh
Hai buổi nắng mưa thấy phận mình cô quạnh
Sáng trồng khoai chiều tắm gội nước sông lành.

54.

Giở lại từng trang Kinh cũ
Một thời làm điệu ban sơ
Giấy mòn chữ nhạt tờ mờ
Tốn bao đèn sách bây giờ là đây.

55.

Nghe tiếng cửa kêu dáng Thầy đứng đó
Nhìn điệu lau chùi bàn Phật sạch bong
Thầy quay đi hương từ còn đâu đó
Thấm vào lòng mình duyên kiếp cỏn con.

56.

Thơ tui như khói hương trầm
Đốt lên cúng Phật trong ngàn hà sa
Duyên may thoát kiếp ta bà
Bừng con mắt tuệ thì ra chốn này.

57.

Trời không một lối đi về
Vườn rau trước ngõ trăng thề đầu non
Chuông chùa vẳng tiếng boong boong
Vơi niềm tục luỵ lòng son với chùa,

58.

Chén tương dĩa rau ơn Thầy có đủ
Bằng tấm lòng nhắn nhủ chúng học Tăng
Sớm hôm kinh kệ sách đèn
Mai sau thành Phật luôn hằng nhớ ghi.

59.

Ngọn đèn trong phòng sáng tỏ
Không gian yên lặng như tờ
Một mình ngồi suy tư nhiều mảnh vụn
Như con chó nằm đói chiều qua
Mắt lim dim miệng rỉ từng giọt nước
Bụng tóp teo chẳng chút mượt mà.
Ý nghĩ từng ngày chóng vỡ
Chuỗi sầu héo úa trong tôi
Thời gian có khi nào dừng lại
Không gian luôn đổi vần xoay
Xin! Chỉ xin một phút cho mình
Nhìn sâu vào đôi mắt nọ
Tận tường kiếp khó duyên may
Như con chó đói vẫy đuôi
Khi thấy chủ nó về
Nhưng chẳng cận kề như trước
Lòng đổi thay một kiếp đoạ đày
Chó – người đâu là có khác
Mở mắt to để thấy hiện bày
Đối diện với chó, chó không nói
Nhìn lại với mình, mình làm thinh
Mình – chó hai bóng hình
Rung rinh ảo ảnh.

60.

Con suối nhỏ trên triền núi
Từng giọt trong tí tách băng qua
Rớt xuống hố thẳm không mất

Giữa chốn rừng già âm u
Suối tuôn ra biển mịt mù
Hoá thành đại thể trùng dương
Lòng trong như giọt nước
Lòng đục như giọt nước.
Cả hai trong đục giống nhau
Người ơi giữ gìn giọt nước
Đục trong biển cả mù khơi
Nước trong không mất
Nước đục cũng không.
Trong đục một dòng
Hoà chung đại hải
Mênh mông không bến bờ
Nào ai có ngờ
Tình đồng như biển lớn kia.

61.

Con người hôm nay sao không thương nhau
Con người hôm nay xin đừng giết nhau
Con người hôm nay phải biết ưu sầu
Con người hôm nay chấp tay nguyện cầu.

Hãy cho nhau tình yêu to lớn
Hãy cho nhau tình thương nhiệm mầu
Hãy cho nhau lời thề thật sâu
Trăm kiếp ngàn đời xin được thương nhau.

Từ bi là quyến thuộc
Hãy ý thức có được trong tôi
Hỷ xả là lời nói đầu

Cùng nhau bồi đắp
Tình người chân thật cho nhau.

Tôi yêu người vì người giống tôi
Tôi yêu người vì người trong tôi
Tôi yêu người vì người cùng tôi
Cùng dòng máu đỏ nuôi thân giống nhau.

Người không thương tôi vẫn yêu thương
Người không thương tôi vẫn kính nhường
Người không thương tạo thành nhiểu nhương
Làm chi thêm khổ đoạn trường người ơi!
Xin nguyện có đời cùng nhau mà sống
Tình người lai láng
Muôn vạn kiếp sau
Hãy thương nhau
Xin được thương nhau
Tình thương nhiệm mầu.

62.

Em hãy tập nói
Nói lời hát ca
Ca trên suối ngàn
Tập sống thênh thang.

Em hãy tập làm
Làm điều lành thiện
Làm trong ý niệm
Chẳng chút dối gian.

Em hãy tập đi
Đi suốt con đường
Cho người yêu thương
Đầu đường xóm ngõ.

Em hãy tập đứng
Đứng thẳng đôi chân
Không hề quị luỵ
Chẳng chút lưng chừng.

Em hãy tập nằm
Nằm trong tĩnh lặng
Không hề chao động
Chân như tuyệt vời.

Em hãy tập ngồi
Vững chãi như non
Tâm không dính mắc
Tĩnh giác vuông tròn.

63.
Bên vách núi dấu chân người còn rõ
Đợi trăng lên soi tỏ dáng người gầy
Bút và mực chẳng cần cầu ai đó
Chợt đêm nay giọt máu nhỏ lệ đầy.

64.
Nhìn xuống đôi chân vương hình hài khổ luỵ
Từng đốt xương rõ có khúc ngắn khúc dài
Khập khểnh đi trong hình hài từ mộ địa
Nắm tro tàn trông héo hắt cuốn tung bay.

65.

Cốc tịch liêu không bóng người qua lại
Giờ như còn hương khói tự ngày xưa
Âm thanh nọ như vừa hôm buổi sáng
Thoáng trông theo mất hút lúc chiều mưa.

66.

Lạc bước đi vào thiền thất Ôn
Dẫn lên từng tam cấp bước dồn
Thoáng trông phong cảnh chừng đâu ngỡ
Hoang dã điêu linh thật mỏi mòn.

67.

Tiếng chuông chùa
Vọng từ xa
Buổi chiều tà
Mờ sương khói
Ảm đạm buồn
Dìu dặt nhớ quê cha.
Mái chùa xưa
Rêu phong phủ
Theo thời gian
Hương trầm nhủ
Êm đềm ấp ủ tuổi thơ.
Chẳng lo âu
Nhìn Phật ngồi
An nhiên tự tại

Tâm thư thái
Niệm từ bi
Diệt tham sân si
Cho đời bớt khổ
Cập bến thuyền từ
Qua bờ sinh tử
Niệm Phật Mâu Ni.

Tỏ niềm thương
Hiển bày Phật tánh
Công đức này
Như ánh kim cương
Trên mọi nẻo đường
Con hằng nhớ Phật
Soi sáng đêm trường
Từng bước con đi
Bất khả tư nghì
Phật tâm bất thối
Đời này hôm nay
Đời sau sẽ tới
Con nguyền nhớ ghi.

68.

Con nhìn Phật
Phật nhìn con
Con nghe Phật
Phật nghe con
Giữ trọn tâm hồn
Con Phật không xa

Phật ở trên non
Một lòng sắt son
Phật về nhà con
Con Phật một nhà.

Phật không xa con
Con không xa Phật
Con Phật đậm đà
Tình thương chan hoà.

Phật dìu con đi
Qua từng hải đảo
Qua từng khóm rừng
Qua từng hố sâu
Qua từng núi đồi
Qua cánh đồng nâu
Lặt lìa ruộng muối nương dâu.

Biển trần nhân thế
Nay còn mai đâu?
Tu Phật nhiệm mầu
Còn mãi nghìn sau.

69.
Đỉnh núi rừng sâu vách đá
Mây trời phủ kín sương mai,
Bụi mờ đường dài lữ thứ
Nhọc nhằn một kiếp trần ai.

70.
Bó gối ngồi ôn chuyện cũ

Năm xưa từ thủa lên mười
Mòn chân hình hài in dấu
Khe sâu vực thẳm đôi mươi
Vườn hồng nụ hoa chớm nở
Dâng hương toả sắc cho đời.

71.

Con sâu rọm bò quanh chiếc lá
Giọt sương mai còn đọng trên cành,
Tử sinh rụng lòng vòng đâu đó
Vệt thời gian nắng dọi lều tranh.

72.

Chim vẫn hót gió ngàn vẫn thổi
Mây cứ bay giăng kín tơ mành
Thoáng phút chốc tưởng mình như đã
Viết lời thơ trên ánh trăng thanh.

73.

Dòng suối lạnh in hình bóng Hạc
Gối đầu tây giấc mộng đổi đông
Du tử cuồng rêu phong rục rã
Bụi đường mù phủ kín mênh mông.

74.

Ráng trời nọ pha màu huỷ thể
Đốt sương khuya lạnh buốt tơ chùng
Cúi xuống nữa nhìn sâu phút chốc
Đống xương tàn mộ nọ ai vun.

75.

Một ngày nữa ta sống thêm một ngày nữa
Để cho đời một hương vị đượm tình thương
Bấy lâu nay ta cứ ngỡ giấc mộng thường
Người sẽ ở và ta ra đi vĩnh viễn.

76.

Ta đang sống giữa muôn trùng cơn hiểm hoạ
Hãy cho đi cho tất cả sự yêu thương
Nhỡ mai kia ta cất bước tiến lên đường
Lòng thanh thản ta chẳng bao giờ hối tiếc.

77.

Sống để biết ngày mai ta sẽ chết
Vậy hôm nay ta có được những gì
Hãy trao tặng cho gió ngàn mây trắng
Vui với mình xanh rậm hàng lông mi.

78.

Tĩnh toạ dòng suy tư chẳng tĩnh
Tâm mình mà thức của riêng ai
Bầu trời mặt đất nhiều thơ mộng
Điểm xuyết vầng trăng gánh trên vai.

79.

Một ngày sống là một ngày thêm an lạc
An lạc cho mình an lạc đến tha nhân
Mở vòng tay ta ôm trọn ngọn lửa hồng
Làm ấm lại bao nỗi lòng giá buốt.

80.

Ngày mai vác cuốc lên rừng
Trồng cây cỏ dại vun từng khóm hoa
Đêm mưa giọt nước nhạt nhoà
Đơm bông kết nhuỵ một toà kim cương.

81.

Dòng đời trôi như dòng sông trôi
Đục trong lượn khúc vượt núi đồi
Khi lên đỉnh trời Đâu Suất
Lúc xuống phàm tình lửa ngục sôi.

82.

Con ốc sên bò bên hàng dậu
Đôi bướm vàng dậu hút nhuỵ hoa
Vườn trà đượm hương trà ngào ngạt
Dẫn lối về thiền thất ngày qua.

83.

Bầu trời đục biển mờ sương buổi sớm
Nhấp nhô chèo chiếc thuyền nhỏ trên sông
Bềnh bồng sóng gợn từng cơn nhè nhẹ
Bếp lửa hương trà làm ấm lão ông.

84.

Biết và nhớ tuổi đời mình quá đủ
Tóc sương pha trên vầng trán hao gầy
Ngồi tĩnh lặng trầm ngâm về tự thủa
Ghềnh biển xanh mờ mịt tít chân mây.

85.

Tôi hành điệu dưới mái chùa xưa nho nhỏ
Quanh hàng dừa xanh rợp bóng mát mù u
Khi chiều về nghe vang vọng tiếng công phu
Lúc sáng sớm ra đứng nhìn dòng sông chảy.

86.

Hương lúa thơm nắng vàng êm thong thả
Em bé về chiều thả cánh diều bay
Tình quê thắm đượm từ ngày thơ ấu
Vườn trầu cay tuổi ngoại đã già rồi.

87.

Hương phấn hoa cau vương mùi hương khế bưởi
Mái rạ la đà đun từng sợi khói lam
Ngồi ru con Mẹ hát bài ca dân tộc
Dân tộc này quê hương ngàn dặm nước non.

88.

Thầy dạy tôi phải tụng kinh ngày hai buổi
Để thấm đượm chùa không khí chốn thiền môn
Hương trầm nhẹ bay vờn bên khung cửa sổ
Có từng phút giây hiện hữu tự nơi lòng.

89.

Con chim nó hót trên cành
Theo lời chuông vọng từ trong cửa Thiền.
Dáng ai chú tiểu nghiêng nghiêng
Thành tâm sám hối não phiền sạch tan.

90.

Hoa khế trên triền đồi ngôi chùa cổ
Đơm bông nhiều đơm cả quả yêu thương
Mỗi sáng quét sân chùa hoa khế rụng
Nghe lòng mình rạng rỡ thấm muối tương.

91.

Con mối đụn đất làm gò mối
Con rắn nằm chắn cả lối đi
Con người ta có đủ sân si
Con ong hút mật làm gì cực thân.

92.

Đất phù sa nuôi ruộng vườn quê ngoại
Cây ổi, cây xoài tươi tốt quanh năm
Mỗi lần sáng trăng rằm treo trước ngõ
Là Ngoại nhìn tôn tượng Mẹ Quan Âm.

93.

Tôi viết vần thơ từ cái đầu
Mẹ tôi nuôi lớn cha tôi đâu
Bỏ tôi lăn lóc từ đỉnh núi
Rớt xuống trần gian nọ ưu sầu.

94.

Vườn trầu của Ngoại xinh xinh
Mát hương hàng xóm mát tình dân quê
Tiếng hò dìu dặt trên đê
Dáng cò xuôi cánh trăng thề đầu non.

95.

Sư già trên phiến đá ngồi lần tràng hạt
Ngắm bóng mây bay gió thổi đến phương trời
Lòng từ bi Sư gieo rắc khắp muôn nơi
Xanh lúa mạ lặt lìa thơm hương tóc cũ.

96.

Tôi đi giữa ngọn triều dâng
Âm ba đồng vọng chân thân tuyệt cùng
Sóng rền biển dậy mông lung
Góp lời nguyện ước trùng phùng kiếp sau.

97.

Mái tóc bờ vai dáng gầy con nai vàng nhỏ
Em tựa cửa trông chờ mòn mỏi theo tháng năm
Tối lên chùa lạy Phật em đốt nén hương trầm
Hà sa thế giới như áng phù vân giữa trời.

98.

Đức Phật tĩnh tọa trên đài sen từ thuở ấy
Bất động như nhiên Ngài hiện bóng từ bi
Từ muôn kiếp linh thiêng đến ngàn sau vô tận
Từng pháp âm rào rạt đến nơi cõi vô biên.

99.

Tách trà buổi sáng hương thơm
Thơm như lúa chín chiều hôm trên đồng
Rì rào ngọn cỏ đơm bông
Sóng dờn gió thổi nhà nông cấy cày.

100.

Tôi ngồi đây để nhớ về xóm làng cũ
Nhớ con mương hàng dậu cái giếng trước nhà
Từ thủa ấu thơ quá đậm đà tình mẹ
Nhưng giờ đã qua như đã mất hết rồi.

101.

Trái xoài rụng vì chín muồi hôm trước
Đã lìa cành nằm dưới gốc chơ vơ
Con kiến đỏ nằm chờ bên cửa sổ
Gặm thời gian trôi hạt bụi hững hờ.

102.

Ngôi chùa khuất sau khóm dừa xanh
Ngày tháng trôi chú tiểu mới xuất gia
Sáng Lăng Nghiêm chiều niệm Phật Di Đà
Dòng sông trôi chảy mây qua đầu ghềnh.

103.

Lời giảng pháp hôm nay êm đềm quá
Giữa cảnh núi rừng trầm mặc linh thiêng
Ánh nắng chiều xuyên cành lá nghiêng nghiêng
Lời Kinh trầm bổng ưu phiền sạch tan.

104.

Tuyết Sơn phủ lấp đường về
Chơ vơ một mảnh hồn quê xứ người
Gập ghềnh giấc mộng đôi mươi
Mù sương khoả lấp trận cười thâu đêm.

105.

Nắng vàng chảy từ đỉnh trời cao vút
Dệt thành hàng trên những luống cày sâu
Bầy chim nọ đón mồi giành giụt cắn
Giữa trời hè giọt nắng cháy mờ môi.

106.

Đất nuôi người đất ôm người để sống
Mộng cho người mộng chẳng thật trong ta
Choàng tỉnh mộng Ta Bà nhiều khổ lạc
Trăng trên ngàn biển cả rộng bao la.

107.

Đường về thất Ôn một chiều sương lạnh
Lạnh buốt tâm hồn lạnh buốt lối đi
Ví nơi đó dáng gầy Ôn đã khuất
Cuộc đời thăng trầm bút tích ai ghi.

108.

Tiếng chuông vọng trên đỉnh đồi cao gió hú
Mà mỗi khuya tôi lại dộng trái chuông này
Âm thanh rót vào lòng người quanh đó
Nhiệm mầu thay hạnh phúc sớm đong đầy.

109

Cổng lên chùa nay đã đóng
Im lìm không bóng người qua
Cảnh già ngồi nghe Phật pháp
Bây giờ cách trở bao xa.

110.

Tôi đi góp hạt bụi hồng
Gom thành đống lửa đốt vành nguyệt châu
Đêm về thắp ngọn nến sầu
Nằm nghe hơi thở cơ cầu hợp tan.

111.

Trăng lên cao trăng vướng trúc vàng
Gió lên cao gió tạt đồi ngang
Nhà thiền tĩnh lặng hàng bạch lạp
In bóng sư già đọc Kim Cang.

112.

Bếp đun nước pha trà buổi sáng
Ánh lửa hồng toả rạng ban mai
Thầy ngồi đó hình hài bất động
Gõ thời gian theo áng mây bay.

113.

Cửa phòng khóa vách tường ngồi gõ nhịp
Dáng ai gầy bên ánh nến hư hao
Chồng sách cũ tháng ngày trơ bụi bám
Mặc thời gian chẳng biết tự thủa nào.

114.

Người ra đi theo con tàu hôm ấy
Bỏ lại sau lưng vết tích nhạt nhoà
Vách tường loang vỉa hè còn dợn sóng
Dấu chân nào phủ kín tháng ngày qua.

115.

Rồi mai mốt ta dừng chân bên vách đá
Đứng ngắm sao trời bương bã kiếp đi hoang
Phía trước đó dặm mòn còn chen sỏi đá
Nghìn năm sau chiều nắng hạ rủ ta về.

116.

Nắng vàng đổ xuống chân đê
Đồng xanh bát ngát chiều về xóm thôn
Khói lam nhẹ quyện sóng dồn
Vầng trăng mười sáu giữ hồn quê hương.

117.

Nghe tiếng mõ của thời xưa hành điệu
Chánh điện chùa vang tiếng niệm Nam Mô
Hương trầm toả quyện thành mây năm sắc
Dâng cúng dường mười phương Phật Tỳ Lô.

118.

Bóng đèn vàng hiu hắt
Rọi xuống vỉa hè đường
Con kiến mang yêu thương
Cho từng người hành khất

119.

Con mèo nằm vắt đuôi nó ngủ
Con quạ già ủ rũ đôi mi
Con nai vàng trong đôi mắt biếc
Đạp lá khô đủng đỉnh chân đi.

120.

Đêm trời tối lòng người còn tối thẳm
Tiếng vạc kêu còn ngân vọng lan xa
Giữa canh trường ai người chưa tỉnh mộng
Mở mắt nhìn tình thương yêu bao la.

121.

Rũ áo cà sa cho tình thương thêm lớn
Chấp cánh tay dài che chở nỗi khổ đau
Lặn rồi hụp ở trong biển trần nhân thế
Một kiếp người dâu bể có thoáng qua mau.

122.

Bãi cát vầng trăng con cua bò
Con thì phì bọt thở bo bo
Con thì đùa giỡn cơn sóng nhỏ
Cảnh tượng thanh bình mặc ai lo.

123.

Chim ríu rít trên cành hoa bưởi
Màng nhện giăng đón gió xuân về
Luỹ tre xanh mướt câu thề
Trăng rằm sáng tỏ dân quê thanh bình.

124.

Hai cái đầu nhô trên mái nhà
Mặt mày sợ hãi nước bao la
Không cha không mẹ không hàng xóm
Không cả tình thương chút ruột rà.

125.

Đêm khuya nghe tiếng nước về
Ào ào phá vỡ con đê trên nguồn
Nước tràn nước ngập nước tuôn
Màn trời chiếu đất thảm thương dân mình.

126.

Hàng dậu xanh con bướm vàng đôi cánh
Lam lũ một mình hút nhuỵ phấn hoa
Bướm bay gió nhẹ hương nhoà
Chiều quê âm hưởng tiếng cò gọi nhau.

127.

Tảng đá chắn đường lên núi
Đôi chân mòn trần trụi sương khuya
Dãi dầu một nắng hai mưa
Làm thân lầm lũi sớm trưa một mình.

128.

Vách đá dựng rêu phong loang lổ
Con sâu bò tìm chỗ ẩn thân
Mưa đổi tây rồi lại gió đông
Con sâu vách đá trắng ngần non mây.

129.

Nhớ những lúc chiều về trên tháp cổ
Vọng từ xa đứng ngắm dáng rêu phong
Từng giọt nắng mưa về thêm loang lổ
Chạnh lòng buồn thầm nghĩ đến Sư Ông.

130.

Mẹ đi nhổ mạ ngoài đồng
Cấy vào thửa ruộng đơm bông trĩu đầy
Bát cơm bốc khói chiều nay
Công lao của Mẹ cấy cày của Cha.

131.

Hoa bưởi nở trắng phau trước ngõ
Khế trong vườn nở tím cả cây
Mùa nhãn chín đong đầy tình Mẹ
Mỗi chiều về kẽo kịt đôi vai

132.

Cha là một Mẹ là hai tình thương nuôi lớn
Vườn cải khóm gừng Mẹ vun quén cả đôi tay
Để mỗi chiều về Mẹ đong đầy đôi thúng nhỏ
Là biển tình yêu Mẹ chan chứa phút giây này.

133.

Trầm mặc cây rừng loang bóng đêm
Dáng ai thấp thoáng nếp bên rèm
Lắng nghe tiếng niệm Nam Mô Phật
Từ cửa Thiền Ôn qua liếp phên.

134.

Lâu nay cứ ngỡ là mình
Bây giờ mới biết chẳng mình chẳng ta
Có chăng lầm tưởng như là
Vỡ cơn đại mộng Sa Bà vốn không.

135.

Nắng gay gắt dáng phượng buồn héo cánh
Tiếng ve sầu rỉ rả kiếp phù sinh
Hư và thực hoang tàn theo hưng phế
Xuôi dòng trôi đến tận nẻo vô minh.

136.

Từ vực thẳm biển rền cơn sóng vỗ
Chôn vùi đi khoả lấp những cơn mê
Đứng lại để nhìn sâu trong tâm thức
Dấu chân nào còn đọng cõi ta về.

137.

Một chiếc bình khô không trà không nước
Hận chỉ vì đời người uống cũng không
Đã lỡ sinh ra làm kiếp long đong
Thà đừng dệt kén nuôi tằm nhả tơ.

138.

Vách tường vôi úa màu vì nắng táp
Ngọn tháp chuông ngày tháng sớm hư hao
Lá bạch đàn gieo rắc lối đi vào
Buồn hiu cảnh chẳng người nào quanh đây.

139.

Vườn dừa dòng sông nằm sau chân núi
Ẩn dáng người gầy cặm cụi sớm hôm
Đốt bếp lửa đỏ đun nồi xôi ấm
Hạt nếp ngon ngọt lịm chén đong đầy.

140.

Nhà thiền vắng Sư Già ngồi đun nước
Tiếng lửa reo tí tách tự thủa nào
Cứ như thế ngày này qua năm nọ
Sư vui niềm hạnh phúc có từ bao.

141.

Thông già vách đá sương thu lạnh
Lối nhỏ đường về cốc tịch liêu
Leo lắt ngọn đèn dần lụn bấc
Hai mái đầu bên cạnh chắt chiu.

142.

Rặng trúc vàng tắm mình trong nắng sớm
Bóng chim qua tịch lặng chốn đồi tây
Tiếng nước chảy trong vò nghe thấp thỏm
Nhịp thời gian trôi con nước vơi đầy.

143.

Ngồi thở nhẹ để thấy mình thanh thản
Mặc cho đời bương bã lắm thị phi
Người ơi! Giữa lòng hai chữ Từ Bi
Khắc vào vách đá nghĩa nghì sắt son.

144.

Người ra đi người nuôi cơn đại mộng
Tôi trở về đóng chặt cửa đầu non
Vui với gió cỏ hoa xuôi ngàn dặm
Lẳng lặng một mình lượm lặt cỏn con.

145.

Ngồi bó gối bên chồng sách cũ
Màn nhện giăng bên vách tường rêu
Nhện và sách gặm mòn từng chữ
Mưa sáng nay nắng táp buổi chiều.

46.

Dòng sữa Mẹ ngọt như lời Cha hát
Có bao giờ Mẹ từ chối với con
Mẹ già trọn một đời luôn tần tảo
Sớm đầu sông chiều con nước no tròn.

147.

Im lặng thời gian ngọn đèn tắt
Không gian đứng lại ủ hương thơ
Có ai nghe được lời thi ấy
Nối trắng nối đen phủ lờ mờ.

148.

Ngồi vuốt tóc đếm từng dòng chữ viết
Tự thuở nào hay mới chỉ hôm nay
Sực nhớ lại trầm ngâm đôi mắt biếc
Vui của người và buồn của riêng ai.

149.

Tưởng nhớ đã một lần lên đỉnh núi
Từ trên cao nhìn xuống khắp quần sanh.

150.

Trầm tưởng những hình hài quỉ mị
Bỏ sau lưng ám khói bụi đường
Chợt thức dậy máu đường chảy ngược
Trái tim khô nứt nẻ dị thường.

151.

Nhắm mắt lại thấy một trời sao sáng
Những linh hồn quờ quạng dắt nhau đi
Tìm chốn ở dập vùi thân bé bỏng
Kiếp luân hồi quá nhiều nỗi sầu bi.

152.

Sợi tóc bạc vương màu hoang phế
Nỗi thăng trầm giọt lệ phôi pha
Ngồi để thấy sóng ngàn vỗ đá
Năm tháng rồi một kiếp chóng qua.

153.

Tôi ngồi đó đếm thời gian từng giọt
Mỗi đốt tay là mỗi hột ưu phiền
Vòng lẩn quẩn trói người trong cơn mộng
Kiếp lưu đày trôi dạt mãi triền miên.

154.

Vực sâu buồn nhốt hình hài dưới đó
Ai qua đây để thấy nước trào tuôn
Từ vô thuỷ cội nguồn loang bóng vỡ
Trái tim tươi dòng máu ngược về nguồn

155

Ấp ủ thâu đêm giấc mộng dài
Ngày mai tươi sáng khắp trần ai
Nào ngờ ly loạn từng con suối
Trẻ ốm già đau khắp mọi nhà.

156.

Tiếng gà gáy đêm trường còn say ngủ
Có ai về vén lại chiếc màn che
Đem ánh sáng vào soi bao tăm tối
Nghìn năm sau hẹn ước kéo nhau về.

157.

Lời kinh tụng sư già lần tràng hạt
Những hột mưa lác đác dội ngoài song
Hai âm ba hoà quyện rót vào lòng
Khắc thành chữ lời kinh chiều siêu độ.

158.

Ngồi xuống đây nghe lời người tâm sự
Chuyện trên nguồn chuyện kể thần tiên
Trần gian sao nhiều đảo điên ưu luỵ
Gót mòn giẫm khắp truân chuyên một đời.

159.

Nghĩ lại mình như chim bói cá
Chờ bao lâu được miếng mồi ngon
Tuổi đời sao trôi chảy héo hon
Trăm năm ước nguyện chưa tròn người ơi.

160.

Nằm nghe thoang thoảng gió ngoài hiên
Ánh nến bên trong chiếc đĩa nghiêng
Đèn cháy hết trơn dầu khô khốc
Nghĩ rằng phận tục hoá thần tiên.

161.

Trăm năm mộng ước chưa tròn
Ngàn năm ước mộng vẫn còn y nguyên
Chim chuyền trên ngọn đào tiên
Sẩy chân rớt xuống nhơn duyên kiếp người.

162.

Lau sạch bụi bám đầy mặt kiếng
Để cho lòng hiển hiện thực hư
Lò trầm toả hương từ gỗ mục
Xông ướp tâm ngời sáng chân như.

163.

Bệ đá lối mòn con đường cũ
Người thiêu thân ánh lửa còn đây
Bập bùng cháy bên đồi Trại Thuỷ
Lời nguyện nào ghi tạc phút giây.

164.

Lửa thiêng cháy cho rừng thiền rực sáng
Một khung trời toả rạng ánh sao mai
Người ngồi đó như hình hài bất động
Ngày hôm nay cho đến mãi tương lai.

165.

Nghĩ gì khi mình là cùng tử khốn
Lê chân nghèo đi khắp nẻo trần gian
Làm kiếp người mơ ước được giàu sang
Gieo nhân hái quả rõ ràng người ơi.

166.

Rừng sâu bóng đêm chập chờn dã thú
Huyễn tượng nào ghi dấu vết chân qua
Mộng và thực thi nhau gieo rắc mãi
Tỉnh cơn mê bút tích đã nhạt nhoà.

167.

Cứ tưởng đã dòng đời trôi trôi mãi
Có bao giờ dừng lại chốn ngày xưa
Để thoáng nghe âm ba từ thủa ấy
Chiếc thuyền con neo bến sớm chiều trưa.

168.

Lượm hạt thóc no tròn trên đống rạ
Sức người cày gieo giống suốt mùa qua
Đêm thì mưa ngày thì nắng nhạt nhoà
Ra công lao tác nhà nhà bình yên.

169.

Nhìn lại mình thấy trái tim thoi thóp
Dòng máu khô tưởng như đã khô rồi
Cháy một nửa hình hài loang lổ đổ
Ngoài xa kia nấm mộ đợi ai về.

170.

Trông xa thấy bóng hình ai ở đó
Cứ ngỡ rằng tăm tối tưởng là ma
Chiếc gậy trúc lần dò đường về cốc
Hoá thân người độ nhật tháng năm qua

171.

Đồng tiền lẻ bỏ vào chum để đó
Góp lại từng ngày tháng của năm xưa
Giờ đem tặng cho người không nhà cửa
Đỡ đói lòng sớm nắng lúc chiều mưa.

172.

Ngàn vạn năm chỉ đầy trong gang tấc
Sá gì mà qua trăm cuộc bể dâu
Tang thương một dãy u sầu
Thương tang là chuyện cơ cầu tử sinh.

173.

Trầm mặc cây rừng soi bóng đêm
Sương rơi làm ướt cánh vai mềm
Đi về đóng cửa chong đèn đọc
Từng dòng thơ rơi rớt bên thềm.

174.

Ta vui sống trọn kiếp người
Làm thân mục tử khóc cười nắng mưa
Ruộng đồng từng dợn sóng đưa
Chiều quê lác đác người thưa trên đồng.

175.

Mưa về cho lúa đơm bông
Cho hoa thêm nhụy cho cành thêm tươi
Cho tình thắm đượm đôi mươi
Nhà nhà hạnh phúc trẻ cười đầy sân.

176.

Em cúi xuống nhặt cánh hoa hồng rụng
Sương trong đêm còn ướt nhụy chưa tan
Hương trời ấm nắng vàng nuôi sống
Nước trên nguồn xuôi chảy ngập giang san.

177.

Ai đã có một lần trăn trở mãi
Suốt canh thâu trằn trọc giấc mộng dài
Đêm đã qua ngày lại đến bên tai
Nghe như đã cõi luân hồi đâu đó.

178.

Tôi về nhặt cánh phượng hồng
Phơi trên nền gạch nhưng lòng vẫn tươi
Ôn đi để lại nụ cười
Cho hàng hậu học người người nhớ Ôn.

179.

Đã lên tới đỉnh Lăng Già
Thì thôi ở lại về nhà làm chi
Chuyện đời lắm nỗi sầu bi
Làm thân viên sỏi nằm lì gió sương.

180.

Rừng cây im vì thiếu gió ngàn thổi tới
Tôi đợi chờ từ một thuở kiếp đi hoang
Mòn gót đã từng trải qua bao thế kỷ
Ngoảnh mặt nhìn đời trông dáng dấp héo hon.

181.

Lê chân mỏi gót phong trần
Rừng cây thay lá nhuộm màu đất khô
Dế giun làm những nấm mồ
Nằm nghe sương rụng mơ hồ đêm khuya.

182.

Ai đã lên đỉnh đồi Trại Thuỷ
Thăm trái chuông Hải Đức thuở nào
Sáng hứng gió biển khơi thổi lại
Chiều nắng vàng vọng tiếng chuông ngân.

183

Mịt mùng chiếc tàu đêm uể oải
Xuyên qua rừng hầm hố cheo leo
Từ vực sâu lên tới đỉnh đèo
Mù khơi sóng biếc gieo neo một mình.

184.

Thành phố nọ nằm im bất động
Những con đường vắng bóng người đi
Một thời hương sắc xuân thì
Giờ ra như đã còn gì thuở xưa.

185.

Trái tim của tôi là trái tim của Phật
Trái tim ngàn đời đầy thánh thiện yêu thương
Ngược dòng máu tim chảy về từ cổ luỹ
Thuận suối nguồn nhưng luôn ngược nẻo vô minh.

186.

Thắp nén hương cúng dường chư Phật
Tuổi xuân thì sao cứ mãi đi hoang.

187.

Giọt mưa lộp độp ngoài hiên
Âm ba đồng vọng trên miền đất khô
Chổi non che khuất nấm mồ
Đường về thăm thẳm cơ đồ tịch liêu.

188.

Vùng nắng hạ đốt thân người lam lũ
Đôi tay gầy bàn chân khổ vì ai
Sỏi và đá hình hài loang vệt nắng
Chiều mưa nguồn sớm ánh sáng sao mai.

189.

Cành trúc oằn nước mưa ngày nọ
Thân gầy cao vút vách tường rêu
Sớm hứng nắng chiều nghiêng nghiêng bóng đổ
Trên lề đường in dấu cô liêu.

190.

Mái ngói chùa nhạt màu hoang phế
Thời gian qua dâu bể bao phen
Hương trầm quyện toả nến đèn
Như nhiên bất động thường hằng Phật tâm.

191.

Mù mịt sương đêm trời hắt hiu
Ngồi nghe tí tách hạt mưa chiều
Thắm vào lòng đất về nguồn cội
Từng mảng rong đời nuôi chắt chiu.

192.

Trở giấc mộng tàn đêm đã qua
Trời ơi sao rụng xuống ngân hà
Máu ai nhuộm đỏ dòng sông ấy
Đỏ cả bờ mi khoé lệ nhoà.

193.

Đêm u tịch giọng ai còn rên rỉ
Chiếc linh hồn mộng mị thoáng như ma
Xương khô khốc ngổn ngang ngoài đồng nội
Một kiếp người rồi cũng sẽ đi qua.

194.

Tưởng như hình vẽ trong tranh
Ngỡ ra mới biết âm thanh thuở nào
Cuộc đời mộng mị hư hao
Gầy con mắt ngọc thân nào nơi đây.

195.

Ngồi đếm từng ngón chân bên dưới
Sao bụi đường còn vướng nơi đây
Thì ra bao kiếp đoạ đày
Lang thang ba cõi như mây trên đầu.

196.

Đối diện mình trông hình hài gầy guộc
Từng đốt ngón tay đánh dấu thời gian
Sinh và tử chảy dài từ muôn thuở
Chợt tỉnh ra bao giấc mộng mơ màng

197.

Đọc sách từng hàng chữ nhảy múa
Lúc mờ lúc tỏ trông có tua
Mắt mình sao lại nay kém quá
Chỉ tại thời gian mùa qua mùa.

198.

Ai ơi! Tôi có cái tôi
Từ ngàn năm trước hôm nay vẫn còn
Tới lui chật vật chon von
Cũng vì cái ấy (cái tôi) chẳng còn ra chi
Nhờ mà tao bỏ được mi
Thì tao nhẹ nhõm sân si chẳng còn
Lắm khi ngậm đắng bồ hòn
Nặng như khối đá hao mòn lắm ru
Mai này tao phải đi tu
Để mày ở lại ngục tù biết thân.

199
Nắng lên cao ánh vàng soi kẽ lá
Đánh thức muôn loài sau những cơn mưa
Khung trời rộng từ đỉnh đồi nhìn xuống
Chập chùng nhà con đường mới khác xưa.

200.
Quì gối xuống để hôn màu đất mới
Nghe trong người mùi đất sớm phôi pha
Cội nguồn nọ cánh rừng già muôn thuở
Ta yêu người yêu mạch sống bao la.

201.
Đêm về khuya để nghe loài ếch nhái
Nói chuyện đời trong hồ non bộ rong rêu
Nước có đục để nuôi lớn loài thuỷ tộc
Lá có xanh mới hấp thụ dưỡng khí lành
Đời sống nọ mong manh từ tiền kiếp
Chuỗi thời gian từng tiết nhịp thoi đưa.

202.
Nắng vàng chiếu sáng đồi Tây
Từng cơn gió nhẹ thổi hây hiên chùa
Lá xanh vàng đỏ thu xưa
Sư về gõ cửa cảnh chùa tịch liêu.

203.

Như con suối nhỏ ven rừng
Âm thầm ngày tháng lưng chừng cuộc chơi
Rồi đây mai mốt đổi dời
Thân thành cát bụi một đời rong rêu.

204.

Rừng chiều thu ươm nắng
Chiếc lá mỏng ven đường
Đêm về trong thoáng chốc
Nghe chừng vươn hư không.

205.

Ta đi quên lối ta về
Gởi thân mộ địa dầm dề sương rơi
Mai này lạc bước vào đời
Cưu mang thế sự một thời lưu vong.

CA TỪ

Lời nhạc bài 1
Trăng Nước Đều Không

Có Không! Hỡi người trần gian
Quả đất này đã có từ lâu
Hư không này có thật nhiệm mầu
Có trong vô thức
Cỏ cây sỏi đất
Biển trời lung linh
Trên đỉnh núi cao
Dưới lòng biển sâu
Trên mặt đất hoang vu
Tối mù không ánh trăng soi sáng
Ngàn vì sao lấp lánh từ dãy ngân hà
Có rồi cũng không
Thân người giả tạm

Tạm cả cuộc đời

Tạm cả chính mình

Hôm nay ta có

Mai này lại không

Không từ hiện tại

Không cả tương lai

Không luôn quá khứ

Không có tay gầy

Không cả đôi vai

Con đường sinh tử miệt mài

Lầm lũi ta đi

Đi từ cảnh giới vô biên

Đi từ cảnh giới chư thiên

Vô lượng loài chúng sanh

Không ít ưu phiền

Đảo điên! Lòng tham sân

Tuôn chảy triền miên

Dừng chân đứng lại

Để ta thấy có

Có rồi lại không

Có trong thoáng chốc

Sát na xuôi dòng

Có này bạn ơi

Không này bạn ơi

Hai ta lên núi

Ngắm nhìn mây bay

Cho lòng thanh thản

Phút giây nhiệm mầu

Kể từ đây

Ta thấy được thân này
Có rồi lại không
Không rồi lại có
Có như dòng sông
Có như ruộng đồng
Có như sóng ngầm
Một chuỗi vô thường
Không này bạn ơi!
Có này bạn ơi!
Có không! Không có!
Mỉm cười như nhiên.

Lời nhạc bài 2

Lên Thăm Chùa Tôi

Ơi người! Lên thăm chùa tôi
Nghe chuông buổi sớm
Vọng lời kinh khuya
Lá hoa còn ngủ ngoài kia
Trong tôi thức dậy
Mà nghe hương trầm
Lần tay hạt chuỗi niệm thầm
A Di Đà Phật
A Di Đà Phật một vầng hào quang
Ơi người! Ơi người Tịnh Độ Lạc Bang
Trong tôi hiện có

Ẩn tàng Phật tâm
Như mây có nước trong ngần
Như cây có rễ
Như cành có hoa
Người về thăm cảnh chùa tôi
Để lòng thanh thản
Mà vơi não phiền
Lời Kinh trầm vọng an nhiên
Ơi người! quên hết truân chuyên một đời
Chùa tôi chỉ có nụ cười
Chuông ngân buổi sáng
Mõ kêu buổi chiều
Ơi người! Chỉ có bấy nhiêu
Có lời kinh tụng
Cho tiêu ưu sầu
Nụ hoa trước điện cúi đầu
A Di Đà Phật!
A Di Đà Phật!
Xin cầu chứng tri
Niệm lòng tịch mặc Mâu Ni
Ơi người! Đã rõ đường đi lối về
Chùa tôi thắm đượm đề huề
Có bông khế ngọt, chiều quê thanh bình
Âm thầm sống với lời Kinh
Nuôi hồn thảo mộc
Nuôi tình người dân
Ơi người! Lá rụng đầy sân
Làm thân chú tiểu
Quét sân của chùa.

Lời nhạc bài 3
Hãy Thương Nhau

Con người hôm nay sao không thương nhau
Con người hôm nay xin đừng giết nhau
Con người hôm nay phải biết ưu sầu
Con người hôm nay chấp tay nguyện cầu

Hãy cho nhau tình yêu to lớn
Hãy cho nhau tình thương nhiệm mầu
Hãy cho nhau lời thề thật sâu
Trăm kiếp ngàn đời xin được thương nhau.

Từ bi là quyến thuộc
Hãy ý thức có được trong tôi
Hỷ Xả là lời nói đầu
Cùng nhau bồi đắp
Tình người chân thật cho nhau
Tôi yêu người vì người giống tôi
Tôi yêu người vì người trong tôi
Tôi yêu người vì người cùng tôi
Cùng dòng máu đỏ nuôi thân giống nhau.

Người không thương tôi vẫn yêu thương
Người không thương tôi vẫn kính nhường
Người không thương tạo thành nhiễu nhương
Làm chi thêm khổ đoạn trường người ơi.

Xin nguyện có đời
Cùng nhau mà sống

Tình người lai láng
Muôn vạn kiếp sau
Hãy thương nhau
Xin được thương nhau
Tình thương nhiệm mầu.

Lời nhạc bài 4:

Tình Đồng Như Biển

Con suối nhỏ trên triền núi
Từng giọt trong tí tách băng qua
Rơi xuống hố thẳm không mất
Giữa chốn rừng già âm u
Suối tuông ra biển mịt mù
Hoá thành đại thể trùng dương
Lòng trong như giọt nước
Lòng đục như giọt nước
Cả hai trong đục giống nhau
Người ơi giữ gìn giọt nước
Đục trong biển cả mù khơi
Nước trong không mất
Nước đục cũng không
Trong đục một dòng
Hoà chung đại hải
Mênh mông không bến bờ
Nào ai có ngờ
Tình đồng như biển lớn kia.

Lời nhạc bài 5:
Em Hãy Tập

Em hãy tập nói
Nói lời hát ca
Ca trên suối ngàn
Tập sống thênh thang

Em hãy tập làm
Làm điều lành thiện
Làm trong ý niệm
Chẳng chút dối gian

Em hãy tập đi
Đi suốt con đường
Cho người yêu thương
Đầu đường xóm ngõ.

Em hãy tập đứng
Đứng thẳng đôi chân
Không hề quị luỵ
Chẳng chút lưng chừng.

Em hãy tập nằm
Nằm trong tĩnh lặng
Không hề chao động
Chân như tuyệt vời.

Em hãy tập ngồi
Vững chãi như non

Tâm không dính mắc
Tĩnh giác vuông tròn.

Nhạc lời bài 6:
Niệm Kim Cương

Tiếng chuông chùa
Vọng từ xa
Buổi chiều tà
Mờ sương khói
Ảm đạm buồn
Dìu dặt nhớ quê cha.
Mái chùa xưa
Rêu phong phủ
Theo thời gian
Hương trầm nhủ
Êm đềm ấp ủ tuổi thơ
Chẳng lo âu
Nhìn Phật ngồi
An nhiên tự tại.
Tâm thư thái
Niệm từ bi
Diệt tham sân si
Cho đời bớt khổ
Cập bến thuyền từ
Qua bờ sinh tử
Niệm Phật Mâu Ni

Tỏ niềm thương
Hiển bày Phật tánh
Công đức này
Như ánh kim cương
Trên mọi nẻo đường
Con hằng nhớ Phật
Soi sáng đêm trường
Từng bước con đi
Bất khả tư nghì
Phật tâm bất thối
Đời này hôm nay
Đời sau sẽ tới
Con nguyền nhớ ghi.

Nhạc lời bài 7:

Phật - Con Một Nhà

Con nhìn Phật
Phật nhìn con
Con nghe Phật
Phật nghe con
Giữ tròn tâm hồn
Con – Phật không xa
Phật ở trên non
Một lòng sắt son
Phật về nhà con

Con Phật một nhà

Phật không xa con
Con không xa Phật
Con Phật đậm đà
Tình thương chan hoà

Phật dìu con đi
Qua từng hải đảo
Qua từng khóm rừng
Qua từng hố sâu
Qua từng núi đồi
Qua cánh ruộng nâu
Lặc lìa khóm núi nương dâu

Biển trần nhân thế
Nay còn mai đâu
Tu Phật nhiệm mầu
Còn mãi nghìn sau.

Nhạc lời bài 8:
Đêm Rừng Lửa Cháy

Rừng âm u!
Cây đẫm sương mù
Chen lẫn mái tranh
Dân tộc tu ru
Người dân miền núi
Sống an lành, không mơ thị thành.

Chợt loé lên
Một đóm lửa sáng
Cháy lan tràn
Lửa cháy núi non
Núi non ngập tràn lửa cháy
Lửa cháy xóm làng
Lửa cháy căn nhà sàn
Căn nhà của dân tộc trên non.
Của tình người sắt son
Của dân tộc núi non mỏi mòn
Họ bồng bế con
Xuống dòng suối mát
Ngồi trên tảng đá
Nhìn vọng về non
Thôi không còn
Căn nhà sàn
Chỉ có tro tàn
Cuộc sống lầm than
Muôn đời hỡi người nhà sàn

Lâm lũi, từng tấm khố rách mênh mang
Chiếc thân bèo bọt
Muôn vàn khốn khổ
Người phải đi hoang
Người phải chết trong héo mòn
Loài người, bài học sống trên non.
Ôi! Rừng xanh
Xanh ngát dặm mòn
Ôi! Rừng xanh
Xanh ngát từ thủa hồng hoang
Bây giờ không còn
Màu xanh của núi
Xa tít chon von
Như thân cây khô
Như cành lá khô
Như mảnh đất khô
Hết rồi! Hết rồi!
Của người dân tôi
Ơi! Của người dân tôi.

Nhạc lời bài 9:

Điện Phật Chùa Tôi

Điện Phật chùa tôi
Trông thật trang nghiêm
Khói trầm toả ngát
Hương thiền lan xa

Trông thật đậm đà
Bông hoa tươi mát
Ôi! Lòng vui chan hoà
Tiếng mõ nhịp nhàng lời kinh
Tiếng chuông ngân vọng
Tâm linh tuyệt vời
Ưu phiền rụng rơi
Lòng mình thanh thảng
Sống đời an nhiên.

Tôi lên chùa tôi
Đi vào chánh điện chùa tôi
Như nguồn suối mát
Ngọt ngào tình thương
Ơi! Hỡi người ơi!

Cùng nhau tu tập
Cho đời nở hoa
Chánh điện chùa tôi
Trông thật hiền hoà
Phật ngồi vững chãi

Như là Pháp thân
Lòng từ bi xông ướp hương trầm
Tinh chuyên trí tuệ
Cứu nhân độ đời
Ơi! Hỡi người ơi!
Ơi! Hỡi người ơi!
Mộng đời ta vỡ!

Nhạc lời bài 10:

Thiền Thất Tịch Liêu

Kìa, thất ai đỉnh núi cao
Kìa, dáng ai trông giống hao hao
Thiền Sư xuống núi
Tay chống gậy tiểu
Chiếc gậy tiều phu

Thất ở trên non
Thất sớm hôm với lá
Thất đượm đà
Thất mượt mà với ánh trăng rằm
Thiền Sư mỗi năm
Về thăm phố thị
Hoá duyên độ đời
Đưa người vượt khỏi sông mê
Phát tâm Bồ Đề
Về miền Tịnh Độ
Đoá sen hồng lỗ lộ cưu mang
Niệm từng tràng hạt
Tâm thư thái an nhàn

Thiền đây người ơi!
Tịnh đây người ơi!
Thiền Tịnh song tu
Pháp môn giải thoát
Hiện đời mãi mãi ngàn sau.

Thiền thất trên non

Thiền sư về núi
Toạ Thiền ngắm ánh trăng tròn
Trăng tròn mười sáu
Ơi! Tâm hồn của một Thiền Sư
Nhất như! Chân như! Không hư!
Sư ngồi Thiền
Tịnh thất trầm tư.

Phật pháp là dòng suối mát, là làn gió thanh lương,
làm êm dịu cái nắng chói chan, gay gắt trên cách đồng hoang vu,
hay những bãi sa mạc sương mù, nắng quái.
Phật pháp là yếu tố, chất liệu có một hương vị giải thoát.
Người nếm được hương vị ấy, người được an vui.

THÍCH NGUYÊN SIÊU
Triết Lý và Thi Ca

CHÙA PHẬT ĐÀ - SAN DIEGO, CA

PHILOSOPHY
AND POETRY

Author: Nguyên Siêu

Translated by
Diệu Kim & Nguyên Đức

CONTENT

PREFACE

Philosophy is pistils of flowers while Poetry is bees and butterflies. Pistils spread fragrance and provide nectar to nurture butterflies and bees. Philosophy is the sun while Poetry is sunrays. The sunrays come from the sun to warm and nourish all in the universe. Philosophy is the moon while Poetry is the marvelous moonlight. Sunrays and sunlight inspire many poets and literary writers with vague, illusionary, poetic and dreamingly fantastic thinking. Philosophy is without words while Poetry has numerous words and beautiful rhetoric to express the poetic flavors of the author's literary language. Therefore, Philosophy and Poetry represent two worlds, the invisible and the visible. The existence and the non-existence. The subject and the object. However, it is not actually the contradictory pattern. It is in fact the conventional pattern that poets put together to weave into the illusionary characteristics of the rhetoric.

Philosophy is dry like the cliff. Poetry is wet like the soaking dew. The cliff is tinted with the dew. The dew soaks the cliff. The mutual relationship creates a living force with rising and sinking energy of the reciprocity and interdependency relationship, never separating from each other.

Philosophy and Poetry must have a primary cause and a conditional cause to create the thinking and experiencing in the path of the life course full of various hardships and challenges. Perhaps, the mental perception has contributed the reflective thoughts and experiences to form the illusionary rising and sinking pattern of human life. The simple and harmonious pictures, the laughter and the cry still linger somewhere. They are lingering like a Philosophy as light as the dew and like a kind of Poetry as smooth as the milk. The dew and the milk mingle to exist and survive, for their existence and non-existence. They are like the illusionary images on the mountain top and on the deep ocean floor. Philosophy and Poetry are like the playful game of language from the old time. From the original ancient time of mankind on earth. From that time, mankind possesses a Philosophical life as reality while Poetry is the spoken language, expressing the flavors and sentiments of mankind over time. Poetry represents the cry from the babies and Philosophy represents the Mother breast-feeding the child. The Form as it is. The Nature as it is. The Shape as it is. The Usage as it is... The End from the Root to the Branch as it is. It is as it is.

The message expressed in Philosophy and Poetry is only a star-fruit flower on the hillside. A secluded bell-tower on the mountain slope. Or in my Master's hut standing lonely on the hill worn out over time. The hut is still there but where is my Master at this time? An old pine tree by the river bank with craggy rocks, always spreading its branches and foliage to give cover and protection to the water stream pouring down from the high spring water source that makes constant rustling sounds. A moss-covered tower. My Master looked calm and deliberate in his robe faded by the sun and the wind. Time continues passing by, wearing out indifferently, not waiting for anybody. My Master passed away like many others. Those left behind are the blurred images of the incense-smoke that should learn how to love and preserve the tradition. Let us not destroy the traditional values of the country...

Please let me express in Philosophy and Poetry my heart-felt feeling, my immense love and faith of my novice time with the aspiration of attaining the throne of the Supreme Enlightenment. My indestructible love and faith for living thousands of years at that destination.

Finally, my gift to my beloved Dharma friends and Dharma brothers with my most humble offering.

Let me express my thanks to many Buddhist members for their whole-hearted help in all aspects. My thanks to two Buddhist members Dieu Kim and Nguyen Duc for their efforts and time to translate into the English language. Let us return the merits to all for the full blessings of a divine life.

My dedication to my Father and Mother, the two most beloved Great Bestowers of my life.

Phat Da Temple, Phap Vuong Monastery
January 15th, 2021

NGUYEN SIEU

Ideology

Traces of footsteps of people passing by are left behind, leaving clear marks on the sand beach. Even though those people have moved toward the remote horizon, they have left behind the clear marks of their footsteps. People who commit evil acts cannot have those evil acts erased in the process of karma retribution, if those people are not committed to repent their evil acts.

The smell of the delicious nectar of many kinds of flowers having much sweet taste concealed inside cannot prevent the bees and the butterflies from circling around the flowers to smell the fragrance and to suck the sweet nectar, causing the destruction of the pistils and flowers.

The day I departed, I did not clearly see each road and each winding path in the village, or each straw roof, each bamboo hedge and each furrow of green cabbage in my native land. How are they now? I am in a remote horizon, way out of sight. If I have a chance to return, I can only see with my own eyes an unfamiliar and unreal scenery. That is because the beauty that I saw in my childhood has been crushed and buried by traces of miseries.

Buddha's teachings are the cool fresh spring water stream, the serene breeze cooling the scorching hot sunlight on the uncultivated fields or in the deserts fully covered with fog and parched by the extremely hot sunlight. Buddha's teachings are the elements and substances with the flavor of liberation from sufferings. Whoever tastes that flavor will have peace and joy.

The Meditation Master sits in meditation by the tree trunk. The crow builds its nest on top of the head of the Meditation Master. The crow is committed with the whole mind to sit on its eggs until they hatch. The Meditation Master concentrates with the whole mind on meditation, unaffected. The crow and the Meditation Master both have the same nature of The Oneness Truth. The illusory nature of Existence. The Void nature of Existence. The Absolute Truth.

Sufferings are not what anyone would wish for, but we do not know the most unbearable miseries carry possibilities of happiness and success. Just like the lotus plant growing in the polluted mud while the lotus leaves are still freshly green, spreading on the water surface. The lotus flowers are marvelously fragrant, full of divine living force until some day when the lotus leaves dry up, the lotus stems shrivel, the lotus seed-receptacle decay and droop down and the lotus flowers wither. However, they all are in that polluted muddy pond.

The living force of the Sangha is the harmony, the serenity and the richness in virtues of tolerance and forgiveness, joy and equanimity. It also includes the establishment of a frugal and simple life and the cultivation of the pledges of the supreme master leaving the dusty world of desires and illusion to save beings, as solid as the indestructible diamond, in order to progress further to the pledges of saving beings that are as powerful as the roaring thunder and the swelling ocean.

Please look at life with your beautiful eyes to see the high up blue sky without seeing a single line of dark cloud suddenly appearing somewhere. The line of dark cloud will soon disappear, but the high up blue sky will remain forever.

The cool shade of the green tree is the fragrance and taste of the life source. Human beings should nurture green trees to create a green world in human society. Green mountains. Green forests. Blue oceans. Immense green rice fields in the evening with rustling sounds of the light, gentle and peaceful breeze with the rural flavors of the countryside.

The sentimental characteristics of people are to know how to love our native country and our people. Our native country is the umbilical cord at birth, the first cry from the lips and the image of the baby ending the use of the crib after one month. The race of our people is to cultivate each drop of our fresh blood and the sunburnt skin to nourish our people to make it possible for them to stand firm on the beloved native country for thousands of years. Therefore, the characteristics of our people is to mingle ourselves with the destiny of our country, in prosperity or in decadence, to embrace the two words "native country" in our hearts and forever preserve our proud and indomitable people currently living here.

My Master was reading a book. The book was looking at my Master. Both are unaffected and motionless. My Master was the eminent Master of highest virtue of an unsophisticated person. He loved all things and respected people. All his life he lived a simple way of life with leaves and flowers on the mountain slope, never leaving the temple for a travel like being on the path of the clouds.

THE SEEDS SPRINGING UP
FROM THE EARTH

Wet Earth. Dry Earth. Soft Earth. Hard Earth. All are materials to nurture everything to maturity. Human beings rely on the Earth for life and also for death. The value of life comes from the Earth such as the farmer rolling his pants to his knees, with sunburnt skin, his sedge hat with torn rim, driving the buffaloes out to the field to plow on fertile soft land as wet as mud, ready for the rice growing season this year. Many rows of farmers with their backs bending low, pants rolled up to their knees, wearing sedge hats faded in the sun and rain, holding bunches of green rice seedlings, transplanting them down to the soft land field. Moving backward many times until reaching the back edge of the field, completing the rice sowing task on the whole rice field. From that moment on, the earth nurtures the rice seedlings just transplanted. Rice seedlings grow into rice plants. Rice plants blossom with young rice seeds. Rice plants keep blossoming with mature rice seeds. Then the heavy mature rice seeds make the rice plants bend down as if to express gratitude to the earth. The earth nourishes the rice plants. Rice plants give rice. Rice feeds human beings. Living human beings as we know today. That is the philosophy of The Production of Causal Conditions of infinite multifold things, in the Three-Thousand-World universe. In the same way, other beings , birds, animals…, grass and plants, leaves and flowers, gold, precious stones, diamond… and many others… all are also nurtured by the earth. How can we find the best way to think about, to find a reasonable way to explain so that listeners do not have unclear understanding and concern. No lengthy explanation. No waste of time. That is called the philosophy of the Earth.

Years ago, the land fields are wet and muddy, but after a long time in the hot dry sun, the fields become dry and cracked, forming an earth field figure of triangles, hexagons, octagons. The cracks on the earth form zigzagging and crisscrossing lines. However, there are hidden seeds beneath the earth, with the help from the cold dew at night. With the help from the day sunlight and with the help from the air that the seeds absorbed, the seeds find their way through the earth cracks, gradually springing up. The sprouts are of soft white color, the young leaves are greenish proving a strong living force in spite of the dry cracked earth. An ever-existing living philosophy in the earth arises, preserved by the earth, always nourished by the earth until the day the seeds flourish into flowers and fruits. A living philosophy comes from this process. It is latent in objects. It is nourished by the deep earth. Many hills and mountains. Deep oceans. High mountains. Immense oceans. Green hills. Blue water. The accepting earth. The protecting earth. The open arm earth. The embracing and pulling in earth. Just like the earth embracing the seeds. The earth nourishing the young rice plants… Nothing ever separating from the earth.

Sitting here, leaning against the pine tree trunk on the Phap Vuong hill, eyes rolling near and far at the sceneries of uneven lines of fresh beautiful leaves and trees, dimly appearing under the moonlight of the twelfth and thirteenth nights. It is not the full moon, the moon of the sixteenth night. But the current moonlight is bright enough to see each of the snails crawling on the leaves, leaving behind them a white line of their foam. To see mother fox and her four puppies moving in the front court, with the mother fox raising her head, looking around seeming ready to protect her young ones as she hears the noise. A living force exists on the earth surface. The seeds exist within the earth. Everything carries a living force. Big living things carry a big living force. Small living things carry a small living force. The living philosophy is to respect life. The life of the seeds is similar to the life of the snails. The life of the blue ocean is similar to the life of the high mountains and forests. Everything is quiet, motionless, exposed under the dim and mysterious moonlight. Appearing and disappearing. Dim at times and bright at other times. It makes the viewers of the scenery more dreamingly uncertain.

I dream the sixteenth moonlight
Shining on the fragrant rice fields
The country of Viet Nam still exists
The ardent heart of our people
Lac Hong civilization

Descendants of the Dragon and the Deity
Kind-hearted Mother Quan Yin
Protecting our people, our country.
Peace and joy.

The leaf of the magnolia tree falls down to the base of the tree. Lying motionless, the stalk of the leaf rests on the rock. The hot mid-day sun roasts the magnolia leaf, dry and brittle like all leaves in the forest, fresh and vivid in the morning turning withered in the evening. Like the passing of time coming and going endlessly. Nurturing life. Burning down life. A philosophy of life and death, continuous to eternity.

Mountain top, dense forest and cliff
The cloud covering the morning fog
A person wandering on the long road covered with dust
With weariness of a worldly life!

Confined powerlessly, sitting and remembering the past
From the ten-years-old age
The trace of the worn-out foot-steps
Through deep ravines and abysses at the twenty-years-old age.

That is the way the seeds spring up from the earth. Like the way the termites push up from the earth. Like the way the crickets emerge from the earth. The philosophy of springing from the earth. Of heaping up the earth. Of gathering the earth by the creatures living within the earth. The philosophy of springing up from the sand. Of heaping up the sand. Of gathering the sand of the creatures living in the oceans, crabs. Jumping fish. Flying fish. If someone pensive within the stream of the conscious mind, moving up and down like thousands moving waves, standing on the sandy beach to advise the shrimps and crabs to love each other.

The caterpillar crawling around on the leaf
The morning dew still lingering on the branch
Birth and death revolving in cycles without interruption somewhere
Leaving marks of sunlight on the thatched hut through passing time.

Birds still singing, wind in the wilderness still blowing
Clouds still flying, spreading over the silk blinds
In an instant I find myself as if
I already write poetic lines on the clear moonlight.

The cold spring reflecting the image of a decrepit man
Resting his head in the West, while his dream is in the East
The wandering foolish man bearing rotten moss
On the road fully covered with dust.

The colored cloud tinted with fading shade
Melting the night dew that gives a chilling feeling of a loose string sound
Stooping down lower to look attentively for a moment
At the heap of decayed bone without knowing who builds the grave.

The moonlight disappears on the other side of the green hill. Only the twitting sound of the night birds lonely searching for food somewhere. However, it is not the case. It is the gesture of nature, with two skillful and rough hands nurturing life and killing life.

The tiny bird twitting in the sky

Bidding farewell to two broken wings.

Philosophy and Poetry are like two entities to establish the Existence, the Non-Existence, the Real, the Unreal hidden behind the cliffs of high mountains. And sunk deeply into the abysses.

SITTING HERE ALONE

Mountains sit by themselves. Mountains sit stable. Mountains challenge time. Mountains stay unchangeable through the months and years. Mountains exist on this earth, as old as the earth. Same time with the earth. Where the earth exists, mountains exist. The rock sits by itself. Hard rock. Solid rock. Heavy rock. Those are characteristics of rocks. Rocks sit on mountains. Rocks lean on mountains. Rocks pile up to make mountains higher. Rocks embellish mountains. Rocks make mountains splendid and powerful. Rocks and mountains support each other to maintain life. Rocks separating from mountains will be lonely and unconnected. Mountains without rocks will be eroded and stunted. Dry mountains. Dying mountains. On sunny days the sunlight glares on the mountain tops giving the mountains an illusory and mysterious beauty. Bright areas. Dark areas. Sharp areas. Pale areas. What a beautiful picture of nature. As beautiful as the embroidered brocade of the landscape. As splendid as the prosperity of the country. The natural resources from the earth are inexhaustible. Whoever once facing the mountains or facing the rocks will feel at ease, peaceful and unmovable. Unshakeable like these mountains and rocks. Unshakeable, splendid and powerful like the Rocky Mountains in Colorado. The Rocky Mountain Range is like the pillar propping up the sky, giving people the feeling that rocks and mountains will exist until the endless time, eternally, never broken, never destroyed or never disappearing from where they ever existed. A feeling of the mind in complete concentration!

Buddha taught:

"Just like the steady rock. Not moved by the wind. People with wisdom are unshakeable by praises or bad remarks."

The meditation master taught:

"Smiling while in sitting position, steady like a mountain."

That is the Philosophy of Rock. Philosophy of Mountain. As for poetry:

The light of the dawn shines into the heart
Revealing human heart with holes
The sunlight at noon shines into the heart
Revealing human heart with breathing rhythm.
The light of the dusk shines into the heart
Revealing the heart not alive
Lying there motionless awaiting
Like a grave on the roadside.

A petrified woman holding her child waiting for her husband's return. The Mountain of the Woman Waiting for her Husband's Return still sitting there. Standing there in the land of the country of Viet Nam. Petrified vulture, for many thousand years on the Vulture Peak Mount (Linh Thuu mountain top) in India, the rock with the shape of the vulture head next to the Buddha's dwelling. And many more legends. Unofficial historical stories. The history of mountains and rocks serves as evidence, embellished by human beings, of the closeness and the love in the life of animals, plants and all things. The closeness and love are similar to the stone arms of the mother holding her child close to her heart. Holding to keep her child warm. Singing the lullaby with her soothing voice. The motherly love. The soothing lullaby of the mother emotionally affects mountains and forests. Animals are also emotionally affected. Many animals in the wilderness come in groups to visit the stone mother. The tale of the petrified human being, symbolizing the heart of a strongly committed human being. The heart living because of others. The heart of a sincere, warm and loyal human being over time. The lesson from that heart we have to learn today. Learn how to protect the heart from being eroded with time. Learn how to build up the heart with the fresh red blood. The blood that nourishes human bodies. The blood that benefits other human beings and also benefits leaves, flowers and garbage. The stone heart exists at some place but time has brought the stone heart to all. To each human being. To each region, from the busy and animated cities to the mountainous areas with forest trees, green leaves, green mountains evoking poetic and tranquil impression. That is the living philosophy of human beings and nature:

In one hundred years, the water flows under the bridge
Nobody can count the tears of sadness
The afternoon sun sheds the dim rays of light

The dew covers the grave with wavering flowers and leaves.

Sitting here alone represents a philosophy of Tranquility. The philosophy of Meditation. Sitting alone to observe the mind that suddenly appears and disappears, coming and going unexpectedly and unpredictably. Sitting alone on a boulder, by the pine tree, on the river bank. Looking at the stream of water flowing quietly. Calm, unwavering. Sitting to listen to the voice of the river. The river speaks with a soundless voice. The voice without words. The voice of the river is a type of voice not spoken in words, not audible in sounds. The sound of the serene and unaffected nature, the earth and the sky. Only whoever possessing a serene and unaffected mind is able to hear the voice of the river. The cliff in this place, the pine tree in this place already heard the voice of the river. Therefore, the cliff is always damp and wet, covered by moss, providing a living environment for moss and water-plant. For the snails and insects to build a peaceful and joyful living place. That is the philosophy of the river, giving benefits to others, bringing freshness and peace to the fields, gardens, flowers and leaves.

Every night the pine tree listens to the singing of the river. The singing voice is soothing and smooth like velvet. The singing voice of the river rises up. Rising as high as the pine tree top and stopping there. That is because the river does not want to leave the pine tree. The pine tree spreads out over the river keeping the river cool and fresh. The river provides cool water to the pine tree. The river and the pine tree depend on each other for their existence. A mutually dependent existence. That is a philosophy of Reciprocity and Interdependency that gives rise to the poetry of the pine tree on the bank of the river. Poetic with the whispering wind in the wilderness, day and night like a song to make the peaceful river carry the alluvial soil to the fields in order to nourish the fields with more fragrance from rice seedlings and rice plants.

Sitting here alone to meditate. The river flows through many waterfalls and rapids, high mountains and dense forests. At times, the river flows in winding paths, other times in straight paths. The river always lives within itself. Although that river appears always moving but actually it is unchanged. The river in the high mountain, the river on the plain or the river flowing to the ocean all are the same water stream. The water stream from the source of the spring at high level. The water evaporated from the lakes, ponds, ditches and canals transforms into raining spells overflowing the river so that until today the river still carries the stature of the water from the beginning of time. From the remote time of the tranquil mountains and forests. Only whoever sitting here can feel the existence of the river and the reflected image of the pine tree on the water. The pine tree and the water embrace each other, whispering to each other through all the changes over one hundred years. The water flows to the ocean. The pine tree still standing here. The pine tree projects the shade in the afternoon sunlight. The water continues to flow mindlessly. The causal condition connection between the pine tree and the water is the causal condition of reunion through the passing of changing time. Meeting then leaving. Leaving then meeting again in the impermanence of time. With one person parting, one staying. It is the delightful meaning of Poetry: Meeting you, my dear, for one hundred years on the high mountain top, or on the long river or the immense ocean. Sinking deeply in thoughts of old memories.

Intensely absorbed in memories of the remote past. Like a drop of salty water in the ocean. Like the dewdrop at the end of the branches. Like the leaf separated from the source. Like the ocean singing a song. The serene holy song:

Waves rising high
The white-cap waves
Thousands of waving surges
Rushing to the shores
The bright blue surging waves
Singing a lullaby to the sand
The sand gazing at the bright moon
Just like your eyes
Perplexed in your dream
Then a hundred years later
You are a forgotten past
The waves stop singing
The sinking waves deep in sleep
Submerging in the dream
In the forest in the fall
Your body all covered by fog.

These are the feeling of gratitude in the illusory life of human beings that until today continues to echo, like the murmur on the mountain top when sunlight shines on the green trees in the forests. Illusory dreams pass like the birds flying in the sky without leaving any trace. Awakening then illusion. Dream then reality. You are still lying and waiting on the dry leaf, motionless for thousands of years. Early sunlight. Evening dew. Ephemeral and unreal, my dear!

Do you ever see the moon coming up
Do you ever lull yourself into sleep
An illusory sleep
Spreading all over mountains and rivers.

The dry fields
Insensitive heart
Burning every night
Spreading smoke and fire all over.

Which fire burns me
Which fire burns you
Into the dark heart
Blinding the love of the country.

The worn-out foot traces
Left on the narrow path
For you to see with your own eyes
If you ever return.

And that is where the pledges are kept:
The pledges of loving the country
That nourishes your life
Each thread of your hair grows bigger
Your two hands grow longer
Your two feet grow tougher and stronger
The heart with red blood.
The pledges of loving the country.

My dear, please wear the brown dress
Like the color of your sunburnt skin
Like your brown eyes watching your country.

My country
Your country
Our country
Love
Your love
My love.

Poetry is like the streak of sunlight
Moving the moonlight in the open sky
The evening moon shines endlessly
On the sutra of prayers for the release from birth and death cycles.
Your mind is like a blank page of paper
With bold mark of smeared ink
Writing up the words of a song
The song praising the rivers and mountains.

Nowadays or thousands of years later
Your hair floating in waves
Floating along in the refreshing wind
Refreshing all over the sky of the country.

On the road that you have passed
The fragrance of your smooth hair still lingers
Lingering like the pledges.

You lie down for the mountains and rivers
The green fields as well as the red blood
The golden rice fields showing the words of the haughty song.
Tomorrow when you return
You still remain a citizen of Viet Nam with peaceful love song.

Wavering moonlight

Shining on the straw roof
Fully preserving the fragrance of the country
Fragrance of tea. Fragrance of grapefruit. Fragrance of areca.
Fragrance of the fields.
Fragrance of the villages. Fragrance of the temples. Fragrance of the
wooden-bells.
The fragrance of the beloved sandal-wood incense.

Still sitting here. The old pine tree is still there. The sad stream of water flowing on the two sides of the river. A Philosophy of high summit. Of abyss. Never lost.

THE PEAL OF BELLS
AT THE OLD TEMPLE

On the slightly sloping hill, there is an old temple hiding under the branches of rows of tamarind trees. The path from the shrine house where the desolate spirits are worshiped is not very far from the main hall but the path has to go through two rows of hibiscus. Areca flowers, chloranthus flowers and aglaia flowers spread the sweet fragrance that freshens and lightens the minds and hearts of visitors from everywhere on their slow walk towards the main hall. The moss and algae covered stone walls prove their existence through many years. The stone wall stands there to witness many changes, up and down, rain or shine. The scenes of people departing or staying are like the train running in front of the temple gate in the early morning or in the evening on the two long endless tracks of railways. A type of philosophy of parallelism, the two straight lines never crossing paths.

Standing on the hill top, looking around the village, we can see the watercress ponds, the green coconut tree grove. Farther away is the faded image of the mountain ranges serving as the background picture of the countryside in the evening. The landscape is quiet at the time the sun sets on the other side of the mountains and hills. At that time, the peal of bells of the old temple finds its way to penetrate through the grass on the fields and the wild flowers into the minds and hearts of the villagers living at the foot of that hill.

It is like a habit or way of life from the image of the temple, from the echo of the peal of bells, from the gentle and friendly stature of the Senior Monk, the Head Master of the old temple. Through many changes of life, in peace time or in war time, in time of hunger or in time of prosperity, the villagers still stay with the fields and gardens, the cleared-and-burnt-over farmlands, the place where the living force is strong and full of love for the country. The peal of bells of the old temple that seems to secretively finds its way to penetrate into each leaf, each flower and each species of snails, flies and mosquitoes. That peal of bells in the evening gently lulls the lonely souls of countless birth and death cycles

The old temple. The peal of bells of the old temple. Pebbles! Rocks! Green grass! These are the important characteristics that embellish the life of honest people living in the countryside of Viet Nam. That beauty, those important characteristics are seen through the monthly offerings to the Senior Monk, the Head Master of the old temple, of basket of sweet potatoes, dozens of sticky corn, scores of mangoes… from the love of the villagers. Those are the familiar images that are seen on the three-level steps leading to the old temple. A kind of philosophy at the Buddhist monastery that does not require studying or teaching but deeply imprinted in people's heart and mind through many generations. This evening, the peal of bells of the old temple once again gently and sweetly rings into the hearts of the villagers just like the fragrance of the star-fruit flowers on the hillside.

The old temple at this place is not colossal, high and spacious but only humbly stands under the old tamarind branches, the flamboyant-flower branches or hiding itself under the shade of the Bodhi tree, as if the temple quietly exists through the time, as if it wants to stay away from the busy and animated environment. Yet, the Buddha statue made of sandal-wood always firmly sits in the central part of the modest main hall where a couple of oil lamps with wavering light, sometime dim sometime bright, enhancing the spiritual and marvelous atmosphere. If someone ever scrambles for fame and profits, and if someone ever tastes the bitterness of many challenges in life, now standing in the meditative, secluded and quiet environment, will feel some relief from the miserable changes, calming the heart and mind surviving strong winds and stormy rain. Kneeling there. Respectfully clasping hands. Looking at Buddha, mumbling the names of Quan Yin Bodhisattva or Ksitigarbha, feeling at ease, at peace and joyful. This is a living philosophy of the human heart or the flavor of the poetry of the country and religious teachings.

Can you tell me which song is the best
Your answer is the song praising the country
The song praising the country is marvelous
Resounding the road to freedom through thousands of years.

The ferry-boat, the banyan tree and the river dock
Inspire the writing of history of our people
Weathered by soaking rain or scorching sun

Still persistently loyal and unshakeably firm through hardships.

Temporarily stopping at that river dock
Sharpening the gold sword under the moonlight
Keeping the national borders safe, protecting the people
Brightening the moonlight on the long road.

My dear! Listen to the fairy sweet melody
Weaving the indomitable and heroic lines of Vietnamese history.
That is the crib and the nest
The umbilical cord at birth you frequently praise in the song.
But now do you ever notice
No more of the late afternoon
When the stork flying with outspread wings over the smoke-covered
porch
The villagers work hard from the sunny morning to the dewy
evening
Feeling compassion for our people when hearing the peal of bells of
the old temple
My dear! At sunrise one morning
Offering the incense to pay homage to Buddha
Buddha smiles
Blessing and saving all sentient beings.

People and traces of their footsteps have passed but the echo of their footsteps still seems to exist somewhere. Still existing on the boulder by the side of the tamarind tree. Still existing at the shrine house where the spirits are worshiped every evening: "*Tat pha dat tha...* or *an noan noan noan noan...*" praying that the throats of all desolate spirits open wide for swallowing food to keep them fully fed.

DIFFICULTIES
TEACHING ME

My Master taught me:

"*You have to practice The Noble Way. To be born a human being is extremely difficult. Now you are a human being, you have overcome that difficulty. Therefore, do not go astray from your goals and waste the special opportunity of a human life.*"

His teachings were so simple but until today I do not think I have completely accomplished his teachings sixty years ago. Quietly and pensively sitting here in recollection of my past. Recollection of the time of a young child going to school, sitting in long class sessions, listening to my Master's teachings about Cultivation of the Mind and of the Character. Cleaning the vase. Purifying the Mind. Never let the dirty moss cling to The Mind.

I live the life of a novice-monk under the roof of a small old Buddhist temple,

In the cool shade of rows of surrounding green coconut trees.
Listening to the sounds of the sutra recitation resounding every evening
Looking at the flowing water of the river every early morning.

Knowing well and remembering that I have had long enough years of life,
Gray hair over my skinny worn-out forehead.
Sitting quietly and pensively thinking of the past,
The blue rapids and ocean dimly fading and disappearing into the
cloud in the horizon.

The dust from the chalk falls to the bottom of the wall. The piece of chalk gets

shorter in the fingers. My Master's old age also goes along with the past. Old age. Skinny and bony body. So skinny that what are left visible are the eyes in the deep sockets. The broad forehead. The two thick lips. The high neck. His body looks just like a reed. Fragile. Very thin. It is a reed with thoughts. The eyes with vision. The lips with voice. The legs making steps although unstable steps. The voice exists but lost in the deep hole. The look exists but looking into emptiness. All of those disappear at the end of the tunnel. Those are the images of my Master. Nowadays they are all ruinous images. Beause my Master's back is straight, his neck high, he does not bend. High neck is to protect others. Straight back stands against slavery. Bright eyes to see the truth and broad forehead is to keep the head unbreakable. That is so simple, but I keep on learning, learning forever. I always remember my Master's teachings from "Khoa Hu Luc." Remembering to realize that to be born a human being is difficult. What is even more difficult is to live a worthy life. Living a life like my Master is difficult. Behaving like my Master is difficult. Difficulty, that is the difficulty of living the life of a True Master. Difficulty of living a humble and dignified life. The difficuties are comparable to:

"A wild fox listens to Master Ba Truong's preaching. Shellfish knows how to support Diamond Sutra. Ten thousand fish are transformed into children of The Lord of Heaven after hearing the name of Buddha. Five hundred bats become Devas while listening to Dharma teachings. The snakes are reborn in heaven while listening to repentence prayers. The dragon achieves awkening while listening to sutra recitation. They all are animals, yet they are receptive and awakened, how can human beings not return to their good minds?"

(Khoa Hu Luc, page 161.)

A philosophy of transformation. Transformation from animals to human beings. Transformation from human beings to Buddhas. A difficult never-ending process. My Master sits in the dim light of the tiny egg-shaped lamp. The tiny wick. The dim light spreading. A quiet and motionless atmosphere.

My Mater tells me I must recite the sutras twice a day,
To permeate the air of the temple with a fragrance of the meditation house,
The fragrance of the incense lightly spreading around the window frames,
Consciously I feel the moment of existence in my heart.
The birds singing on the branches,
Rhyming with the sound of the bell resounding from the temple,
The tilted shape of a novice-monk,
Sincerely repenting, erasing all worries.

Truly difficult. I advise myself. Practice sitting straight. Practice standing straight. Practice speaking while looking straight ahead. Practice keeping the mind straight. The mind not bending. The mind of a carpenter chiseling wood to make a wheel. The mind of a farmer channeling water into the field. The mind of a person holding a bow to shoot the arrow. And the mind of a meditation practitioner sitting motionless and quiet to prevent the mind from wandering around. The tranquil mind. The unwavering mind. The mind of a practitioner. The receiving and retaining mind. The protecting mind.

Many years passing by. I learned. I keep putting in my cloth-bag. Keep putting in but it is never filled up. Until today I continue to put in. Tomorrow I still continue to put in. Putting the good in the bag. Putting the bad outside. Putting both the good and the bad in or out. The difference is being in or out. That is what I learned from my Master. Only learning the way of putting, but I continuously fail to accomplish. So many things. Too many roads in life. Too many ways of practice. The way of practicing The Four Noble Truths: The Noble Truth of Suffering. The Noble Truth of the Cause of Suffering. The Noble Truth of the Cessation of Suffering. The Noble Truth of The Path leading to the Cessation of Suffering. The eight paths: The Eightfold Path. The twelve paths: The Twelve Links in the chain of Causes and Causal Conditions. The path of Thirty Seven Requisites of Enlightenment. Too many ways of practice. Making unwise steps leads to getting lost. Falling to the earth and until now still looking for the right road leading to Enlightenment. The road is still long. But the direction is getting closer. The road is already close. The road is in front. Mountains and hills appear clearly. Bell tower. The trail. The image of the Master sitting there. He sits motionless. Sitting there from unknown time. From the ancient time. From the time of Oai Am Vuong Buddha (The King with awe-inspiring voice Buddha.)

The star-fruit flowers on the slope of the hill of the old temple,
Turning the blossoming flowers into fruits of love,
Every morning I sweep away the fallen star-fruit flowers,
With cheerful feelings beaming with the success of living on monastery food of fermented bean sauce.

The fragrance of the areca flower pollen mingles with the fragrance of the star-fruits and grape-fruits,
The streak of evening smoke hovers over the low straw roof,
Rocking the child, the mother sings a folk lullaby,
The soul of our people and our native land spreading over thousands of miles.

Done sweeping the courtyard of the temple. Already smelling the fragrance. Feeling serene. That is a difficult task. Maintaining the serene mind. Maintaining the peaceful mind. Maintaining the pledging mind. Keeping the old pledge made at the side of the waving water. Walking along the village green field. Many hopes for the future. Hope to be born a human being. Born a human being is difficult. Now born a human being. Once a human being, one must practice The Way.

Whoever practices The Way in this life
Diligently and studiously,
The glorious result
Will glow like a golden mountain.

Whoever does not practice The Way in this life,
Misery resulting from laziness,
When awakened from bewildered dream,
Embracing stacks of burning ash.

That is the difficulty from this life to the next life. Rolling and revolving through innumerable lives:

"Once fumbling, being reborn a human being again in thousand life cycles is difficult."
"There is an urgent need to sow the good seeds, do not persistently create the bad fruits."
"Everybody must realize this truth early and commit to practice The Way diligently."
(Khoa Hu Luc, page 328)

My Master sits by the window, his eyes fixating to the mountain range from afar. Blurred image. Fog and smoke. Exposing and hiding along with the stream of the conscious mind. My Master clearly sees the Impermanence.

The termites pushing up the soil to build the termite-mound,
The snake lying to impede the path,
Human beings with all Anger and Ignorance,
The bees laboring to suck flower nectar.

These are struggles of all beings in making a living. Why not living a peaceful life. The immense sky.

THE WHITE
CANDLE LIGHT

I have been taking care of the incense and light service for the temple for five years but until now my Master still reprimands me for committing the sinful act of not correctly putting out the light of the white candles. The Monastic Rule Book teaches: *"Putting out the light by blowing with the mouth is prohibited."* But tonight, after the recitation session of the Bhaisajyaguru Sutra at the beginning of the New Year praying for peace and well-being, I put out the light with the air blown from my mouth. All the light of the white candles is completed out. I have committed a sin, the sin of killing the bacteria flying out from my mouth. Therefore, whenever I want to put out the light, I should do it by waving the palm of my hand or by putting a small copper extinguishing lid on the candle flame until it is completely out.

The main hall of the temple returned to its quiet state. A routine quietness because after the sutra recitation session, the venerable masters returned to their own rooms. The attending Buddhists were leaving. The doors were ajar, as if they have never been completely closed. The only thing left was the fragrance of the sandal-wood incense lightly spreading and sticking to the walls of the temple and the leaves and flowers…somewhere. That was the monastery flavor that only people living in that atmosphere could deeply feel the smell of the ever-existing temple. The fragrance of the sandal-wood incense, the smell from the white candle light that every time I lit the incense, lit the sandal-wood and blew out the white candle light, my nose spontaneously inhaled. Perhaps, by inhaling those sandal-wood incense and white candle fragrance, my whole body also absorbed that good smell.

The alluvial soil nourishes the fields and gardens of my maternal grandmother
The guava trees and the mango trees grow strong all year round
Every time the bright full moon hangs over the alley
My maternal grandmother faithfully watches the statue of Bodhisattva of Compassion.

My maternal grandmother's beautiful garden of betel plants
Spreading the fragrance to the neighborhood and the love of the people in the country side
The rhythmic chant resounds on the dyke
The shape of the stork with outspread wings in the bright moonlight on the mountain top.

That is the Philosophy of Tranquility. What was left was the flickering light from the egg-shaped oil lamp half bright half dim on the Buddha altar making the quietness deeper, more subdued, pushing into the mental perception, showing its existence. From there, once in a while when the fragrance from the sandal-wood incense and the white candle mingle together, weaving into a secluded and quiet atmosphere, smelling good like the fragrance of the meditation coming from some place. From the Buddha of Fragrance Land. From the Tushita Heaven. Or from the mind arising from the fragrance of Discipline (Sila). Fragrance of Meditation (Samadi). Fragrance of Wisdom (Pajna). With all of these, I always devoted to focus on listening to the words of the sutras and the sutra verses in the early morning and at late night in the main hall of the temple.

Tonight I dreamt of a brightly lit candle. The light shined all over, lighting the entire corner of the horizon. All over the sky. Only light everywhere. Only the fragrance of the white candles and nothing but the fragrance of the white candles. Only the fragrance of the sandal-wood and nothing but fragrance of the sandal-wood. Inhaling these fragrances fully into my lung. My lung was inflating. Inflating as if to fill up the room. Inflating to fill up the space. The lung took in all the air. The lung opened wide to send back the air to the universe. For all species. For trees and grass, pebbles and stones to breathe the air together. Breathing the air of the universe of its real nature.

The inspiration of writing these verses comes from my head
My mother raises me without my father
Letting me roll down from the mountain top
Falling into this world of sorrows.

Which dream has come and which dream has passed. Which dream remains in my mind, the dream of attaining Buddhahood. Attaining Buddhahood is not a dream. Attaining Buddhahood must be a reality. Real as the breath. No breath means death. Attaining Buddhahood must be a reality. Without that reality means sentient beings. However, sentient beings are indeed Buddha. Therefore, there is no need to differentiate Buddha from sentient beings. The white candle is the light. The light is the white candle. There is no need to differentiate the white candle from the light. No need to differentiate sentient beings from Buddha. I dream of a dream becoming a reality while I have not put out the light tonight. The sounds of my Master knocking at the door: *"Why have you not put out the light yet?"* My venerable Master! I am seeing Buddha in my dream. Buddha has a pleasant smile full of loving-kindness and compassion.

The white candle lit through the night. The wick gradually burned out. The melting wax from the white candle was spreading, covering the whole plate. The good smell was lightly spreading all around, forming a quiet marvelous atmosphere full of fragrance. All of these are not the Impermanence, not the Nihilism, not the Unusualness which are the thinking of common people in this world. My Master closed the door. He turned around and walked away. He did not talk to me again, but I still heard his voice: *"The white candle light is already out, the Buddha altar is completely in the dark."* I quickly stepped down from my bed, coming to the Buddha altar, bowing with my head down to the floor with sincere penitence in my mind. Penitence! The penitence seemingly lightened my mind greatly. My mind was at ease thanks to Buddha's loving-kindness and compassion. Buddha's loving-kindness is to give love. Buddha's compassion is to save beings from sufferings. After the lighting of the white candle, the main hall was no longer dark. I saw Buddha statue sitting stately on the lotus throne. Solemnity. Wisdom. The Great and All Powerful Master of all time. The devas and human beings all respectfully bowed with their bodies down on the floor.

I walk while the tide is rising
The echo of the resounding sounds creates the thought of a superb true self
The waves are rising and roaring in the misty open sea
Contributing to the pledges of reunion in the next life.

The light from the white candle was out; where was the light going? When a human being died, where did mental perception go? Where was it going, leaving me sleeping in the cold tonight. Sleeping in the dark. Sleeping with a dream. Sleeping in the cold because the white candle light was out. Sleeping in the dark because the white candle light no longer existed. Sleeping with a dream because the mind was not in meditation state. It is because Meditation generates Wisdom. Wisdom generates Discipline. Discipline generates Meditation. It goes in a circle to help the recognition of one's mind. A philosophy of the dream. A philosophy of the original source from the ongoing time of the unknown beginning.

Your skinny shape with hair on shoulders looks like a small yellow deer
Leaning on the door, worn out by waiting for months and years
Coming to the temple and lighting the sandal-wood incense to pay homage to Buddha at night
Innumerable worlds are like drifting clouds in the sky.

My dear, you lit the sandal-wood incense as offerings to Buddha just like the person who lit the white candle light as offerings to Buddha. The merit and virtue are equal. The white candle light continued to shine. Flickeringly shining light on the Buddha altar created a feeling. A mysterious and marvelous feeling. The sacred feeling in the ever-existing solemnity of the main hall of the temple.

THE PHILOSOPHY
OF THE TRAIL

The petals of the red flamboyant flowers fall down. The leaves of flamboyant-flower tree are sadly withered and dry. Everything seems to be in harmony with the chirping sounds of the cicadas in the summer. The winding road on the mountainsides is rough and uneven with rocks and pebbles. Unevenly high and low, the rocks protrude from the mountainsides. The moss firmly sticking to the rocks turns into the color of the green leaves after months and years of exposure to the sun and rain on the mountains. The shape of the Master feeling the beads on his fingers, leaning on the stick in his hand, slowly steps forward. The Master lowers his head, looking down at the road as if his mind is concentrating on counting each rock under his feet. Even when the sandals step on the top of the rocks, the stick pounds on the top of the rocks, the rocks still stay motionless, naturally unaffected. The rocks stay quiet. The rocks are motionless. The rocks challenge the passing of time through months and years when rocks persistently remain rocks. The rocks pave the roads for people to walk on. The rocks are exposed to the sun and rain. The rocks are stubborn as if to withstand the challenges. In the rainy season, the rain soaks the roads. The rain leaks through the cracks in the rocks. Through very tinny cracks in the rocks, the water gives out a dripping sound. The water-drops are crystal clear, shining, sparkling and original in the marvelous universe. Water also wets the rock-tops creating the feeling of slipperiness or the image of the growing and hanging greyish green moss. That is the scene when the Master is not present on the mountain slopes. The small streams are winding through the bushes before flowing downstream toward the watercress fields at the foot of the hill. The living philosophy of the feet. The living philosophy of the sandals. The living philosophy of the head of the stick. The living philosophy of the water-drop, like the art of the fall straight down to the abyss. A philosophy of the trail leading back to the Meditation House.

Once in a while, the sight of the thin flamboyant-flower trees of the summer appears on some sections of the winding road. The image of the red flamboyant flowers and the green leaves appear motionless in the evening sky with no wind. The leaves and flowers on both sides of the road seem to greet the footsteps of the familiar old Master in the scorching hot sunny summer afternoon. The Master's steps always remain on that trail. The trail carries a spiritual philosophy. The philosophy of Divinity. The philosophy of Awakening. The right mindfulness during three-month Retreat Season of the monks. The trail has made a lot of contributions of merits and virtues through many generations, coming and going, from the old time of our ancestors. All roads bear the same common name, but each road has its own particular mission. A particular sentiment. A particular goal. Some roads are fully covered by worldly dust or devastatingly trampled by habits of worldly people, of ignorant people, of the flow of birth and death submerging and sinking in the revolving cycles. What happen to those roads are the effects of the greed that never becomes the absence of greed, of the anger that never becomes the absence of anger and of the ignorance that never becomes the absence of ignorance. That trail leads people back to the wild field of birth and death in the scorching sun of destruction. Those people disappear behind the clouds of blurring dust of birth and death, of a busy human life full of hardships and mishaps. The philosophy of that kind of trail is numerous, gradually falling on shoulders, dirtily sticking to the hair, in various shapes and forms, never-ending and unclear. It is impossible to categorize that kind of delusory, crushed and buried philosophy. That trail begins with a black dot and if it has an end, that end will also be a black dot. The black dots are threaded together into a string of black time, blurred and miserable of the footsteps.

It is also a trail. The trail of the old Master walking while leaning on the stick every day has a value, an unusual philosophy. Unusualness in the Eternal Reality. Eternal Reality in the Unusualness. Unusualness in the Impermanence. Today the Master no longer walks on that trail. Where would that trail lead the old Master? Toward the unknown world? Toward the quiet world? Toward Nirvana realm. Toward the realm of the Permanence, the Joy, the Self and the Purity? Or toward some realms of the Pledges to Save Beings? However, where the Master goes, his image still stays on the rock-tops on that trail.

The old monk sits on a boulder, feeling the beads on his fingers
Watching the flying clouds blown to the open sky by the wind
He spreads compassion to all places
Nourishing the green rice seedlings that send out the fragrance of the familiar hair.

I walk while the tide is rising
The echo of the resounding sounds creates the thought of a superb true self
The waves are rising and roaring in the misty open sea
Contributing to the pledges of reunion in the next life.

On the same trail, this morning many people wearing grey monastic blouse walk down from the mountain to attend classes outside the monastery. They have the peaceful fresh look of the innocent youth. The Sunrise Boulevard. A beautiful name of the road which is in fact a trail on the mountain slope. Some sections of the trail are flat and even, some are bumpy and uneven. Some sections of the trail have highly protruding rocks, other sections are flat and even covered by greenish moss. However, all of those elements form the beloved and friendly road of the school age time, of the sunny summer days and of the rainy winter nights. They remain the same through many generations. However, they are all gone now, covered and buried by layers of blurring dust of time. The past is gone just like layers of decayed dry leaves covering up the snails.

The philosophy of the trail. Who is the person who can fully absorb or deeply feel its true value. Only that old Master can collect each one of the beads of the ephemeral life to thread into a string of beads of yellow stones to wear around his neck in front of his chest for frequent contemplation. The existence of the road is for going forward, going back, reaching the end, the goal. That old Master has walked forward, has walked back, reaching the end, the goal. That is the ultimate result of a life-time practice of a Master.

No attachment of sadness and worries
No grasping and holding on the existence and non-existence
At ease on each footstep
Letting the red dust fall gradually.

That is how it goes. The Master has let go, leaving behind the marks of his footsteps, the sound of his stick touching the rocks. Leaving behind and leaving behind. However, someone with keen contemplation will realize that the Master has left nothing behind. Leaving behind his footsteps? No! Leaving behind the trail? No! Leaving behind the end of the stick? No! The non-existence of people! The non-existence of things! That is what the Master used to say.

Leaning against the stone wall of the trail, one will feel cold in the back. But looking ahead, one will have a warm feeling. The scene of people digging up the soil to plant vegetables. Some are cultivating furrows of greenish purple egg-plants. Some are gathering green cabbage and bind into bundles for sales at the market. Farther away, the herd of cows lowering their heads to laboriously gaze the grass. The flock of white storks flies away with their outspread wings. The echoing sounds and the images of a new day…

A philosophy of the absence of speech, the without-word philosophy of the trail which is the quietness at this moment. No movement. No coming. No going. And the non-existence of the non-existence is also the non-existence. The non-existence as is in the nature of the non-existence, the reality of the trail, of the passing footsteps, of the water-drops dripping down, all being the non-existence.

MY MOTHER

To begin the story about my Mother, I wonder how I can properly start with the time and location. It is very broad to think and write about Mother. It is too great. It is broader than two arm lengths can embrace. I keep embracing and embracing but cannot take it all with my two arms and do not feel I have done enough. I have embraced Mother Love for 70 years and now I sit here with all memories about my Mother to write about Mother. Mother! Your love nourishes me all my life.

It began at the age of 3 when I barely started to consciously miss my Mother. Every afternoon, sitting by the green bamboo hedges around our house, I missed my Mother. My Mother was away working all day, sometimes at night. How can I not miss my Mother when only two innocent young boys, my brother and I, are left alone in the house? Missing my Mother is a true living philosophy in the hearts of the two of us, my brother and me.

Whenever the thought about my Mother consciously arose, I felt extremely uncomfortable. The atmosphere in our home was like that of a deserted place. Everything around looked bare and lonely, not giving any warm feelings. Everything looked dry like a log. As dry as it was dry by its own nature. Every time I had that feeling, I came out to sit at the veranda waiting for my Mother's return. This was the most precious time of my life. Sitting at the veranda but my eyes are fixing at the end of the alley. Waiting for my Mother's return. Only someone waiting for Mother's return can fully feel it.

My Mother was a countryside Mother, working hard all year round, carrying heavy loads on her shoulders with a pole and two hangers. "The pole hurts the shoulders." My Mother went to market every morning carrying two baskets loaded with sweet potatoes, cassavas, vegetables... and many more. In the evening, she returned home with two baskets containing other food items such as black sugar bars, rice cake-paper, rice, fish sauce and salt... Enough rice and fish sauce to feed my brother and me for a week. That is because my Mother carried goods to sell in the city and sometimes she had to stay in the city for three to five days to sell all her goods before returning home and at that time my brother and I could have a basket half-full of rice to mix with potatoes and beans for our meals. We depended on our Mother's love. My Mother's love to her children nourished us into adulthood through her time of hardship carrying loads on her shoulders with a pole and two hangers in the hot sun or cold dew weather of the day. My Mother's love raised her children. She did not mind difficulties and hardships. Perhaps... My Mother seemed to have two very steady feet, two very strong hands and two very sturdy shoulders to endure all the hardships of exposure to the sunny and rainy weather, late night dew and early morning sun. My Mother had a warm heart and a sweet voice to sing the lullaby. My brother and I thrived in that sweet lullaby along with her warm milk. Until now, I have read many proses and poetic writings about Mother. Praising Mother. Many lyrics for singing to dedicate to Mother and to describe Mother. I have to say that those poetic lines and those lyrics deeply carry the succinct and showy beauty, the humanity value of the immense, broad and deep Mother's love. I can safely say that if I am able to collect all the languages and words in this world to offer to Mother, it is still far from enough, falling very short of the goal and not quite suitable. The beauty of the words, the elegance and ornateness of languages are only of relative values, describing only the worldly images. How about the Mother's love, the caring love that nourishes her children? This evening incident is an example. My Mother returned home with a pole and two hangers on her shoulders and saw her children sitting on the veranda. She put down the loads, held me in her arms to breast-feed me. She did not say a word because she knew I was hungry for milk. She knew her child was waiting for her. That display. That image. The image displaying at that time carried a speechless indescribable beauty. Reciprocal love of Mother and her child. Both were speechless. The love expression from the child and the love response from Mother. A whole open sky of love between the Mother and her child mingles at this marvelous moment.

Sitting here, I have recollections of the old time
Of the time of my novice-monkhood
Of the time of my Mother singing the lullaby to me in the rainy night

Sitting here, I have recollections of my own stories
The stories of my beautiful days of my childhood
The story of making a paper boat
To let it flow on the water in the countryside
I sit here, writing about the love story
My Mother's love in feeding me with her sweet milk
My Mother kept on singing the lullaby for thousand years
My Mother taught me with her warm words
My Mother kept on teaching, teaching for hundred years
When I grew up and matured, my Mother was gone
When I achieved my goals in life, my Mother was worn out
My Mother's back was bending
My Mother's hair turned white
My Mother's eyes were blurred
My Mother's forehead was broad
Today I am sitting here missing my mother
Your image lives in my heart forever
Like the image of the moon at the mountain top
The full moon of the sixteenth day
I love you because you made sure my life was in good shape
Now, I am looking for you, Mother
Where are you, Mother? Where can I find you?
Are you crossing the deep ocean and are you living on the ocean floor?
Or are you in the place made of crystal gem?
You went to the top of the high mountain
I am looking for you, Mother, your shape is thin
Your body is slender, your shoulders are skinny
I kneel down on the ground to bow to you

Mother, you stay by my side forever
Whether on the mountain top
Or under the cold earth
Whether in a lonely place
Or a place with sunshine or rain
I pledge to stay by your side
All of my lives.

I remember all traits of my Mother clearly. Each of her gestures, each of her words, each of her everyday activities. Very clearly. My Mother loved me dearly in this life because I have a special causal condition connection with her.

My family evacuated to Nha Trang city, by one end of Ha Ra bridge, near the inner end of Xom Bong bridge. One day, a Buddhist Master, the son of my mother's aunt, who had been in the monkhood practice for years, was coming home for a visit. That night, my Mother entered my room and told me: "Tomorrow you will accompany the Master to the temple to begin the practice of a novice-monk." It was very short, only those few words. No discussion. No opportunities for questions, opinions or decisions. I sat there, looking at my Mother, listening to her short and simple words. At that time I did not even ask my Mother why she wanted me to enter the practice of novice-monkhood? After I left, who would stay by my Mother's side? Who would take care of her when she grew old? Nowadays, when I think back, it seems that those questions that I did not ask that day, now I have the clear answer. That is the effect of the causal condition connections from innumerable previous lives. I was ten years old. I did not understand what it means to practice monkhood or what it means to leave home for the practice of monkhood. What it means to live the life of a novice-monk. Sweeping the leaves of the Bodhi tree in the front court in the morning, watering the trees around the temple in front of the flower-plant court. That night, my Mother quietly put some of my belongings into a bag and the next morning I carried that bag to accompany the Master to the Long Son Temple. This is the mystic history of how I left home for the practice of monkhood.

My Mother was the cause and the causal condition of my entering the practice of monkhood that continues until today. It looks that simple by common perception of worldly people. But deep inside my heart, it has a marvelous inner feeling that is indescribable. My Mother followed me and stayed by my side. Actually, it is more correct to say I followed her and stayed by her side. Child followed Mother. Child stayed with Mother. Child stayed in Mother's arms. When I was sick, when I was in pain, my mother always took care of me although my Mother knew I already left home for the practice of monkhood. My Mother always stayed up late at night and got up early in the morning with a cup of water and a bowl of porridge for me and stayed by my side all the time. My Mother has never left me as I have left my Mother.

I had to live far from my Mother when I attended school in Saigon City as well as when being transferred to many Buddhist Study Institutes in different locations. When I came home for a visit, my Mother was happy and joyful. She cried while embracing me in her arms even though I have already grown older at that time. I suddenly recalled the saying: "A one-hundred year-old mother still dearly cares for an eighty year-old child." While in her arms, I attentively looked at her and realized that her hair already turned gray, her skin was wrinkled. Her cheeks became thinner with the years, no longer having the fullness in the old time when everybody praised her as "The most beautiful girl in the village." She was from a poor family but had the beauty of a sweet and honest countryside lady. The beauty of the sunburnt reddish brown skin. My Mother had the waist-length long hair covering her slender body shape. Every time with the pole and two hangers on her shoulders, she knotted up her hair neatly and had the elegant look of a countryside Mother.

Once when I was five years old, I accompanied my Mother to the fields. She rolled up her pants to the knees, moved backward on the field to transplant the rice seedlings. When the grains on the rice plants ripened, my Mother cut the rice plants, carrying them home, thrashing them to separate the rice grains, drying the rice grains in the sun and sieving them... She had plenty of work to do. She really fits the description of a countryside Mother: "The stork working hard to find food by the river bank." My Mother was able to do everything, sometimes doing my Father's job of teaching us. Now my Mother is gone. I am sitting here with recollections of my Mother, remembering my Mother as an economist, as a spiritual educator and as a cultural humanist. My Mother taught me to be a good person. My Mother guided me to live the practical life among people in society. She highly valued the love of people, of the country and of the close mutual relationships. On the fourteenth, fifteenth, the thirtieth and the first days of the lunar month, my Mother cooked sticky rice and boiled-pea sweet dessert as offerings to Buddha. At the end of the offerings service, when the incense burnt out, she took down the food and gave most of the food to neighbors. Seeing what she did, I asked her why she did not save the cooked sticky rice for my Father, because we knew he liked cooked sticky rice. My Mother said: "When the neighbors eat the food, the merits and virtues stay with us while the merits and virtues will be gone if your Father eats the food." I remained silent, looking at my Mother who quickly turned away and walked to the neighbors.

I sit here recollecting my old village
Remembering the ditch, the hedges and the well in front of the house
The childhood with strong motherly love
Now is gone and lost.

My maternal grandmother's beautiful garden of betel plants
Spreading the fragrance to the neighborhood and the love to people in the countryside
The rhythmic chant resounds on the dyke
The shape of the storks with outspread wings in the bright moonlight on the mountain top.

The image of my Mother this afternoon, wearing a black blouse, a conical leaf-hat on her head, a small basket on her hand on her way to the market. I saw joy on her face. I realized my visit brought the joy. Every time I came home, she was happy. Her pain was gone, her sickness disappeared. Every evening she scooped up a shovelful of burning coal into an earthen pot, covering it with ash then put it under the bed for heating. After the evening meal, my Mother sat by the window talking about the family issues. She said: "*I know you are not happy when you are with me; but I do not want you to be away from me. After my death, you are free to leave and only then you are no longer unhappy.*" Those were my Mother's exact words. I still remember those words until today. When I heard her words, I held her hands, gently rubbing them:

"You sent me to the monkhood practice twenty years already. It is not a short time ago that I am allowed to be by your side. At that time, you ordered me to leave home for the temple and did not allow me to come back home when I missed you. Engaging in the practice of monkhood means being away from home, from Mother."

That is the Mother's love. She gives her child the opportunity of monkhood practice while worries and concerns still always stay in her heart.

THE EARTHEN JAR

The potter makes different objects from clay. Clay pots, small clay jars, clay bricks, big clay jars…Everything must be baked. The hot fire has to be at the right temperature, the pottery-kiln has to be solid to keep the temperature constantly high. With the right process, the products will last long, not being damaged or broken early. They are not cracked. If the ceramic objects are made by someone lacking experience, having low skills and not baking the objects at the right high temperature then putting them in use too soon, they will break or leak after a short use…

In this case, the earthen jar is well baked at the right temperature and in the right length of time. It has a beautiful color and the firmness that can allow it to hold water for an unlimited time without absorbing or leaking water. This metaphorical example can apply to the Wisdom (Prajna). By using the practice methods and the skillful means, people can achieve that kind of superb wisdom. The wisdom of crossing the shore. The wisdom of crossing to the other side of the shore. People need wisdom in order to reach the goal of practice, attaining liberation from sufferings. Wisdom is the guiding means, the necessary and sufficient elements as resources and energy to achieve the goal of crossing to the other side of the shore. Whoever wishes to cross the deep and wide river with multiple big waves and strong wind must have a raft made of good wood, tied together with reliably strong ropes, a long pole and two robust hands, two sturdy feet. The good wood would not break in the big waves. The strong ropes would not be snapped off by the fiercely moving waves. The long pole touches the river floor to push the raft to full swing into momentum to ride the waves to move along. The two robust hands are to guide the raft to the intended destination and the two sturdy feet are to firmly push down onto the raft to keep it from shaking or moving up and down along with high and low waves... If all those elements are met, the raft will certainly reach the intended dock safely regardless of the big waves and strong wind. The Wisdom is an evaluating ability, a deciding factor for the success of the work of practicing meditation, the work of repeating the name of Buddha and the work of practicing other Dharma methods. Without the Wisdom, the practitioner will get lost. Without the right view, the practitioner will be influenced by the wrong view. Without the right thought, the practitioner will be influenced by the wrong thought. If wrongly affected, the practitioner can easily fall down into the bad realms. Having Wisdom as the work of practice is the clear, practical and concrete guidelines serving as the basis for all conducts and actions. Conducts and actions of the body, the body karma. Conducts and actions of the speech, the speech karma. Conducts and actions of the thought, the thought karma. These three karmas need the Wisdom to remind and alert the practitioner to act in the right way, speak in the right way and think in the right way. The activities in the lives of people from the past to the present and in the future lack the awakening or wisdom. Therefore, their actions cause numerous damages to the natural environment and the lives of people. Actions without wisdom are greed. Speeches without wisdom are anger. Thoughts without wisdom are ignorance. Therefore, wisdom always exists within ourselves to guide us to take actions without greed, to speak without anger and to think without ignorance. That will make this world peaceful and joyful. The living relationship among people will be harmonious and peaceful.

The jar that is made of clay does no leak water because it has gone through the process of being baked well in the pottery-kiln. People who are gentle, kind and virtuous today are the result of a process of practice. Transforming the mind of greed into the mind of absence of greed. Transforming the mind of anger into the mind of absence of anger. Transforming the mind of ignorance into the mind of absence of ignorance. Divinity. Attainment of blissful residence in Nirvana.

This afternoon, the rain falls heavily, flowers and leaves drooping down with dripping raindrops. Raindrops do not stay on flowers. Not on leaves.

This afternoon, the heavy raindrops pour down onto the flat and even stone surfaces, solid and immobile. Raindrops do not stay on the stone surfaces.

This afternoon, the heavy raindrops soak the high road on the mountain slope. The slippery rain-water rushes across the road, flowing down to the abyss, overflowing toward the river, gushing to the ocean or penetrating and disappearing into the earth. The water does not remain on the road because the road is high.

Dedicated practitioners engaging in worldly life activities do not let the wind of worries soil their robes. The dust of ignorance partly falls off. The dirt of profits and fame does not stick around but is blown away. The old saying goes: "Knowing what is sufficient in behaviors and actions with other people." The dedicated practitioners attain the body, the speech and the thought that enable them to make a clay jar that is well baked, solid and of beautiful color that everyone is fond of and wants to buy. Buying the jar of wisdom.

Today's Dharma teaching voice is so soft and gentle
In the quiet and sacred mountains and forests
The afternoon tilted sunrays shine through the foliage
The high and low sounds of sutra recitation dissipate all worries.

The temple is hidden behind the rows of green coconut trees
Time passes since the novice-monk started leaving home for his practice
Reciting the Suramgama sutra in the morning, repeating the name of Amitabha Buddha in the evening
The river is flowing, the clouds flying over the rapids.

Leaving home to live the life of a novice-monk, staying by the side of the well baked clay jar is a whole precious heirloom. The heirloom on the high mountain - a thousand-year multiflorous knotweed. The heirloom in the deep ocean – a priceless pearl. But a mountain is just a mountain. An ocean is just an ocean. The multiflorous knotweed or the priceless pearl are the objects outside of the mind, but the well baked clay jar has to be inside us, inseparable from the mind.

The fully ripe mangoes days before
Fall down separated from the branches then lie lonely by the tree
trunk
The red ant lies down waiting by the window
Time passes by like the dust blowing away with indifferent feeling.

It is the true nature. As it is. Like the white candle light burning through the night. The light from the candle light brightens the surrounding space. The darkness of the night no longer exists at this space. The darkness recedes. The dark night disappears completely. The light shines. The light brightens. That is the true nature of wisdom, extinguishing and burning out ignorance. Wisdom burns out all sins of wrong mind and sadness... The good inside people burns out all evils and inhumanness... The flame is flickering and wavering as if to add the fuel to burn constantly, to burn out all deceptive up-side-down dreams. An extremely quiet night with only the bright light shining and shining. The darkness of the night is blown away thanks to the wisdom. The sins in people's minds are cleaned thanks to the wisdom. If today people have divine wisdom, they will not get involved in troublesome matters full of vicissitudes. As a result of evil wisdom, people bear the burden of worries and fears in submerging and sinking course... With wisdom as work of practice, please listen to Buddha's teachings: *"My disciples, practice in your mind, in the thoughts about never committing evil acts. Never having actions that are not divine. Having wrong actions means causing sufferings to others and to yourselves. Both are suffering. Practice in your mind about always having divine actions. Having good actions in any location, in all environments, at all time, in any space. By doing so, you benefit, others benefit. All get benefits."* Due to the shining light of wisdom, one can overcome the waves of the birth and death cycles. Without the shining light of wisdom, the birth and death cycle submerges other birth and death cycle.

The bright sunrays from high up in the sky
Weaving into lines on the deep furrows
A flock of birds fiercely fight for food
In the scorching hot summer sun burning the lips.

The wisdom of crossing the shore appears at the downstream of the river of the birth and death cycle. The well baked clay jar is filled up with the salty water of the ocean.

TWO IDEOLOGIES, TWO METHODS OF PRACTICE

The ideologies and methods of practice of our forefathers that are passing down through generations are extremely educational, traditionally and strictly disciplinary and marvelous. Educational pattern in life relationship among people ensures that it is transparent, loving and respectful. Traditionally orderly for ourselves. Self-imposed strict discipline is the lesson for on-going practice and learning by heart. That is not an easy task that can be taken lightly. Carefulness is a desirable act, a discipline to make us shine. It is marvelous that there are many ideologies and methods of practice and all are authentic in guiding us to the horizon of liberation from sufferings. The means may be different but there is only one end. The methods of practice may be different but the enlightenment is only one, not two. The different roads leading to the destination may take more or less time but eventually will join to lead to the same destination. Let us ponder to fully understand the following two verses:

- The first sutra verse:
"The body is the Bodhi tree
The mind is like the bright mirror
Clean them all the time
Do not let worldly dust stick to them."

The second sutra verse:
"Bodhi is not truly the tree
The brightness of the mirror is not the mirror-stand
Originally everything is nothingness
No worldly dust can stick to it."

We have clearly seen two lines of ideologies and methods of practice. The ideology and method of practice described in the first sutra verse are seeing the body being the body, seeing the mind being the mind. The body and the mind have their own distinct characteristics. The body is walking, standing, lying and sitting. The mind is thinking and pondering. When the body is walking, standing, lying or sitting, it has to be serious, stately and strictly abiding by the rules of conducts. Keeping our body in a stately manner, polite and respectful to others. We must recognize that our body is composed of flesh and bone. That body has a chance to live one hundred years. Therefore, we need to maintain it, shower and wash it cleanly, not leaving it unclean to bother others. We need to realize that the mind is dancing restlessly and busily searching around. Therefore, we need to keep the good mind and good thought.

On the journey to enlightenment, according to this ideology and method of practice, the body does not commit evil deeds or bad deeds, but the body has to achieve good deeds. We have to take good care of the body, cultivate and gather all materials to nurture and build it into a good and virtuous body. Because the body is compared to a Bodhi tree, it needs to be fertilized, watered with nectar of immortality, the water of loving-kindness, compassion, joy and equanimity so that the tree is fresh, robust to strongly develop with branches and budging buds, occupying a vast and cool space where many birds come to build their nests and sing cheerfully on the branches and foliage. The tree trunk is healthy and strong with big branches and thick foliage thanks to the solid base with roots penetrating deeply into the soil to suck the pure nourishing sap to feed the tree. The body being compared to the Bodhi tree represents the method of practice by observing the form and shape. Anything with form and shape needs to be cared for, maintained in good condition, well fed and clothed so that the body will not get sick or catch a cold in the wind and rain. To be more exact, the body must not commit killing and stealing. The body cannot sit on the high and large bed. The body must not wear precious gems or valuable ornaments…

The mouth cannot lie, speaking double-tongued to different people, exaggerating and adding false details, reversing the facts from existence to non-existence and vice-versa. Changing to black when it is white. Changing to white when it is black. Words coming from the mouth must be truthful, loving, respectful and gentle.

The mind is compared to the bright mirror. The bright mirror not being cleaned will be blurred by the dust, not reflecting clearly. Therefore, this method of practice indicates the presence of the mind. The mind with good thoughts, the mind with evil thoughts and the mind with thoughts neither recorded as good nor bad. Therefore, the mind must have good thoughts and must tie itself to good thoughts. Sitting in meditation to observe the breath to keep the mind tranquil and concentrated. Do not allow the mind wander to the outside world. Unrestrained mind. Indulgence. Dissoluteness. When all the dust is wiped clean off the mind of competition, the mind of envy, the mind of trivial anger and resentment, the mind of frivolous thoughts about ourselves and others, there will not be a spot left on the mind for the dust to cling on. Do not allow the dust to stick to the mind. When the dust of greed, anger and ignorance... is wiped clean, the dust no longer sticks to any spot on the body and to the mind. That is the method of practice for gradual attainment of enlightenment. Practice for gradual awakening. Reaching that level of cleaning the body and the mind will lead to the attainment of the holy-Master-hood, Bodhisattva-hood and Buddha-hood.

In the second sutra verse, the ideology and the method of practice are different. That is through the deep and direct view of the true nature without observing the form and shape. The form and shape are only the non-existence, not the real existence. It is the existence in joking sense as in the game of catching water bubbles. Trying to catch them all day but still empty-handed. Therefore, this method of practice relies on the true nature without seeing the form and shape. Separation from the form and shape. Actually, this is only a way of expression. It is a means to help understanding, because language is only a vague, not a correct signal.

"The speech stops
The activities of the mind no longer exist
Going straight to the mind
Beholding the true nature within oneself means attaining
Buddhahood."

Therefore, there is a saying: "Bodhi is not truly the tree. The brightness of the mirror is not the mirror-stand." Bodhi is not truly the tree. Why is it named the Bodhi tree? The brightness of the mirror is not the mirror-stand. Why is it named the bright mirror? False name, false existence. In fact, it is non-existence. Existence is "the absolute reality." Non-existence is really "the absolute void". Once there is no tree, where can the dust stick to? It goes without saying that the worldly dust is non-existent. It is because everything is:

"There is no form of the self
There is no form of human beings
There is no form of sentient beings
There are no feelings of non-existent form."

Two views. Two ideologies. Two methods of practice. This practice method is called "The practice for immediate attainment of enlightenment." Both practices for gradual attainment or for immediate attainment of enlightenment will finally attain enlightenment. Both quick approach and slow approach will lead to the same goal. The important factor is whether the practitioner is dedicated to practice or not. Diligent or lazy, once the seed is sown in the soil and sufficient causal conditions are met, sooner or later the seed will grow into a tree with buds and shoots bursting out. What is valuable is the commitment to the work of practice. Practice for gradual awakening is the Forefather. Practice for immediate awakening is the Forefather. Either methods of practice are the Forefathers. The importance is the commitment to practice. Just learning the two words "Bloom sweeps" a practitioner attained Arhat-hood. Once the sorrows in the mind and the dirt of ignorance are swept away, either approach, "gradual" or "immediate," does not make any difference in attaining the goal. That is the method of practice of all Meditation Forefathers. How about us? Namo Amitabha Buddha. Keep the mind serene, neither having good thoughts nor evil thoughts. Leisurely flowing like a stream of water. Muddy water is flowing. Clear water is also flowing. No difference between the two. Both flow into the open ocean. Mixing together. Mingling. Becoming *The Pure and Serene Great Ocean.* No hindrances. No separation. Turning the head around while in the deep ocean with multiple surges of waves and wind, the shore is right there. The true nature immediately appears.

THE NATIVE LAND
WITH A TEMPLE
IN THE VILLAGE

A forest in the mountainous area was the place where I grew up. It was far from the village with very few people. Only once in a while there was the sight of a water buffalo moving on the winding rural road. Every evening, a feeling of tormenting sadness arose. A sad feeling covered by the rotten leaves around, the same amount of leaves through many rainy and sunny seasons. Mountains and forests remained the same. Rotten leaves were also the same. And the sadness had not subsided. That was the mood I had in my childhood.

There was a countryside temple in the village. It took forty five minutes to one hour to walk from my home to the temple. My mother, father and older brother went to the temple twice a month on the first and fifteenth days of the lunar month. They had activities in that countryside temple. There was a Resident Master at the temple. Looking from afar for the first time, the Master had the appearance of a countryside person. A faded-color monastic robe. A worn-out ceremonial robe. Sunburnt facial skin. Two callous hands. But inside that appearance of a countryside person I saw and felt the hidden traits of the loving-kindness and compassion of a gentle and harmonious heart. To greet him, even the very old men and women clasped their hands to bow to him, expressing their respect. The children were more optimistic, to be more correct, were playing around joyfully, enjoying the food given to them after the offerings on the fifteenth and first days of the month, eating the cooked sticky rice and the cooked pea sweet dessert. That was enough to satisfy them. If some of them were serious, they would enter the main hall to bow to Buddha three times, just like the children completing their homework as required. Buddha had loving-kindness and compassion. Buddha did not say a word. Buddha sat still, motionless. Buddha smiled, pleased and forgiving.

Only after accompanying my parents to the temple could I fully witness the elders' hearts with faith in Buddha and love to the Resident Master. Taking good care of the temple and providing whole-hearted support and protection of the temple. The elders' hearts could be seen through their gestures, their looks, their conversations among themselves. In fact, those indicated the life force, the support for and the protection of the temple. Thanks to those support and protection, the temple was stable to serve as the place where people could lean on for their spiritual life. Cultivation of the good seeds and the good fruits in the current life.

The temple in the village served as the center of loving and respectful trust of the people in the village. It was the place where everyone gathered twice a month. Images of the Dharma fellows, Buddhists in grey gowns looking simple, gentle and harmonious, meeting and greeting each other with the words Namo Buddha each time they met. Their faces were radiant with smile expressing the simple and sincere love among people. The young children were joyfully playing around and running, building the relationship among neighbors, people in the village from the time of their childhood. These activities showed the important role of the temple in the village in building the healthy relationship for two generations, old and young. The old generation played a role in preserving the traditional faith, repeating of Buddha name, reciting the sutras, being vegetarians and giving... When growing up, the young generation should not forget their roots and had to preserve the tradition of continuing the support and protection of the Triple Gem. They should consider it their duties and responsibilities of continuing the preservation and protection of the Triple Gem passed on to them from their ancestors. What could be seen clearly and expressed in a loving manner was the way the countryside people held a bucket of new-crop good-smelling sticky rice, a basket of cassavas, sweet potatoes and taro... They struggled with carrying those heavy loads for offering to Buddha. Some were holding a bundle of yellow flamboyant flowers, some carrying a hand of banana to offer to their ancestors. A beautiful and truthful image, the image that I remembered well until today, clearly remembered every details. I remembered the main hall for the worship of the Original Buddha. On his right stood Avalokitesvara Bodhisattva. On his left stood Ksitigarbha Bodhisattva. The statues were made of baked clay, made by the hands of the local skilled artists. With their devoted minds, these artists casted the statues as the symbol of enlightenment. The Exalted One with all ten exalted titles of virtues. They all followed Buddha's teachings to become devoted Buddhists, good citizens of society. Those people did not get educated in any colleges or universities. They did not belong to the high classes in society. However, they were kind and gentle, did not lie or steal as some people in this time of advanced civilization. The temple in the village was simple, rustic with only straw roof and earthen walls but full of historical sentiment of the native people. The race characteristics of the native people. The heroic people fighting and driving the enemies away from the country borders and building the country into a beautiful, peaceful nation. Joy and prosperity were seen in all homes. Those people, the descendants of the Forefather Meditation Masters fully achieve their religious mission. Those Forefather Masters were teachers of the Kings in the Kingdoms of the old time, contributing to the peace and prosperity of the country and people. My temple in the village! Whether it still existed or went through changes of the impermanence rule of "blue sea turning into mulberry field?" I dreamt of a day when I return to see that temple in the village. I will greet and talk to people in the village and attentively observe all traits of the trail leading to the temple of that old time:

"The soul of the autumn grass floating in the air over the paths traveled on by horse-drawn carriages

The sunlight in the sunset fading over the ruined foundations of the palaces

The rock still defying the challenges of months and years

The water surface still rippling sadly at sufferings

Looking in the mirror reflecting all incidents of the past and present times

Standing here, it is heart-breaking to see those images."

(Poem written by The Lady of The Head Official of the Thanh Quan District)

I have the same feelings while deeply reflecting about people of the old time and writing a few lines today. Same recollection. Same nostalgic feelings. Nostalgic feelings about the temple in the village from the age of five or seven, in my young childhood. The age of innocence. However, my ability to remember and to hold on to those memories seems forever intact:

The sounds of the bell resound from the high hill with howling wind

The bell that I toll every night

The sounds pour into the hearts of people nearby

What a marvelous happiness that fills the hearts!

The gate to the temple is already closed

It is quiet without anybody passing by

The image of the old monk sitting to listen to Dharma teachings

Now he is separated in some place very far away.

The rising moon intertwines with the yellow dwarf-bamboo hedge

The high wind blows across the hill

Lines of white candles in the quiet meditation house

Project the shadow of the old monk reciting the Diamond Sutra.

Listening to the sounds of the wooden bell when I was a novice monk

The sounds of the repeating the words Namo resound in the temple main hall

The fragrance of the sandal-wood incense spreads around forming
a five-colored cloud
As offerings to Mahavairocana Buddha.

In the morning of the fifteenth day of seventh month of the lunar calendar, my family went to the temple earlier than usual. Arriving at the temple gate, we saw a large crowd of Buddhists. Those activities represent the pure and original nature of the countryside people. Black blouses with over-lapping flaps and pants with wide leg parts. Bare feet without sandals or clogs. It was the same with the Resident Master. He was arranging flowers and fruits, preparing for the ceremonial noon service of the Ullambama and Fulfilling Filial Duty to Parents on the Fifteenth day of the Seventh month. Now, sitting here with those recollections, I deeply felt the meaning of the dedication. The good and the kind nature always exist in that environment. Hot boiled cassavas were taken out from the pot to put on the table to offer to the desolate spirits. A basket of steaming freshly boiled corncobs was for the Priceless Festival of offerings foods and prayers to the desolate spirits.

"Ten kinds of all species
Female and men, old or young, come in and listen to the sutras
The ceremony of offering foods and prayers to bring relief to the
desolate spirits follows the teaching of Buddha
The offerings include a bowl of porridge or a stick of incense
Serving as clothing and gold nuggets
Using as the foods on their roads to the Heaven.
Who are here, please come in and sit down
Do not mind the amount of causal condition offerings
The divine power will make small amount into plenty

Requesting the Venerable Masters to evenly distribute to sentient beings
Buddha with loving-kindness and compassion will save and bring relief from sufferings
Do not worry about having or not having
Namo all Budddas, Dharmas and Sanghas
Saving all beings and helping them reach the higher realms."
(The ceremonial oration to Ten Kinds of Desolate Spirits – Nguyen Du)

The temple in the village is the meeting place for all villagers. It is the activity center for the community of living people. It is the center for the reservation of the harmonious and unsophisticated culture. The culture that can be called the rural culture. The culture of corn and potatoes, of burnt-over lands, also of the dead and the desolate spirits. Those spirits enjoy the bowl of porridge and a stick of incense of that culture. Without those temples in the villages, there will be no place to serve the two cultures, of the dead and of the livings, in the rural areas, far from the animated and luxurious cities.

"I am on the road gathering the red dust
Saving it up to make a fire to burn the crescent moon
At night I light the candle of sorrow
Lying down to listen to my breath of the hardship of union and separation.

Tomorrow when I stop by the cliff
Watching the stars busily drifting on a wasteful course
In front is the trail scattered with pebbles and stones
Thousands of years later, the afternoon summer sun invites me to

return."

Returning to visit the temple in the village nourished my faith in Buddha Dharma in those days. Returning to recall the memories of the temple during my youth. That was the place where the sounds of the bell and the wooden bell resounded. The harmonious, up and down tones of the sutra recitation warmed the hearts of living people, soothed and saved the soul of the dead. They benefited both. My village temple had two rows of yellow flamboyant trees. Flowers were cut all year round for offering to Buddha. It also had a well with clear and very soothing cool water in the summer sun. It had a veranda, an earthen hallway where people sat talking about the village stories. My village temple was small and beautiful but it was overflown with warm feelings among people. My village temple had the fifteenth-day full moon hanging over the alley, weaving the moonlight into the rural poetic lines and rhythm of the countryside songs:

"The temple roof protects the soul of the country
And the traditional way of life of our ancestors over thousands of
years."

"The wind gently sways the dwarf-bamboo branches
The resounding sounds of the bell from Thien Mu temple and of
the cry of the rooster from Tho Xuong village at cock-crow watch."

"My native village has the wind blowing in all four seasons
The full moon in the middle of the month and the temple existing
all year round
The late night sounds of the bell, the early morning wind and the
full moon on the fifteenth day of the month
Simple and frugal, soft and quiet in its own way

Tomorrow I can leave my native village
Leaving the moon and leaving the wind, but alas! Never can I leave
my temple."
(Poem written by Huyen Khong)

The narrow road leading to my village temple has its two sides covered with fresh pretty grass. The cool wind and the shower contribute to the rural causal condition for the practice of Buddhism. It brings joy and peace to the village. My village temple has the love of the loving Mother, the Avalokitesvara Boddhisattva, with thousands of eyes and hands to bring relief to all beings and save them from sufferings. The Bodhisattva sprinkles the nectar of blessings to soothe the pain while holding a miraculous willow branch and a small jug of pure water. Equal treatment to all without differentiation view of hardship-ridden state, responsive to the appeal in conformity with causal condition. My village temple is sacred like the sounds of the bell in the evening. The cascading sounds with lovingly warm sentimental flavor pour on the grass and flowers and into the hearts of the rural people, eradicating all injustices and worries. A quiet recollection about my village temple, a marvelous native land.

THE HILLTOP
WITH THE STATUE
OF BUDDHA

Many waves of people have passed. I winessed many generations of people passing, because I started my monkhood practice there after I left home. It was an unforgettable past with many memories that could not fade after more than half a century. Time passed quickly. Many generations of people were gone quickly. Just like only some days ago. Sometimes, while sitting and meditating, I could not believe that seventy years of my life have gone by. Gone by as fast as lightning. Time has left behind everything, whether they are beautiful or ugly, whether we love or hate, like or dislike. Time has torn up and crushed all shapes and forms. Suddenly waking up with open eyes, looking back to find the past blurred by the dust on the road. Many waves of people have lain down. Motionless. Where are those people now? I do not know. But I hope they are by my side. By my side in the same way during the time I was practicing my novice-monkhood. By my side as a lively symbol of liberation from life sufferings. By my side as a living force of perseverance, continuity and heroism that serves as a model for me to learn. This is a living lesson arising high among a life full of troubles and darkness. The hilltop with the statue of Buddha was still there. However, it was different from the past time, with the absence of many, so many people. The absence of the respectable Masters. Masters with stalely and dignified manners and conducts, with shinning virtues of practice that until now I have been looking for but could not find. Perhaps, those respectable Masters have returned to their own old places. Returning to their old houses, peaceful, unaffected and immobile. Returning to the old places after entering the worldly life for a long time to save sentient beings. After the causal condition and the resulting fruit have been successfully and satisfyingly accomplished, they are now like the clouds in the sky with unknown whereabout. At unknown location to look for. Where to find them, to meet them?

Remembering the old tower in the evening
Contemplating from afar the moss-covered image
With patchy marks left by the sun rays and the rain
I quietly think of the Grand Master with deep sadness.

The old monk recites the sutra while feeling the beads on his fingers
The raindrops periodically falling outside the window
The two sounds mixing together resound in the heart
Engraving the letters of the evening sutra reciting to save all beings.

People leave, nurturing big dreams
I return and close the gate to the mountain top
Enjoy the grass and flowers and the wind blowing away thousands
of miles
Alone quietly gathering small thoughts.

The pieces of the molds for cast of the statue were left in the court of the statue of Buddha. All of the molds were large. The molds for the ears, the eyes, the lips and the forhead... were proportionate to the size of the statue. The total height of the statue, including the lotus throne, was around 25 meters. Engraved around the throne base were the figures of the Holy Masters who sacrificed their lives to protect the Dharma – Setting themselves on fire to protect the Dharma. In the back of the statue was the door leading to the spiral stairway going up to the top. The statue, painted in white, looked stately and sacred, representing the form and nature of the loving-kindness, compassion and wisdom. Blessings and Wisdom in full. Standing stately on the hilltop, Buddha was looking out at the ocean, catching the gentle wind from the ocean. The evening came and sunlight faded on the fields. The statue of the Founding Buddha was motionless through many generations of prosperity and decadence, through periods of prosperity and decline of the country, through generations of people coming and going, existing or gone. Buddha sat motionless in the open, quiet with his eyes expressing loving-kindness and compassion, looking down to sentient beings in sufferings. The heart sank in with the words of the sutra verses:

"The body is like the lightning image in the fading sunlight of the
evening

The fresh green grass grows in the spring, withers in the autumn
Prosperity and decline in life
They are like the dewdrops on the end of the branches."

Awakened by the words of these sutra verses that verify the fact that the images of the people of the old time no longer exist. Only their traces vaguely and remotely appear and disappear on the leaves and flowers, on the trail, on the mountain slopes, in the meditation house and under the cool shade of the Bodhi tree. On the trail on the mountain slope that retained traces of the Grand Master at one time in the past, only an ancient moss-covered tower existed, standing on a small plot of land at the edge of the hill, at this moment. At one time in the past "like the dewdrops on the end of the branches." Like existence then non-existence. Like presence then absence. An uninterrupted and ongoing change of thousand times. The path leading to the statue of the Founding Buddha was built as a series of three-step ways of 108 steps. To build the path, the mountain needed to be cut through. Shoulders to shoulders, crowds of people walked on the path at the time of the celebration of Buddha Birthday, the celebration of the Ullambama and the celebration of the New Year of the lunar calendar of the country. Without talking to each other about the event, people slowly moved forward, competed for a spot to stand and watch the joyful and animated atmosphere of the festival.

Spreading the monastic robe to expand love
Spreading the long arms to relieve miseries
Submerging then sinking in the ocean of human life
A miserable ever-changing human life quickly passes by
The night is dark but human heart is much darker

The sounds of the night heron resound far away
Who are the people not waking up from the dream in the middle of
the night?
Opening the eyes to see the immense love.

At the foot of the hill with the statue of Buddha stood the old temple that existed from the time my Master was five years old. At that time, it was only a thatched roof temple, simple, plain on a bare hill, with very few visitors from far away areas. Thanks to the Master's pledges of the supreme master leaving the dusty world of desires and illusion to save beings, this time a crowd of people gathered at the temple. Right here was the Dragon Fruit hut, over there was the Yellow Dwarf-bamboo hut and higher up there was the Red Flamboyant hut. Each Master stayed in one hut to practice in seclusion. Tranquil Meditation Practice in the mountains and forests. The path was embellished with divine flowers. Their devoted minds to practice were as light as the cloud and as gentle as the wind. On a swinging hammock on the veranda, the Master was mindfully repeating the words: *"The Master on the hammock under the Bodhi tree, swinging back and forth, with his eyes fixing at the direction of the Pure Land."* The Master walked into the market with his hands dangling by his sides, without attachment to the worldly smell. Mingling into life without wavering. The Masters lived their true livelihood, with the joy of the moment. That is a lesson for me and a lesson for others, unforgettable for thousands of years. With a cane in the hand or an umbrella used as a cane on the ground, wearing a brown robe, gentle, no worries and no hot-temper, in spite of hardships and challenges in life. *"The way to the truth is easy to find with an empty-mind state."* That is the way to walk up on the path of practice: *"The lion roars, turning the grass green. The Elephant King returns, inspiring the rose to bow to him."* A supernatural philosophy or an expression of the meaning of attaining successful practice? *"Only the person drinking water knows whether it is hot or cold."*

On both sides of the path leading to the hut stood the trellises of Dragon Fruit plants with the branches bent down under the weight of the heavy fruits during the harvest season. The fruits with bright red color outside and the sweet pure blue inside create a beauty of the meditation flavor, dissolving in the tranquil peaceful space every evening when I walked up the hill to toll the bell. The words from the bell:

"I pray that the sound of this bell resounds to every world
To the dark Iron-walled Hell for everyone to hear
After hearing, their serene minds will attain full wisdom
All sentient beings will attain Omniscience Wisdom.

Hearing the sound of the bell, worries dissipate
Wisdom develops, Enlightenment attained
Released from Hell
Pledging to become Buddha. To save sentient beings."

How meaningful! How wonderful! What a lofty love. I hope someone hearing those words will open the mind to peacefully cultivate the pledges to bring relief to beings and save beings from sufferings. I love these pledges. I love the Bodhisattva mind. At this moment, I have the wings to fly high into the open space of the Bodhisattva pledges. I have a satisfying joy. The joy of sacrifice. The joy of giving and offering. The joy is expanding, immense like the sky and the earth. The sounds of the bell stop. The bell toll is over. The person tolling the bell and the bell are still there. Where are the sounds of the bell going? Going to the non-abiding place. Going to the nothingness world. Having joyful mind. Great as the sky of the Exalted One.

Birds are cheerfully chirping on the grape-fruit branches
The cobwebs welcome the spring breeze
The green bamboo hedges make the vows sweeter
The full moon shines on the peaceful people living in the countryside.

The crabs are crawling on the sandy beach under the moonlight
One is puffing and panting
One is playing with the weak waves
It is a peaceful scene without worries.

The yellow-winged butterfly hovers over the green hedges
Strenuously sucking the flower pistils alone
The butterfly, the light breeze and the mild fragrance
The croaking sounds of the storks calling each other in the evening in the countryside.

I take a leisurely walk on the pebble and stone path of the old time, stooping down to pick up one or two pebbles, holding them in my hand with a heavy heart. The feelings in my heart are heavier than the weight of the pebbles in my hand. Those heavy feelings in my heart come from the sentiments that are stored and passed on at slow or fast pace, intact or lost. If intact, they constitute a spiritual energy nourished in the mind. If lost, they are the condemned miseries and regrets of a valueless frivolous life. With my feet putting up on the stone wall, I watch the long shade of the statue of Buddha projecting on the ground, cooling a large space.

On the same trail I have passed several times and many times, I have left behind many illusory dreams. The unrealistic dreams. The reality is not a dream. It is not a dream but it actually is something with a face, a shape and a voice resounding in our ears. Waking up from the dream to return, to find ourselves standing alone at the lonely and deserted place in a moment of the floating unreality. The leaves fall from the branches of the Bodhi tree, gently falling down on the court without making any noise, but after a while, an area of the court is fully covered with the leaves from the Bodhi tree. The leaves of the Enlightenment exist inside the mind as the witness of the novice mind at the time of initial practice. Until now, that stack of leaves becomes heavier. The court is more fully covered by the leaves with the presence of Buddha everywhere. The presence of Bodhisattva everywhere. With two hands to bring relief to beings and to save them. In fact, there is the need to save beings and there is no other choice. If beings of all species are not saved from the sufferings in the submerging and sinking life cycle, they will lament. They will sink in the river of the birth and death, never have a chance to see the sunrise. The evening sunlight fades. Everything agonizingly retreats to the past... With hands clasped, quietly repeating the word Namo!

GOING TO
THE BUDDHA HALL

In the Meditation House, there is the song: "Going to the Buddha Hall." Following are the lyrics:

"Every time looking at Buddha
Praying that all sentient beings
Will have eyes without hindrances
To clearly see all Buddhas."

I sang. I sang again. I saw Buddha. I kept singing for thousands of years. On the mountain top. On the deep ocean floor. On the hill. I kept singing. On the brown field I sat singing. I sang continuously from the time I was on the river carrying sand with a pole and two hangers on my shoulders. Continuously I sang until today. I sang in my mind. I sang the lyrics. I quietly thought of Buddha. An immense sky.

It was time for the ceremony of the praise to Buddha and the ceremony of bowing with body on the floor to express gratefulness to Buddha. Putting on the ceremonial robe before going to the Buddha Hall. Chanting the lines of praise to Buddha in order to express the gratefulness to Buddha for granting the blessing of my living. Performing this bowing ceremony bi-weekly. Bowing to remember and to pledge gratitude for the blessing received. Gratitude to all Buddhas appearing in life to relieve and save sentient beings, including myself, from sufferings. Thanks to Buddha blessings, today I can still sit here to sing. The divine song:

"Not doing bad deeds
Pledging to do good deeds
Keeping the mind serene
Those are the teachings of all Buddhas."

Those are the only teachings from all Buddhas that I have not been able to fulfill. I have not strictly followed the teachings. Looking at others in the world, so many people are also not able to follow the teachings. It is difficult to people to do good deeds. The evil actions are numerous. People bear the sufferings in all aspects. Recognizing the situation, I pledge to do good deeds. Doing good deeds brings joy. Doing good deeds brings good rewards. Green fields. Yellow rice plants. Prosperity in all homes. Personal karma of previous life will determine the karma of environment and conditions in later life. They are inter-related in a close connection. Good mind and good people will result in good environment. Like brothers of the same family. On the other hand, evil deeds and evil people will result in evil environment. Brothers are enemies to each other. Neighbors in the village are complaining. People in the village are hungry and miserable. Close relationship turns into division and conflict. That situation is like crushed fermented beans. Please show love. Follow the teachings of Buddha: "Do not do bad deeds." Keep the mind peaceful, because: "Peaceful mind making the world peaceful" is the guiding principle to build a peaceful and safe life.

Lighting three sticks of incense. Kneeling. Being mindful and reflecting on the incense with the whole mind. The most sincere reflection:

"The fragrance of Discipline, the fragrance of Meditation, the fragrance of Wisdom
The fragrance of Liberation and the fragrance of Knowledge and View of Liberation
Brightening like the towering clusters of fragrant clouds spreading to all Dharma realms
Offering to all The Supreme Buddhas in Ten Directions."

Namo The Fragrance of Offering to the Great Bodhisattvas. The fragrance of Discipline, the fragrance of Meditation and the fragrance of Wisdom are three kinds of Studies of Purity. The fragrance of Discipline gives people the fragrance of virtues, clean and not bothering others. The fragrance of Discipline gives people the concept of respecting themselves, respecting others and respecting all. No killing of sentient beings means respect of life. Support and protection of life. Appreciation of the value of life. No matter whether it is the life of grass, trees, pebbles or stones. The environment is closely related to human life, giving people many beautifully poetic dreams, good health or an optimistic and life-loving sentiment...

The fragrance of Meditation helps people to concentrate, having no distractions for accomplishing the tasks. Acting correctly without making mistakes, without illusory thoughts or distractions. Meditation helps clear recognition of actions, speech and thoughts. To hear the regular beats of the heart. To hear each breath. As a result of meditation, people have a clear vision, truly clear like seeing a mango in the palm of the hand.

The fragrance of Wisdom gives people the clear understanding. Clear understanding of each thought and action. Correct categorization and evaluation of everything. It is the torch shedding the light on each footstep and on both working hands. Thanks to fragrance of Wisdom, people can have a peaceful and happy life.

The fragrance of Liberation builds up people's ability to stay calm and unaffected. No attachment and no worries. Removing problems that should have been solved. Undesirable attachments have been released. People try to live in a way that benefits others, benefits the social environment, for the world of human beings and nature.

The fragrance of Knowledge and View of Liberation no longer carries the mark of worldly people or the image the Holy Masters. Equality and No Differentiation. Spreading over an immense horizon where the fragrance of the practice reaching awakening state is floating in the air. Wherever Arhat is present, the country is prosperous. The fragrance of practice reaching awakening will terminate both the self and all things, making both non-existent. The fragrance is just the fragrance. The fragrance of a practitioner reaching awakening will form a cluster of fortunate cloud. The fragrance brings out the ability to see, the understanding, the true reality, the tranquil and unaffected state for the offerings to all

Buddhas in ten directions. Infinite Dharma Realm Storehouse. Boundless space.

Darkness of the night partially covers the trees in the forests
The shape of someone is dimly seen next to the blinds
Attentively listening to the sounds of the repeating of the words
Namo Buddha
Resounding from the Grand Master's Temple through the bamboo
screen-wall.

For a long time I thought of myself as a real self
Only now I realize that that self is not mine at all
It was only because of false belief
Waking up from my big dream to realize the selflessness in this
world (Saba).

- Grateful to Buddha. Showing gratitude to Buddha. Practicing and preserving Dharma. Studying the teachings of Buddha. Attaining Buddhahood. Buddha exists around us. Therefore, we should light the sandal-wood incense for offering to Buddha. Buddha is sitting stately on the lotus throne. Buddha is looking down, inspiring our sincere respect for him. Buddha is present, seeing us and accepting our acknowledgement.

- The second expression of gratitude is the gratitude to parents. Parents wake up early in the morning and stay up late at night, taking care of their children in all aspects. Making sure their children are well-fed and well-clothed. Breast-feeding them. Holding them in their arms. Rocking and putting them to sleep. The mother stays by her child's side day and night. She sings the lullaby with her warm voice to put her child in a good sleep.

Mother nourishes her child to adulthood. Father carries his child on his shoulders to go through the dangerous open wastelands or the hardships of life. Mother carries on her shoulders the load with a pole and two hangers, rain or shine. Father works hard to put bread on the table, sometimes a full meal, other times insufficient foods. In all circumstances, parents are still able to raise their children to adulthood, guiding them through all roads of life. Mother stays up late to sow back the button and mend the shoulder parts of the garments. When her child's garments are worn out and faded, she makes new clothing. Mother's love is full. Father's love is warm. The child's gratitude to his parents is like a heavy load that he carries on his shoulders with a pole and two hangers. Heavy load on the shoulders. The child has to kneel and bow with body on the ground to express the lofty high gratitude to the father and the very deep appreciation to the mother.

- The third expression of gratitude is to the Forefathers who initiate the Birth of the practitioner with Discipline-body and Wisdom-life. Developing fully into the body of a practitioner of virtues. Having causal condition connection to clasp the hands to pay homage to Buddha, to repent the sins committed in the past, living a kind and honest life, practicing and reciting sutras during the day and in the light at night. Thanks to the teachings from the Master, all practices are learned. The practice of paying homage, of listening, of understanding and perception. The right or the wrong in the rules of conducts for the Master-Disciple relationship. Therefore, the disciples have to be grateful to the Master and diligently show gratitude. Those grace and favor from the Master will be remembered for thousands of years.

- The fourth expression of gratitude is to the dana, to the faithful almsgivers, to the native country and all sentient beings in the Dharma realms. All of them devotedly commit to providing us with all necessities including foods, clothing, medicines, bedding and blankets. Being grateful to show gratitude. This is very heavy and lofty. Receiving all life long, not countable. How to calculate to pay back the debt. Paying back in full to avoid having an unpaid debt. Always reminding ourselves to devote to practice. Pledging to return the blessings to all sentient beings in the Dharma realms for receiving full blessings of joy.

Mother picks up the rice seedlings in the fields
Then transplants them in the paddy-fields where they will grow
into rice plants bent down under the weight of blooming rice grains
The steamy hot cooked rice in the bowl this evening
Is the result of the mother's work and the father's plowing labor.

The white grapefruit flowers blossom at the alley
Fully blossoming star-fruit flowers give a purple look to the trees
The ripe longan season expresses the deep motherly love
The mother who carries the heavy loads on her shoulders each evening.

Mother's love and father's love are both nourishing foods
Mother takes care of cabbage gardens and ginger bushes with both hands
Every evening she fills up the two small baskets
Representing the ocean of love she pours out at this moment.

The incense burnt out, completely out. Looking up at the Buddha altar, all fruits and flowers were still there. All of them were there, just like my gratitude this late night. I was present at this place. People were also present there. All things were present there.

The cliff covered with patches of moss
The worm is crawling looking for a shelter
The rain on the hill in the west then the east wind
The worm, the cliff and the mountain-shaped pure white cloud.

The old monk is boiling water in the quiet temple
The cracking sounds from the flame of the old days
The routine is going on days after days
The old monk has enjoyed his happiness for a long time.

IN THE
INDEFINITE REALM

The Avatamsaka world is described as the infinite multifold world. The world arising from the causal conditions. No starting point. No ending point. The world arising from people's actions, speech and thoughts is called karma. Karma is the owner, while all other things in thousands of forms and shapes are the karma's belongings. Once everything arising from karma and from causal conditions of the state of being assembled together, they are not anyone's belongings and do not stay with any one. The words in the introduction of the book: *"Krishnamurti - Life Without A Central Point."*

"In the world where everything passes by quickly,
I am the guest.
Therefore,
No attachment can tie me up.
No country can own me.

No border can confine me."
(Krishnamurti – The immortal friend – 1928)

In that indefinite realm, multiple things exist. From tiny to giant forms. From the civilized world to the underdeveloped world. From material life to intellectual life. There is no difference. They are all contained and preserved in the law of the universe. Every sky has white clouds in the summer and dark clouds in the winter. Every forest has yellow leaves in the autumn. In the spring, flowers bloom, buds and shoots burst and fruits appear. Everybody in this world breathes through two nostrils and walks with two legs, growing up thanks to the sunlight and feeling peaceful and joyful thanks to the air. In fact, it is the same pattern everywhere. The same pattern where birds fly with their wings, snakes crawl on their bellies, two-legged creatures walk with legs. A natural and long-lasting philosophy of existence. It is not through consultation that birds have wings and produce their off-springs with eggs while human beings carry their fetuses in the wombs. That is the rule as it is, the teachings of Buddha. That is the reason why the nostrils point downward, the eyes are with eyelids and eyebrows. It is the same for all nationalities and all races, whether people live in the cities or in the country sides, in the mountains or rural areas. That is an interesting fact in the indefinite realm, the marvelousness of the world arising from and produced by causal conditions. All of these are not decided by deities or gods because deities or gods themselves are in the same process. They cannot remove themselves outside of this process:

Thanks to the existence of this thing
Other thing exists

Thanks to the birth of this thing
Other thing is born
Due to the destruction of this thing
Other thing is destroyed.

A process of birth and destruction according to the principle of all things arising from the causal condition.

In the remotely old time including the previous life, I saw a beautiful, fresh, velvety and elegant rose, a symbol of love. This morning, sitting by the window, I am drinking a cup of steamy hot tea. The tea has the taste and fragrance of lotus flower. Looking through the window, I see a fresh rose. It is as velvety as I saw it in a previous life. I see the rolling trees, the rolling mountains and hills spreading far away endlessly. The rose I see today is still unaffected, pure and not different from the rose in previous life. The wind blows gently causing the yellow leaves falling down on the window sill. The rustling sounds on the veranda, the sounds of dry leaves, and the noise caused by the brown deer remind me of the lines from the poet Luu Trong Lu:

"My dear, do you hear the sounds of autumn in the woods
The sounds of autumn leaves fluttering in the woods
The brown deer looking stupefied
Stepping on the yellow withered leaves."

Those same yellow withered leaves and the same spotted brown deer are ultimately weaving into the sound and color... in the process of the six sense-bases making contact with the six sense-objects, generating the six consciousness elements. A marvelousness in the indefinite flavor. In the untraceable and undifferentiated world... The tea pot is emptying, the tea fragrance is spreading. Looking around, I realize that I am the only person left by the window. The novice-monk, the attendant is still gathering fire-woods in the mountains. The novice-monk has always been aware that the grove is laden with red apples thanks to the labor in caring, watering and fertilizing. Thanks to all of these, the apple trees with green leaves are bent under the weight of plenty of sweet apples to offer to people, making them joyful and happy. Aside from the care from people, there are contributions from nature, with the thick fog, the late night dew and early morning wind, as well as the sunlight, the overflowing air and the cool raindrops. All of these constitute the life force for the red apple trees to bloom flowers and to bear fruits. This growing process cannot be described by words, not negatively affected by the upside-down illusionary dreams, not interfered by the hands that twist and turn to fix the bolts and move the axis. Naturally. As it is.

Holding an apple in my hands, thinking about many living principles, about the essence of the universe. The essence of time and space, mingling together in the core of the apple, forming the nutrients to nourish people. Therefore, the form of a human being is the form of all human beings. The form of all human beings is the form of an apple. That is the reality. Does someone contemplate to find out the source of things? To know where that existence comes from, as The Sixth Forefather taught: "Originally everything is nothingness." Originally everything is nothingness. Non-existence of a human being. Non-existence of an apple. Existence of human being, existence of an apple in the indefinite realm.

The coconut tree garden and the river are behind the foot of the mountain
Hiding the thin shape of someone diligently working from dawn to dusk
Making the hot fire to cook the sticky rice in a pot
The delicious sweet rice fills up the bowl.
The old pine trees by the cliff in the cold autumn fog
The small path leading back to the quiet hut
The wavering dim light with the wick burning low
Two heads are affectionately close, nurturing mutual love.

The people who stay, we see them today. People who are gone will be gone into the indefinite world. Where those people are going is only a mode of expression. Here, at this location and tomorrow or some other time, sitting together, drinking a cup of fragrant tea.

SERENE MIND CARVED
IN THE STAR

What do people want to say to each other? Saying with words or by actions. Sending the message by contemplation or by thoughts. Both will bring results. Peace. Happiness. Or destruction. Extinction. The living process of human beings includes all of those feelings. Today, the human world is deeply sunk in the burning ocean of ambition. Power is not enough. Dominating power is not enough. It needs to be something that people can hold firmly in their pockets. Holding fully in their hands. Firmly controlled by the five fingers. People want to talk with weapons. With nuclear war-heads. Or with the terribly destructive force of the virus. Unfortunately, the ambition is two-sided. Killing others but also killing themselves. Why can't people give each other love and living force, value and potentiality, materials and noble faith to give the green color to the earth, the mountains, the forests and the fields? When the earth is green, it is healthy. The earth is full of living force. The earth is not affected with diseases, not infected with viruses. The earth will provide people with many benefits: diamonds, gold, copper, lead, zinc… Oil wells, coal mines and innumerable natural resources… Pearls, precious stones, efficacious medicines over thousands of years. Innumerable kinds of foods and drinks everywhere on earth. Perhaps with too many valuables on earth, people become greedier, more ready to harm others, more wicked to make the earth deteriorate with wilted color, dry up, agonizingly struggling for life. The pain inflicted on the earth by the nuclear war-heads, by the atomic bombs and by numerous chemical agents paralyzes the earth, destroying the fertile soil and the nourishing materials. How can people not love this earth but heartlessly do harm to it. In Buddhism, there is a Bodhisattva named The Earth. Ksitigarbha Bodhisattva. The Nature of the Earth. A Mass of the Earth. A Storehouse of the Earth. The Earth. A Globe of the Earth. The Earth Bodhisattva nourishes and preserves all ten thousand species and sentient beings. The Earth Bodhisattva made the following pledges:

Save all sentient beings
Before attainment Enlightenment
When the Hell is not empty yet
I pledge for the delay of my attainment of Buddhahood.

Burning forests. Cutting down trees to leave the ground bare. The earth loses its companions. The earth loses the shades. The earth loses clear water. The earth becomes dry. The earth is cracked. Do human beings know the earth is squirming in the struggle? People uproot the trees to have timber to make tables, chairs and luxurious objects for their enjoyment of luxuries and wealth regardless of the loss of the stability of the soil of the earth. Once all the trees in the forests are cut down, the earth has nothing to cling to. Very old trees are cut down. The dense forests are destroyed. The rainwater from the source flows downstream. Without anything to hang on, the water flow gushes to the plains. Down to the fields. Down to the houses in the villages. Overflowing as floodwater. An overwhelming flood. Houses are flown away. People are flown away. Animals are flown away. People are hungry, living in poverty. A miserable life.

Two head rise above the roof
Expression of fear on their faces at the sight of the vast water body
Alone without parents and neighbors
Without love from any relatives.

Late in the night listening to the water flowing in
Strongly rushing in to break the dyke at the source of the stream
The water overflowing, inundating and rushing in
People are miserable where the ground is their sleeping mats and the sky is the roof over their heads.

When the mountains and forests are green, birds will come to build their nests. They are chirping cheerfully. The green mountains and forests are the home of many creatures, species with wings, species with legs and species without legs… They build their villages and hamlets to form a natural and unsophisticated world. A society of animals with order and discipline. They know how to protect each other, preserving life. The society of the bees is in order. All members perform their own duties diligently. The society of the termites. The society of the ants. They form their own nations, independent, perseverant and active. The deer, the monkeys live in herds and groups, united. The water buffaloes, the mountain sheep … many and many lives are accumulated and nourished in those green mountains and forests. However, today when bombs and shells are dropped on mountains and forests, they dig up the soil, dry and uproot the trees. The leaves are dry, the branches are dry and the roots are dry. The trees are all decayed and burnt, burnt into black coal. This afternoon, looking at the mountainous areas in the distance, we can see an immense mountain range with green trees, but the following day only a field of uneven red soil. The bombs and the shells have dug up and destroyed the green color. Only after one night, the place is ruined, looking like a grave site. The hatred and vengeance have poured down on the green mountains and forests or on the highlands. On the highlands in our country, only regions of red clay remain. Only red dust regions. The blue ocean gives us shrimp and fish. Pearl and seven kinds of precious valuables are hidden deep in the ocean. The cool wind blows in the evening with poetic melody and the rustling waves by the stretches of white sand beaches with weeping willows. Together with the islands from afar, all are weaving into a magnificent scenery. This is the dock in Ha Tien city in the evening. The sand beaches spread along the body of light blue water. A peaceful and happy scene where the fishermen enjoy a prosperous life. A marvelous Ha Long bay, a divine creation of nature.

The green fields are spreading the fragrance of rice plants. The ripening grains on the rice plants spread all over the fields, bringing plenty of food to the villagers. Every evening, singing voices are heard. The moonlight of the sixteenth day is shining over the ferryboats at the dock. The rural roads are embellished by grass and leaves. The simple country people working with their hands and feet smeared with mud have been building up a life as peaceful as the green fields in the afternoon sun. The herd-boy, sitting on the back of the buffalo, is playing the flute making whispering sounds. That is the peaceful scene of the green fields in the countryside. However, there are times when the fields are cracked and the water stream along the dyke no longer exists. Only pebbles and rocks are seen when the soil is plowed. No more the green color of the rice fields of the old time. That is the destruction of nature, the destruction of the earth, causing immeasurable consequences. Human beings must love the green color of the earth.

The caterpillar crouches in hiding under the green leaf. The snails cover themselves warmly in the green grass tuft. The birds are chirping on the branches of green leaves. A strong living force is vigorously protected by the green color.

The loving-kindness and compassion of Buddha are also green: Buddha was born by the Udumbara tree in the Lumbini Park, a garden full of trees, plants with green foliage. Buddha left home in search for the truth, practicing as an ascetic in the dense forest. Buddha was in the Himalaya valley at the base of the trees with lushly green leaves. Buddha sat in meditation, entering into contemplating state under the shade of the Bodhi tree with fresh green foliage. Buddha turned the wheel of Dharma under the shade of the Bodhi tree in the Deer Park, expounding the Four Noble Truths sutra, teaching the Dharma to the group of five ascetics led by the ascetic Kondanna. The leaves and grass in the Deer Park are green. The green color of the life force in the process of going through the path to liberation from sufferings. My dear disciples, you must know what is The Noble Truth of Suffering. You must terminate the Cause of Suffering. You must attain the Noble Truth of the Cessation of Suffering. You must practice the Noble Truth of the Path leading to the Cessation of suffering. Buddha expounded the Dharma, brought relief from sufferings and saved all beings during all 49 years of his teachings under the shades of the trees. At meal time, in meditation practice, while expounding the Dharma and saving beings, teaching all disciples and followers. Only one meal a day at the base of the tree. Sleeping at night under the shade of a tree, never again sleeping at that same tree the following nights. The green leaves sheltered him from rain and shine. The green mountains and forests served as the tranquil shelters for him to practice. The life of Buddha was not separated from the green color, blending harmoniously with the green color to extinguish the sufferings of human life. In the green field, Buddha saved a Brahmin landowner and five hundred farm workers. Buddha saved the notorious Angulimata on the green trail in the wilderness. In the green grove of mangoes, Buddha entrusted the courtesan Ampabali with the predestination of practice to attain the Holy Master-hood. On the roadside of the rolling green fields, Buddha saved Nanda, the laborer whose job was carrying away excrements, who later joined Sangha for practice and attained Arahat-hood with ability to executing supernatural power... Buddha lived with the green color for 49 years. Finally, Buddha entered Nirvana in the Sal woods with flowers in full bloom on branches and under the cool shade of green leaves. Buddha entered Nirvana with No

Remainder of Sufferings. The green Sal woods bid farewell to Buddha. Tranquil and unaffected. Quietly heroic. Overshadowing the sky with the green color of the universe. The value of the indefinite green color.

The rows of yellow dwarf-bamboo plants bathe in the early
morning sun
The image of birds flying quietly over the hills in the west
The babbling sounds of water falling drop by drop into a jar
The rhythm of time flows like the high and low stream.

Sitting and breathing gently to feel at ease
Uninterested in engaging in gossipy talks
Oh, folk! The word compassion engraved in my heart
Carved on the stone wall with loyalty and dedication.

The beautiful culture is the green culture, the culture of enlightenment. I myself and other persons. All, please sow the green seeds in the fields of the mind. Because the green color is the life force. The green color is hope. The hope to be a good person. A person with the True, the Good and the Beautiful. Cultivating the mind and becoming mature. This morning the novice-monk in green blouse, stepping out to the garden, seeing the tree with green leaves. Green grass and flowers. Looking up into the sky, the sky is all blue. The earth is luxuriously green, cultivating a great deal of living forces.

Sitting confined next a pile of old books
Cobwebs hang on the moss-covered walls
The words of the book are worn out with reading and by the
spiders

The rain this morning, the sunlight this evening.

FLYING CLOUDS
IN THE WILDERNESS,
FLOWING WATERFALLS
AND RAPIDS

Naturally as it is. A butterfly comes into life with two yellow wings. The tadpole comes to life with a tail. The tadpole becomes a young toad when its tail shrinks and disappears. Young toad grows into adult toad. The toad keeps growing into the uncle of The Lord of Heaven. When the toad grinds its teeth, it rains. The rainwater pours down, flooding the fields, driving the toad into the cave. A poem about the toad:

"The toad is sitting in the cave
Turning its back outward
That is the toad."

The toad clasps its hands:

"I pray to The Lord of Heaven for the rain
Giving me water to drink
Making the fields ready for plowing
Giving full bowl of rice
To feed old and weak elders
Nourishing and supporting innocent children.
With serene dreams
Yellow colored cloud means sunshine
Red colored cloud means rain
Plain colored cloud means wind.
The sounds of the wooden bell during the evening session of recitation of sutra
The sounds of the bell during the morning session of recitation of sutra
In companionship with sutras and sutra verses
Like the shape and its shadow
Never separated farther than an arm length
The dream always fulfilled
Buddha, help me to reach the Pure Land in the West."

That seems to be the way it goes. Steps are slow, leaning on a stick. Feeling the beads on the fingers. Repeating the word Namo. A shape on the mountain slope. A broad-brimmed hat hanging in the back. All of these give the peaceful image of a Meditation Master. The flaps of the monastic robe fluttering in the air give the look of a wandering knight. In fact, that is a practicing monk who has never killed an ant or a bee but instead always trying to protect their lives. Human beings have to learn how to support and protect life.

A seed is under the soil for a long time. The seed is still in good shape. The seed protects itself to preserve its life. This afternoon a storm comes and the raindrops pour down. The rain softens the soil. The seed gathers the force to spring up. The first day, the seed springs up into a piece of young leaf of lucid white color. The leaf is very tiny. After the first day, the lucid white leaf, in contact with the sunlight, changes its color into the green color of the leaf with nourishing chlorophyll element. The leaf goes through the same process in the second and third day... Finally, it grows into a big arjun tree at one end of the village. The arjun tree serves as the central point, the place where people sit under its shade. It is the place that people think of every time they are away from the village. The arjun tree becomes the sacred symbol for people of that village.

The arjun tree is 70 years old, witnessing several waves of people coming and going. Generations of grandfathers are gone. Generations by generations are gone. Now none of those old generations is left. A wave of people of a generation of traditional regulations and orders only leave behind some blurred traces somewhere. Only the vague smell. The smell without physical appearance. Nowadays, the arjun tree is also old. The tree trunk is rough and warty. The base looks uneven with bulging and hollow appearance. The branches are tortuous. The large leaves provide cool shade for those still staying in the village. The arjun tree is the expression of the love and attachment to the village. Rain or shine, summer or winter, the arjun tree stands firmly there to protect the villagers, keeping them peaceful and safe.

The milk from mother is as sweet as the singing of father
Mother not one time saying No to her children

The old mother working hard her whole life
Feeding her children well by working at the source of the river at
dawn and along the river in the evening.

Looking back at the flying clouds in the wilderness and the flowing waterfalls and rapids not as an illusion but is actually a reality inside myself. The reality in the small portion of food left over, then putting it in the earthen pot to boil. People gather around the pot to ask for one spoonful. Too hot. Too sweet smelling. Deeply felt as the overwhelming love from others. Only a person putting in the situation of the flying clouds can realize that the clouds in the wilderness fly aimlessly to an indefinite space in the sky. Only a person putting himself in the situation of the flowing waterfalls and rapids can realize that the water stream flows through the waterfalls and rapids. The clouds in the wilderness and the waterfalls are like the infinite meditation song. The singer in this case is the waterfalls and rapids. The lyrics are like the flying clouds, floating everywhere, spreading raindrops on the ground, mountains and forests. Rainwater gathers up into ditches and canals to flow together to the large spring water source, then flowing through the waterfalls and rapids. That is the way they are forever together. The clouds in the wilderness and the waterfalls and rapids are close. Physically apart but sentimentally close. Sentimentally close but physically apart. Always apart but always close. Miles apart but close within the span of a hand. The arjun tree is still here nowadays, but the villagers keep leaving for some place far away without keeping contact while the traces and the voices they left are still intact. If some people return to the old place for a visit, they will recognize all sites. Here is the meditation house. Over there is the Sangha house. Farther over there stand the bell tower and the iron tower. They all look old, worn out, deteriorated and ruined through time. However, the flavor of the leisurely walk in the evening, going up the hill to catch the wind blowing in from the open sea or when the Master and his disciples gathering, sitting around to talk about monastic life, all still echo somewhere. The traces of the footsteps of meditation walk at the watch are still there, not lost. The sounds of the bell and the wooden bell during the evening session of recitation of sutra with gentle flavor of meditation will forever live in the mind of the practitioner.

The streaks of the morning sunlight scatter on the dwarf-bamboo branches and the lamenting sounds of the cicadas lingering on the petals of the red flamboyant flowers form a living picture lingering in the heart of someone promulgating the Dharma at a place far away.

The yellow sunlight shines on the west hill
The gentle breeze blows on the temple porch
The green, yellow and red leaves of the autumn in the past
The monk returns knocking at the door of the quiet temple.

Like the small spring at the edge of the forest
Quietly flows through days and months in the middle of the game
Tomorrow with changes in life
The body returns into sand and dust in a grave covered with water-
plants and moss.

This gives the impression that the people of the old days were dreaming, uttering the pledges just like that arjun tree always present, without saying the pledges, to protect the villagers, whether they stay in the village or move away. Whether still living or deceased, they always seem to stay close together. The same yellow rice fields. The same water from the river flowing into the fields. The same rural trail keeping traces of the loved ones, full of life force. The arjun tree still stands there waiting. The villagers keep leaving. That is the deep love of the native village. Suddenly, the poet Tan Da's poem comes to mind. Sharing a few lines:

"... *The high mountain keeps looking and waiting*

The spring water flows like the stream of tears waiting for days and months

The body, bony and worn out with white hair

Still waiting for a long time through snow and dew...

... Whether the green mountain is aware

That the water flowing out to the sea will return in a revolving cycle as the rain in the water source

The reunion of mountain and water is on-going

The mountain should not feel sad

Even though the water keeps flowing away

For now, be happy with the fresh green mulberry fields..."

Although people keep going in different directions, their full pledged love and loyalty remain intact. Remaining intact with the Master's teachings, through the traditional training of novice-monk. The arjun tree stands as a witness. The pledges of giving relief and saving beings from sufferings of Bodhisattva are immense, reaching all places. Pledges are fulfilled. Sentient beings freely enjoy life without being powerlessly confined to sitting around and allowing people to talk nonsense. The evil must be

extinguished and the good must be developed in order to recognize the fresh green mulberry fields to enjoy.

The siren of the train tears through the wind in the evening
The farmer works diligently in the fields
Rain or shine, always with the same devoted mind
A bowl of cooked rice, potatoes and cassavas, the expression of the
deep love of the country.

Holding the tea cup with trembling hands. If someone stands by the cupboard watching, there will be a concern that the tea cup will be dropped. However that will not happen. The hands are trembling but the cup will not drop. What is essential and important is the attention and focus. Therefore, it not easy to let it drop. The attendant should learn that important fact. Learning to be stable while trembling. If the cup drops because of lack of stability, there is nothing left to discuss. That is the teaching model. What the bystanders see is not the reality. There is an internal power and strength. Thanks to that internal strength, a practitioner can sit in meditation position with straight back, just like the old pine, enduring dew and snow through thousands of years, still keeping the trunk straight, still keeping the core of the trunk solid. Not affected by the dew and snow. It is the same with the old pine tree at the temple. Now, in quiet recollection, the clouds in the wilderness are still flying, the waterfalls and rapids are still flowing. People are entering Nirvana.

APPEARANCE
IN THE WORLD
TO SAVE SENTIENT
BEINGS

The story goes: Going back to the ancient times, three life cycles of many thousands of years, there was a sentient being in the Avici Hell. That sentient being, like many other kinds of sentient beings, had to suffer the pain and misery day and night, without one brief moment free of misery of hells. When not hot burnt by fire, they were frozen in the cold ice. When not pressed, cut and torn, they were beaten and stabbed. The endless suffering was indescribable. This special sentient being was different from others. He endured the pain and suffering while constantly having kind thoughts and a mind to do good deeds. The suffering could not shake off these kind thoughts and firm mind to do good deeds. Kind thoughts are pledges to never committing an evil act in order to avoid the current sufferings and to have the mind to do good deeds. That means the wish to free all sentient beings from the pain and sufferings they were enduring. Thanks to his undivided good thoughts and pledges of good deeds to save all sentient beings, all the pain and suffering dropped and lost the power to affect this sentient being. At that moment, this sentient-being got out of hell. In this context, kind thought is "One undivided thought going through the triple worlds"- One undivided thought brings liberation from three worlds.

That sentient being getting out of hell is the person in previous life of Sakya Muni Buddha, at the time of three life cycles of many thousands of years ago. After the release from the suffering in hell, the previous incarnated body of Buddha, over times, sometime lived as a human being, other times was born as a deva, as a pious bird, as a golden-hair lion, or as different species of sentient beings in this world. Throughout all that incarnation process, each incarnated body maintained the same kind thoughts and the mind to do good deeds that benefited others. At the end of the three life cycles of many thousands of years, due to the persistent commitment to practice the Bodhisattva's pledges and actions, he attained the stage of Bodhisattva with the venerable name of Prabhpala in Tushita Heaven.

Looking down at the earth, Prabhpala Bodhisattva sympathized with the sufferings of human beings. Due to ignorance, people are attached to greed and desire that are the cause and beginning of many other sufferings. Greed causes people to fight, rob and compete for ownership for the self. Anger causes animosity and terrorism, leading to war and killing. Ignorance is the cause of any actions without any regard to the rationality and moral values, inflicting a great deal of hardship and misery to others. A long series of endless miseries. From innumerable life cycles in the past until today and from today to infinite time in the future. Prabhpala Bodhisattva was pensive about the extreme sufferings of sentient beings. Sufferings from the unknown beginning to the unknown end. Sufferings in each life cycle. No exception to human beings or other species of sentient beings, including all species of crawling, flying, moving insects. The suffering of being born in this life means bearing all aspects of sufferings. Then old age, weakness with worn out knees and bent back, all weigh heavily on the miserable body. Deterioration due to old age causes all kinds of illnesses in any part of the body. Human beings have to accept these illnesses from head to toes as a burden weighing heavily on their skinny shoulders. They cannot get rid of these heavy loads. Finally comes the death. The misery of death does not spare anyone. Death is a terrible misery to the dying and to the living. Career, title, wealth and fame all come around to pull, drag and snatch the dying day and night, making the mind of the dying disturbed, agitated and drawn along the flow of rage, regrets and dissatisfaction. Numerous pitiful scenes at this moment. The dying person is departing to an unidentified, dimming, gloomy and unknown destination. The living persons are suffering the indefinite separation of the two worlds – that of the living and that of the dead, wondering when they could again meet the beloved ones, Mother, Father, Wife or Husband in this life…That is the common suffering in the four-fold process Birth-Existence-Deterioration-Death. Nothing maintains its existence in itself without being affected by other things and being changed following the law of destruction. Prabhpala Bodhisattva sees it thoroughly and clearly. As clearly as seeing the lines on the palm of his hand – not missing any smallest features.

So lamentable! Oh, my dear sentient beings! The compassion of Prabhpala Bodhisattva touched each tree top, leaf and flower, each small pebble. The flavor of compassion is felt flowing everywhere, penetrating deeply all over the globe. From the devas enriched with blessings in heavens to human beings with average happiness and hardships or animal species and beings in hells, their sufferings are not measurable. Alas! That is human life-hood, a prolonging dream. Alas! Human life is a series of never-ending miseries. The cycle of life and death continues piling up one after another while human beings are not awakened to reality. What can be done? Prabhpala Bodhisattva asked himself, what could be done? How could sentient beings be liberated from the sinking ocean of life and death cycle! After many meditating days, Prabhpala Bodhisattva found the answer for himself. Through his practice of great meditation, contemplating and spreading compassion to all countries on the earth, in order to decide what country he would appear in to practice and save sentient beings, which parents he would be born from. The parents with fullest blessings and most desirable causal conditions. What capital city, what people with enough favorable causal conditions related to himself for him to appear at that place in order to accomplish his pledges and actions of saving human beings and of attaining Buddhahood.

After meditating and contemplating, Prabhpala Bodhisattva realized that the country of India was the place with sufficient causal conditions for him to appear. The capital city of

Kapilavatthu and its people would provide a good place and opportunity to reside in and the King Suddhodana and the Queen Ma Ya had all good virtues to be his parents. This is the tradition for Buddhas of three generational cycles in the past. Therefore, that day Prabhpla Bodhisattva followed the tradition of the Buddhas in the past to appear.

The King Suddhodana and the Queen Maya were old and had not had a son to inherit the throne. This was a great concern for the King and the Queen. Therefore, the King and the Queen prayed day and night, wishing to have a Crown Prince. This had been their wish and hope for many months of praying. Their sincere prayers were seen through, good causal conditions all came together. The Queen's virtues were attained. One night, in her sound sleep, the Queen experienced in her dream an unusually peaceful, refreshing and happy feeling. She felt a fragrance coming from above. She heard the heavenly congratulating music, seeing flowers scattered on her body. And then from high above, coming down from the sky, a white elephant with six tusks entered the Queen's right hip. Turning her side, the Queen had the feeling she was pregnant. When the Queen woke up the following morning, she informed the King and the kingdom about her night dream. The King Suddhodana was very joyful with the thought that the kingdom was going to have a Crown Prince.

The next day, the entire kingdom prepared a feast to congratulate the King and the Queen for the prospect of having a successor to the throne of the kingdom of Kapilavatthu city. Everyone from military and civil officials to all common people, from the cities to the rural areas, everywhere people cheerfully offered congratulations. That year, the King distributed rice to poor people. No tax collection but giving out abundantly to needy people. The Queen, day and night, devotedly practiced good conducts and took good care of herself as gold and precious stones. The Queen was provided with very good care in all aspects by royal attendants and servant maids. The care was provided to both the Queen and the Crown Prince in the womb. Surprisingly, the Queen Ma Ya always felt unusually at ease and exuberant from the time she became pregnant with the Crown Prince. Her good appetite, peaceful sleep, exceptional at ease feeling, all were different from the time before pregnancy. Therefore, the King's sincere and strong faith increased and he was more generous in giving, practicing good deeds and earning more blessings in every way.

Days and months passed by quickly. The good news of the Queen's pregnancy was not too long before the delivery date was coming. From the time of the Queen's pregnancy with the Crown Prince, the King kept counting the days to the delivery date on knuckle lines of his fingers to silently calculate the Crown Prince's birth date. During this time, the King ordered royal attendants and servant maids to buy all necessary items for the Crown Prince, such as big and small pillows, milk and diapers. Also clothes, towels and toys. Nothing was left out. All of these showed the strong earnest desire of the King and the entire kingdom as well as all people of Kapilavatthu city to hold the baby Crown Prince in their hands. These also showed their wishes and eagerness for seeing the beautiful and intelligent baby Crown Prince like a deva from heaven descending on earth. Not only he is greater than a deva but he is a Bodhisattva appearing on earth to save sentient beings.

Some said the baby Crown Prince would be very beautiful because the King and the Queen are kind, gentle and caring to citizens. Some said the baby Crown Prince must be very intelligent because during her time of pregnancy, the Queen appeared to show broader knowledge each time she attended kingdom affair meetings. The Queen's physical features were more beautiful, graceful and elegant. Some said the Crown Prince would come to the world in a big and robust body with exceptionally unparalleled good strength. Some said the Crown Prince would be loveable and would bring love and compassion to everyone. The Crown Prince would express love and compassion to human beings, to animals, to flowers and leaves and also to natural sceneries...Alas! So many opinions and predictions before the Queen gave birth to the Crown Prince. This proves that the meaning of Bodhisattva-hood is bringing joy to sentient beings. Bringing peace and happiness to all with no exception. Equal treatment and equal treatment to all species.

Then came what was supposed to come. That day, the whole capital city of Kapilavatthu was busy preparing a convoy of royal carriages and parasols with people lively in gorgeous attires, all officials, royal attendants and servant maids to accompany the Queen going to her parents' home in order to give birth to the Crown Prince. This is the cultural tradition of that time. Therefore, the Queen had to go back to her parents' home to give birth to the Crown Prince, in compliance with that cultural tradition.

The next day, at the early dawn break when dew still lingered on branches, the sceneries in the royal palace brightened up, announcing a glorious day. An important historical day. A cheerful day of devas and mankind welcoming the Bodhisattva's appearance on earth. That was marked by the start of the trip with the convoy of royal carriages. Leading the convoy was a group of soldiers on horseback in stately uniforms riding white horses, with high headgears and shirts with shoulder pads decorated with tied ribbons as symbol of royal military and civil officials. The parts of the pants covering their legs were squeezed in and tied with red ribbons giving a neat and mighty appearance. They were on the back of white horses, dignified and stately like devas. Next in line of the convoy was a group of servant maids spreading flowers, playing music and singing all along the road creating a beautiful show that people gathered on both sides of the road to view. The middle section of the convoy was the decorated palanquin carried on the shoulders of six royal officials with sturdy and strong bodies. Their dark red attires were a contrast to the green color of the grass, trees and foliage on both sides of the road, creating a natural magnificent artistic picture. Last in the convoy was a group of royal maids carrying all items needed after the birth of the Crown Prince. Viewers on both side of the road constantly expressed admiration. The Queen was so beautiful! The Queen was so blessed! She was a real noble Queen. A virtuous, loving and caring mother. Oh! So exceptional! What a great blessing! So wonderful! A stream of praises, compliments and prayers for the early viewing of the baby Crown Prince, the most exceptionally talented being…

The convoy was processing through Lumbini Park of the royal city of Kapilavatthu. Sitting on the palanquin, gently rolling up the curtain, the Queen looked at the blooming flower garden, seeing green trees with gorgeous leaves, feeling the fresh cool breeze, hearing the birds singing. Together, all of these created an exceptional atmosphere! The Queen felt peaccfully relaxed while an indescribable joy sprang up. The Queen wanted to stop for a visit of Lumbini Park, a divine scenery in this world. The Queen ordered the servant maids to stop for a visit of this blooming fresh flower garden while taking a short rest. When the palanquin was placed down in the shade of the green tree, the servant maids helped the Queen getting off the palanquin. Looking around, the Queen saw the roses blooming. Further out was the pond where the one-thousand-petal lotus flowers were spreading fragrance. Along the path were the graceful golden big chrysanthemum flowers with some lingering shining early morning dew. On the tree, birds were flying from branch to branch, chirping, singing and grooming each other with their beaks. When seeing the Queen in royal attire with shinning black eyes, the birds were louder and more cheerful as if they were greeting and welcoming a person they had never seen. Never seen in this park. Over there were the yellow rabbits munching the grass. The deer were lifting their heads high to attentively watch. What a peaceful scene on earth! The Queen walked around, looking at each small bamboo bush. The grass under the Queen's feet felt cool and soft like velvet. A light cool feeling seemed rushing through all over her body. A divine feeling that the Queen had never experienced herself. The Queen and her servant maids were moving toward the Udumbara Tree ahead. The tall and robust tree trunk, together with fresh foliage created an attractively picturesque scenery as if ready to welcome the Queen with the whispering sounds of the foliage, with the pervading fragrance, offering honor and respect. Oh! Look! On the branch of the Udumbara Tree, within the reach of her hand, a pure miraculous flower just blossomed in full bloom, in the sparkling sunshine of the wonderful universe. The breeze gently touched the flower in a kind caring loving manner in making offerings to the Queen. The sacred moment just arrived. The servant maids surrounded the Queen, devas appeared all over in the sky. The devas of the trees and the devas of the earth from all four and eight directions clasped their hands looking and following each step of the Queen moving toward the pure Udumbara flower. All species of sentient beings and non-sentient beings attentively focused on preserving the serenity, ready to honorably welcome the imminent appearance of a venerable super-being. The Queen stopped her last step, calm and comfortably stable. The Queen gently held out her right hand to pick the charming, wonderful and miraculous Udumbara flower. As soon as the Queen's hand touched the flower, she smelled an exceptional fragrance flowing all over through her body. The Crown Prince was born, under the Udumbara Tree, in the Lumbini Park, in a beautiful morning with flying clouds, light breeze in the blue sky that seemed to lower to welcome the baby Crown Prince.

The Birth of the Crown Prince

Oh! So spiritually miraculous! Oh! So exceptional! The heavenly music was playing to celebrate. The devas were spreading flowers in offering. The fragrance of the manjusha flowers, the maha manjusha flowers, the mantra flowers and the maha mantra flowers was spreading all over the air by the gentle hands of the devas in offering. During this spiritually marvelous moment, the earth shook six times and all sentient beings were standing still, bowing their heads.

The Crown Prince came to life, taking seven steps on seven lotus flowers, his right hand pointing to the heaven, his left hand to the earth, saying: "Up in the heavens and down on earth, I am the most exceptional and venerable." These words were carried away, very far away, by the wind, all over Lumbini Park, through rice fields, hills and mountains, open blue oceans, through the immense space reaching the heavens of the devas and to the worlds of hells, demons and animal kingdoms. These words did not miss reaching any places. Sentient beings and non-sentient beings were all deeply touched by these words. An undisputable fact had been perpetuated throughout thousands of years, but it did exist at this moment. It only existed on that day. It existed at the Udumbara Tree in Lumbini Park, during the time the Queen Ma Yaw was strolling and sightseeing. After his statement, when the Crown Prince stood on the seventh lotus flower, the dragon sprayed a stream of water to bathe him. From the sky two streams of hot and cold water also bathed the Crown Prince. After the bath, the Crown Prince was back to the form of a normal baby, being held by the servant maid tending him to the Queen who held him in her arms tightly close to her heart. With sparkling, gentle and serene eyes, full of tender love, appreciation and respect, the baby Crown Prince looked at the Queen and smiled!

Immediately, the escorting delegation was on horseback, rushing back to the kingdom to bring to the King the good news that the Queen just gave birth to the Crown Prince. After receiving the good news, the King ordered the readiness of the royal carriages to be led by the King, heading toward Lumbini Park to joyfully transport the baby Crown Prince and the Queen back to the kingdom. What a glorious day! A joyful day for all people of Kapilavatthu city.

The King Suddhodana held the baby Crown Prince in his arms, overwhelmed by happiness, hope and pride. Meanwhile, the Queen felt calm and at ease as she had completed a sacred assigned responsibility. From now on, the Queen could leisurely enjoy the blessings. On the way back to the kingdom, the triumphant music was playing resoundingly while the servant maid dancers were singing and dancing in offering to the celebration of a big festival day. People came from all parts of the city of Kapilavatthu. Some were lighting incenses, some were offering flowers and some were playing the drums and music resoundingly, mingling with the royal officials in the procession to welcome the baby Crown Prince. The wild wind blew cheerfully in the air. Deities and devas knelt in the sky with clouds of different colors, blue, yellow, red and white, slowly moving in escort of the baby Crown Prince. So miraculous! So exceptional! It has never happened in the world before. Never happened before, never happened again in the life of human beings, devas and all species of sentient beings…

The gate of the royal city of Kapilavatthu was decorated with flowers, lights, parasols and flags waving in the air. That day, everyone in the city dressed up beautifully with hair high up in a knot, wearing tightly fitted shoes. It created a bright colorful scene of people from heavens. Everyone knelt down, forming two long straight lines of honor, with hands clasped, heads bowed down in an extremely respectful manner. The palanquins carrying the King, the Queen and the baby Crown Prince slowly advanced to the grand palace of the kingdom, straight to the main hall. The servant maids brought a basin with scented water to clean the baby Crown Prince's hands and feet, placed him on the royal bed previously prepared to fit the elegant standards of the royal rank, gently covered him with a_light silk blanket, then stood by to cool him with a handheld fan. The Queen went to her room to take a rest after an exhausting day. The Queen was exhausted but she had offered the world a super-human, a great man, the best known teacher, the famous model giving great pride to the Sakya, Suddohana clan.

Words of mouth spread out every day from the cities to the rural areas and the wilderness. Everyone heard the good news that the kingdom had the successor to the throne with talent and virtues to care for all people of the country. The good news spread rapidly, carried away by wild wind, birdsongs together with compliments from devas and from the quiet mountains and forests, making the country overflown with the feelings of safety, peace and happiness. All the leaves and flowers with their gorgeous colors have suddenly awakened up the ascetic Asita who was in deep meditation state at the densely wooded slope of the Himalaya Mountains. The ascetic suddenly startled up. He leant on the cane to stand up, straightened the parts of his robe worn around his shoulders and the untidy hair-knot hovering over his forehead. With his bag on one hand, leaning on the cane, he slowly groped his way down the slope of the mountains, heading toward Kapilavatthu city, dragging his feet, as he was over 80 years old. Once out of the woods, he turned around to look back at the splendid and lofty Himalaya mountain range, a majestic, sacred and venerably imposing place stately residing in this country of Sravasli, to assure good weather with favorable rain and wind as well as peaceful and prosperous living conditions for people. He waved his hands to the splendid stately mountain range as if to say his last words "I will return to this place to practice meditation in seclusion until the time of attainment. But, too difficult! Too difficult! I am too old and will not have enough time left of my life. So regrettable! So miserable!"

The ascetic Asita arrived at the gate of the palace and was stopped by the guards. He clasped his hands to beg: "Please come in to tell the King that ascetic Asita is here to tell the fortune of the Crown Prince." When the guards went in to report to the King, the King himself came out to welcome Asita and led him into the great hall, sitting down facing the baby Crown Prince. Asita respectfully held the baby Crown Prince's hand, looking at his intelligent and bright face with fresh smooth and healthy rosy skin, different from other children. After observing for a while, Asita said: "Your Majesty, the Crown Prince is truly a Great man. He has all 32 good features and 80 beautiful traits of an extraordinary being. He also has the word Sauvastika on his chest, a good feature that foretells if the Crown Prince stays in the royal palace, he will be a Cakravartiraja. If he leaves the kingdom for the path to enlightenment, he will become a Buddha, the Enlightened One." Right after those words, Asita knelt down, sobbing his heart out. The King was extremely surprised at Asita's reactions. The King banged his hand hard on the table and raised his voice: "What a disaster for my kingdom! A disaster for my kingdom! You, ascetic." Asita responded: "Your Majesty! It is not a disaster, but a great blessing, for the kingdom. You have already got that blessing and all people of Kapilavatthu city have also got it, except myself, the very old man, the unblessed, the one who is unfortunate. I am already 80 years old, there is not much time left of my life to be able to listen to his preaching after the Crown Prince leaves the kingdom for the path to enlightenment, attains enlightenment and preaches to people. At that time I already die a long time. What a misfortune! A terrible misfortune for me!" The ascetic Asita slowly stood up and walked away, heading toward Himalaya mountain to continue his meditation practice in the tranquil mountains and forests.

The King sat there stunned by Asita's assertion of the Crown Prince's future. After regaining awareness, the King no longer saw the ascetic. The King gently carried the baby Crown Prince to the Queen's room so the Queen could lull him to sleep. However, the Queen told the King that it had been seven days after the Crown Prince's birth and it was the day when the Queen had to say good bye to the King and returned to Trayastrimsas Heaven. She said good bye to the King, the kingdom and people of Kapilavatthu city. She told the King to entrust the baby Crown Prince to the care of the baby's stepmother Maha Pajapati. The Queen said: "Your Majesty, you have to take care of yourself." The joy had been short when the sadness came. Hearing the Queen's words, the King was stunned and shakily sad, feeling the world around spinning up and down. He could not believe that he just got a precious gem then immediately lost a gold branch. "No! I cannot believe it! Cannot believe it!" The Queen told the King: "Your Majesty, be calm. Now you have the Crown Prince. Later on, the Crown Prince will practice the path to enlightenment, become Buddha, saving and bringing peace and happiness to all sentient beings. He will be the teacher of the devas and human beings, best known to future generations and then all of us present today will meet again. Good bye, Your Majesty". The Queen was reborn into Trayastrimsas Heaven, enjoying the blessings. Once again, for the second time, the King heard that the Crown Prince would practice the path to enlightenment. This was not what the King would like to happen. If the Crown Prince chooses to practice the path to enlightenment, who would be the successor to the throne to govern and take care of the people of this Kapilavatthu city. Therefore, the King was sad and worried. Many thoughts and worries came to the King's mind. And later on, we will see how the King planned to keep the Crown Prince with the kingdom. We will see whether the King was successful or not. We will find out.

After the storm, the sky is clear and bright, the rain stops and the clouds clear away, giving back calm and peaceful days to the kingdom. The Crown Prince lived a luxurious life with comfortable and warm beddings. His days and nights were as luxurious and precious as gold and gem. He grew up into a gentleman with dignified features and divine characters, far different from other youth. The King had the Crown Prince learn academic subjects and art of warfare. The King had teachers coming to the kingdom to teach the Crown Prince in all fields of study: from manners to royal conducts, from literature to martial arts training, horse riding, bow shooting and fencing, from art to cultural fields of common people, from the way of life of intellectual upper class to the culture of the royal officials of the kingdom. The Crown Prince fully understood all subjects after a quick reading. Therefore, after a very short time, all his teachers gave up teaching him because he was exceptionally intelligent, far better than ordinary students. One day, on the Plowing Festival Day, the King took the Crown Prince to the fields to see the farmers and the farm lands. While everyone was busy tending to their tasks of conducting the ceremony for the opening of the new rice farming season, the Crown Prince sat under the cool shade of the tree, looking at the activities. The farmers were guiding the buffaloes to plow the fields. The insects were squirming on the furrows that were just turned up when the birds high in the air flying down at full speed to the field to capture those insects. From the edge of the woods, a hunter shot down the birds with his bow and arrows and retrieved those birds with broken wings in front of him for his food of the day. But the hunter was not aware that a tiger hiding in the bushes was waiting for darkness of the night to pounce on the hunter. Again, in the same way, the strong bullies the weak, the good and gentle loses to the wicked. That is how life goes on. The Crown Prince witnessed it with his own eyes. He saw it only when he got out of the palace this time, the first time. People build their lives for themselves and protect their survival by competing, killing, acting on their animal instincts. That survival instinct was at the expense of human and animal labor, under the steamy hot sun, in the soaking rain and the extremely exhausting hardship to make a living. In addition, they were besieged by many dangers. Sitting in meditative state, the Crown Prince contemplated the lives of all species in his mind. In the evening, after all festival participants of The Plowing Festival left, the Crown Prince alone slowly returned to the royal palace, feeling some sadness. Images of insects, wild animals, hunter… They were killing and eating each other alive, driven by their survival instinct. Life is a battlefield of competition where the strong is the winner, the weak is the loser, the good and gentle is the loser to the wicked. Alas! Human life! A life of misery and suffering. Who is the author? Who is the owner of a long series of birth and death cycles? The Crown Prince lay down, on his bed, pensive...

After the Plowing Festival Day, the King noticed that the Crown Prince was less cheerful and was rarely seen outside of his living quarters. The King was worried that the Crown Prince would leave the kingdom to live the austere life of an ascetic. The King immediately called a meeting to consult with the old royal officials. Some officials suggested the King built three palaces for the Crown Prince. A cool palace for the summer. A warm palace for the winter. A comfortable palace for the Crown Prince to enjoy for the time between the hot and cold seasons. The climate of four seasons existed in three palaces. The artificial streams of water ran along a tortuous path with soft flowing sounds. The fresh green trees created the feeling of fully blending with nature along with the birds singing and the wind blowing. The sounds of string music instruments and flute playing provided entertainments day and night. All varieties of highest quality foods, firm or soft, including seafood and best foods found on land. The King provided the Crown Prince with all the luxuries of material life and enchanting entertainments. All of these were to entertain the Crown Prince so that he would not be thinking about leaving the kingdom for the path to enlightenment. However, once the eagle is in full fledge, it will not accept the confinement of living with the domestic fowls and birds. The eagle only waits for the day when the favorable causal conditions are met to fly away into the high open sky...

Day after day, night after night, time passes. The King called a meeting with the experienced royal high officials for consultation to find ways to confine the Crown Prince. Finally, an old royal official with a stately and dignified appearance offered a strategy of finding a wife for the Crown Prince. Only the love of his wife and that of the first child could exert enough power to keep the Crown Prince with the kingdom. Your Majesty! That is an eternal power, the power existing throughout thousands of years that submerges all human beings. The King felt assured, no longer worried. Finding the advice reasonable, the King adjourned the meeting. The next day, the King ordered a process for selection of a princess or beautiful lady to be the Crown Prince's wife. When the announcement was made, many princesses of the neighboring kingdoms, the beautiful daughters of the high class and wealthy families requested to be registered for the competition, hoping for the honor and blessing of being selected. Everyone thought of the honor and pride to be selected. However, after three days of the selection process, where charming gorgeous ladies wearing colorful showy brocade and silk Kasi dresses adorned with all kinds of gold bracelets and other ornaments walked in procession in front of the Crown Prince, he did not show interest in any lady. Nothing caught his attention. All the presents to the contestants were already given out. The selection process was coming to an end. Oh! Look there! A noble elegant and serene lady appeared in simple attire, not showing arrogance and vanity of the high class but nurturing a hidden marvelous expression in her appearance and gestures. She slowly came in to bow to the Crown Prince and gently asked: "Your Excellency, do you have any present left for me?" The Crown Prince looked up, finding her to be the model of a gentle, sweet and good-mannered girl. All the presents had already been given out. The Crown Prince said: "Ah! I still have something left, only a bracelet. I would take it off and offer it to you as my present." So happy! So touching! The lady wondered why the Crown Prince offered it to her instead of keeping it for himself. It was fair because all participating contestants got a present. She held out her two trembling hands to accept the bracelet and was overwhelmed with emotion. That sudden incident implied a connection of causal conditions of deep affection that had existed through many previous life cycles. At this moment, it was only the occasion for the union in the last life. In this case, that girl was Yasodhara, the daughter of King Suppabuddha.

Leisurely Tour Outside the Four Gates of the Royal Palace

Satisfied with the success of his plan, the King was no longer worried and sad because Yasodhara was at the Crown Prince's side, taking good care of him in every way, including food, sleep and entertainment. However, nobody can assume or predict all happenings in this life full of luxuries, frivolousness and meaningless entertainments of music, flute and songs. People using all kinds of cosmetics for make-up do not have any value under those artificial make-ups.

The virtuous Yasodhara took good care of the Crown Prince but one day the Crown Prince asked the King for permission to go out of the four gates of the royal palace for leisurely sight-seeing as well as to see people's activities. The King approved his request, but had the royal officials cleaning the roads and decorating the paths that the Crown Prince would stroll on. The King ordered that all the old, the disabled and the beggars be moved away, as well as the roads be swept and cleaned. The withered yellow leaves and the dead branches on both sides of the roads were to be brought down, not leaving any wizened signs or dead colors on the trees. All along the roads, the Crown Prince was cheerfully welcomed. Chandaka harnessed the horse Kanthaka and respectfully asked the Crown Prince to get on the horse back for the sight-seeing trip that morning. Everywhere he went, the Crown Prince saw the scenery of a peaceful life on earth. Open expression on the face of people in all households clearly revealed their happiness and prosperity. However, absorbed by the cheerful surroundings, the Crown Prince and Chandaka went further than the city limits allowed by the King. Therefore, the Crown Prince saw at a distance a person with weak knees, bent back, deaf ears, leaning on a bamboo cane, making unsteady dragging steps, looking thin and feeble…The Crown Prince asked Chandaka what was in front of them. Chandaka told the Crown Prince that it was an old person. He was born, grew up and today because of the destructive power of time, his body was worn out and devastatingly deteriorated. The Crown Prince wondered whether his own body would go through the same process. Chandaka told the Crown Prince: "Your Excellency, that is the common law of nature, with no exception." With a pensive, worried and anxious appearance on his face, the Crown Prince told Chadaka to take him back to the royal palace. Chandaka obeyed and guided Kanthaka back to the royal palace. This was the first time the Crown Prince got out of the royal palace through the East gate when he saw an old person.

The night went by fast, the sunlight broke at dawn. The cool morning sun gently shined through the foliage as if to warm it up after a cold winter night. The whole nature waked up to welcome a new day. The Crown Prince gently patted Chandaka and told him to harness the horse and head for the South gate. Groups of people drove the buffaloes to the farm fields. Groups of young children were on their way to school, carrying their books under their arms. Everywhere a real, powerful living force arose. The Crown Prince felt more relaxed when the sunlight blended with all living forces. While inhaling the morning fresh air, the Crown Prince suddenly spotted a person lying on the roadside, squirming and groaning in pain. Getting off the horse, the Crown Prince lifted the person up. Chandaka told the Crown Prince: "Your Excellency, please stay away, this is a sick person infected with extremely dangerous bacteria. Please do not touch him." The Crown Prince asked: "Chandaka, a sick person, what does it mean? Why can't I touch him? Why, Chandaka?" Chandaka responded: "This person caught a dangerous infectious disease. Whoever was in contact with him will get the same disease." The Crown Prince said: "Do you mean I would get that disease in the future?" Chandaka replied: "Your Excellency, diseases do not spare anyone, the Kings, high officials or common people. Human beings or animals, the upper class and noble people will get the diseases in the same way." Discouraged by Chandaka's words, the Crown Prince was saddened at the fate of miserable human life. He told Chandaka: "Let's go back to the royal palace. I don't want to stay here any longer."

Another day passed. The night fall covered the scenery. Kapilavatthu city was also covered in the darkness of the night.

Everyone was in sound sleep. The sounds of the drumbeats marking the start of the new watch of the night occasionally resounded, echoing in the long quiet night. The night passed like other previous nights. All activities of nature were the same as in other days. The wind whispered across the waving grass fields. Far away, at the horizon were the boundaries of Kapilavatthu city, governed by the King, where people lived in happiness and prosperity. Chandaka followed right behind the Crown Prince's back. The smart horse Kanthaka carried his master and let him view the delightful scenery. But far away was a group of people with white headbands carrying a covered dead body, followed by another group of people also with white headbands and in white clothes, crying and screaming wildly in sadness, holding straight in their hands the torches with flickering flame, heading toward Ganga River, bidding farewell to the dead. The Crown Prince asked Chandaka: "Chandaka, what are these people doing?" Chandaka responded: "Your Excellency, it is a funeral. The family and their relatives are carrying the dead body toward Ganga River for cremation. Those people are relatives of the dead and they are bidding farewell, crying for the loss of the dead. The Crown Prince asked Chandaka: "Is that the reality? Some day when I die, will my dead body be carried away for cremation?" Chandaka responded: 'Yes, Your Excellency, everyone born to life must finally die. No exception. Even if the person is a pre-eminent hero of high power and title, as high as the mountains, as immense as the ocean, some day he will deteriorate and be destroyed following the Law of impermanence." The Crown Prince told Chandaka: "That is enough, take me back to the royal palace." The three images of old age, illness and death are like three sharp needles piercing into the

Crown Prince's heart and bringing up a deep compassion for the miseries and worries of human life in the Crown Prince's heart. The Crown Prince asked himself: "Is it impossible to have someone in this world to save people from sufferings and ignorance and leading them to the shore of enlightenment? Without that person, human beings will continue to suffer hardships and miseries. Where is the path to enlightenment and where is the wrong path of ignorance? I am determined to find out the truth, leaving the kingdom to find the truth." After a toss and turn sleepless night bothered by those disturbing thoughts, finally the Crown Prince wandered out the North gate for a leisurely tour. He met a noble calm monk in a yellow robe, holding an alms-bowl in his hands, looking lovable and stately. What a beautiful image! What a marvelous image! The Crown Prince approached the monk to respectfully bow and greet him. "Dear ascetic, I wonder why your appearance is so stately, solemn and separated from this worldly life? What is your method of practice for maintaining your peaceful and unaffected state, with a mind free from worldly attachment? " The monk responded: "Your Excellency, I am always mindful about keeping my mind serene, without worries or excitement while always finding the delight in the marvel of the religious way."

After those words, the monk continued his journey. His image faded and disappeared in the dim light. The Crown Prince still stood there. His mind was stirred up with the monk's words: "Mindful in keeping a serene mind... always finding the delight in the marvel of the religious way."

Chandaka told the Crown Prince: "Your Excellency, the sun is setting, the night fall is approaching. The King is waiting for your return. So, please, get on the horse. The Crown Prince and Chandaka rode the horse at full speed and arrived at the royal palace shortly. Chandaka led the horse Kanthaka to the stable to feed him with hay and water after a long day on the road.

Yasodhara told the Crown Prince: "Your Excellency, I stay home alone, waiting for you. Why are you back so late?" The Crown Prince responded: "Dear Yasodhara, today I met an extraordinary monk. He had a calm and serene appearance of a Holy Master, a Sramana who had attained realization. It is hard for me to forget his image."

Days passed by. The Crown Prince was always pensive about the images he saw at the four gates of the royal palace: Old age, Illness, Death and Sramana. Finally, the Crown Prince decided to leave the kingdom to find the truth. The Crown Prince came to the King to ask for permission. The King seemed to know in advance through his instinct that the Crown Prince had the wish in his heart of leaving the kingdom for the path to enlightenment. Stunned for a brief moment, the King said: "You, Siddharta, the crown to the throne and the precious palace are here for you with all their majestic appearance and value. The power and authority of the Crown Prince are here for you. The people of Kapilavatthu are here for you. Everything exists in wealth and prosperity. You are the successor to the throne. Everything is in your hands. If you leave the kingdom, who is the person to govern this kingdom? Siddharta!" The Crown Prince replied: "Your Majesty, I cannot keep my body for ever, let alone the kingdom. One day, I will get old, sick and die. It is a series of sadness of separation. Your

Majesty! However, if you can take my place to endure my old age, my illness and my death, I will stay with the kingdom to be the successor of your throne. Otherwise, please allow me to fulfill my wishes. Staying quiet for a moment, the King hesitated but finally said: "Siddharta! Then, in this world, nobody is ever able to endure old age, illness and death for another person. Once born, a human being must die. That is the Law of nature that applies to everyone, without exception." The Crown Prince responded: "If so, I will leave the kingdom for the path to enlightenment. Your Majesty! Please, take good care of yourself. If I do not step out of the orbit of life and death, I will permanently get stuck in the miserable cycles of birth and death."

Leaving The Royal Palace for The Path To Enlightenment

Everyone was still sleeping comfortably. The royal capital Kapilavastu was still deeply covered with the night dew. Everything seemed to be in a sweet dream. The Crown Prince gently pushed open his bedroom door, walking toward his personal attendant Chandaka who was leading the horse Kanthaka to the Crown Prince. The horse neighed in the night, expressing his unwillingness to go out at that time. The Crown Prince patted Kanthaka's head, comforting him: "Please help me complete my mission. I will reward you after I accomplish my goal." The horse had his head bent down, stopped neighing, seemingly understanding the Crown Prince's firm commitment. The Crown Prince mounted on horseback, with Chandaka sitting behind him, and gently pressed the horse with his legs. The horse sprang up to start galloping. When getting out of the royal palace, the Crown Prince turned back his head, waving his hand to say good bye to all, implying a promise to return to the kingdom in the near future. Kanthaka continued at the gallop in the late night. The sounds of the horse steps in high and low rhythm resounded. The sounds of the blowing wind rustled. The Crown Prince and Chandaka were quiet, not talking to each other. Chandaka embraced the Crown Prince tightly. The Crown Prince's hands held the reins, his feet gently pressed on the flanks of the horse as if to urge him: "Dear Kanthaka, please go faster at the gallop! Faster! Faster to take me to the Rigorous Ascetic Discipline Wood. At that time you will have accomplished your mission."

Kanthaka, seeming to read his Master's wish, began to have longer and faster steps. In the foggy night, the shapes of the three, the Crown Prince, Chandaka and Kanthaka, seemed to form a Chinese-ink painting dimly appearing and disappearing as the dewy and smoky illusionary picture, passing through many villages, cities, fields, mountains and forests. Look over there! In front was the Anoma River with the tranquil transparent fresh cool water flow and the gently rustling sounds of the wind that seemed to cheerfully greet Kathaka's hooves. Day and night, the fresh cool water flow offered joy and peace to all beings in the scorching sunlight in the summer. The thick green grass on both sides of the river in the background made the winding clear water flow more poetic and enchanting. What a flavor of nature to form an artistic picture of the universe.

The Crown Prince patted the back of the horse Kanthaka, whispering into his ears: "Please cross the Anoma River in front. Have no fear! Please successfully accomplish the mission!" After the Crown Prince's encouragement, Kanthaka lifted his four legs, jumping up, flying across the river at the lightning speed of a shooting arrow. Kanthaka safely landed on the patch of green grass on the other side of the river. The Crown Prince dismounted from the horse, looking around at the green mountains and forests that seemed to welcome the Crown Prince's steps on his path to find The Way. The fresh deep blue Anoma River with rustling wind and the flowing water always sang the eternal song: "The tranquil deep blue water was freshening flowers, leaves and thick green grass on both sides of the river to welcome the footsteps of The One in his path to find The Way. The Well-Gone Sage." The winding river flowed from the far away mountains and forests, through many fields and villages, merging into the rural life of the countryside people. It was a poetic flavor of a sacred river that marked the footsteps of the Crown Prince in his path to find The Way.

In the marvelous moment of the universe at day break when the scenery was still quiet, just waking up as if to respectfully bowing to pay homage to The Supernatural One who was about to display the great pledge. With a sword in one hand, holding the knot of his hair in the other hand, the Crown Prince told Chandaka and the horse Kanthaka: "At this moment, only the two of you witness my firm pledge to leave home in search of the truth, terminating all worries, greed and desires of the worldly life, cutting off all attachments, ending ignorance, ceasing birth and death cycle, permanently attaining enlightenment and liberation in order to save sentient beings." After those words, the Crown Prince cut his hair off, took off his royal robe, gave all to Chandaka to take back and respectfully give them to his father, King Suddhodana.

At that moment, the sun began to shine from the East,

brightening the scenery of the Anoma River with the forests spreading endlessly in front, seemingly waiting for the footsteps of the Crown Prince on his path to find The Way. Turning his head back, the Crown Prince waved good bye. Chandaka and the horse Kanthaka were still quietly standing there, with their heads bowing down expressing deep love and attachment, unwilling to leave the Crown Prince. The horse Kanthaka cried, tears rolling down on his long cheeks, stomping his hooves and uttering loud neighs at daybreak in the mountains and forests. The horse Kanthaka did not eat anything for three days and died, showing the deep loyalty to the Crown Prince.

While walking with slow steps and self-contemplating in deep thoughts, the Crown Prince met a hunter. The Crown Prince asked the hunter for exchanging his garment for the hunter's weather-beaten old garment of mountainous and forest-like appearance. Therefore, from that day on, nothing was left on the Crown Prince's body to make people capable of identifying him as the Crown Prince Siddharta of the royal palace Kapilavastu. From that day on, he had the appearance of an Ascetic Practitioner without shoes on his feet and without a hat on his head, feeding himself with edible leaves in the woods, drinking water from the spring and river, sitting in meditation under the shades of the trees in a tranquil, solitary and unaffected state. Day after day, he counted each footstep on the path to find The Way, one day in one area of the wood, the other day in another area. One time he met the ascetic practitioners who were sitting with their naked bodies in crouching position like the dogs, chewing their foods in ruminating pattern like the buffaloes, submerging their bodies in the cold water of the river. The Crown Prince came into contact with all of them to seek advices to find The Truth. However, all those efforts were futile because he could not find any bright countenance and any superior wisdom. All he could find was only a collection of mediocre ideology full of the wrong thoughts of worldly life. Those wandering ascetic practitioners of heretical faiths themselves had not had a chance to meet any teachers who had attained The Way to guide them in their practice. With that realization, the Crown Prince was still not discouraged but was more determined to make greater efforts in finding the path to The Truth and Enlightenment. There were times when the Crown Prince pushed apart the leaves in the reed woods on his path and at night he deeply slept on the reed-beds. There were times when the Crown Prince went through the secluded and gloomy woods where no traces of human footsteps were found and no chirping sounds of birds were heard. There were lonely times when the Crown Prince stood alone, looking straight to the cliffs, asking himself numerous questions that he could not find the answers. The mountains and forests used to be tranquil. The trees in the forests used to be tranquil. However, they could no longer keep that tranquility. They were awakened, shaken by the sounds of the Crown Prince's footsteps on the dry leaves and the decayed wood logs that also awakened the night birds and got the attention from the deer and wild animals with the gentle looks from their eyes. The whole world of mountains and forests woke up to join the Crown Prince in the path to find The Way. The Crown Prince sometimes sat on the Ganga River bank, other times under the shades of the trees in the tranquil dense forest area of the secluded mountains and forests. The Crown Prince meditated, contemplating deep into the form and the true nature of all things in the universe to search and find something that until that day he had not been successful. During that time of rigorous ascetic practice, the Crown Prince only ate a few sesame seeds and drank a few mouthfuls of water in order to stay alive. There were times when the Crown Prince met the ascetic practitioners who showed him the meditation method of practice and he attained the stage of The Heaven of Beyond the Conditions of Thinking or Not Thinking. However, the Crown Prince realized that was still not the path to the Absolute Enlightenment and Liberation. Therefore, the Crown Prince abandoned all those methods of practice of those heretical faiths. He continued to search for a sudden break-through of the screen of ignorance to reveal the wisdom that until then had not been in existence, still very far away, somewhere in the front.

That day the wind in the forest was fresh and cool while the birds were chirping on the branches, creating a peaceful atmosphere in the secluded and tranquil mountains and forests. The Crown Prince walked slowly toward the herd of deer with some was running on one side while the others were chasing each other on the other side in a gentle and good-mannered style of the innocent animals in the wilderness. The Crown Prince saw five ascetic practitioners under the shades of the trees deep in the forest. They had long hair and bushy beards, sunburnt bodies, bare feet, without hats on their heads, with the appearance of people of austere life, permanently exposed themselves to the wind, the dew, the sand and dust. Moving closer to greet them, the Crown Prince found out that they were the group of five ascetic practitioners with Kaundinya as the leader. The Crown Prince requested to stay with them to practice together. With the consent of the group, the Crown Prince joined the group in their method of practice. Day and night, they all had their bodies exposed to the hot sun and the cold dew in the mountains and forests over months and years. The Crown Prince's body became skinny and worn out day by day until exhaustion when he finally collapsed right at the spot he was sitting. At that time, what was left of his body was only all bones and skins. His eye sockets looked like two shallow wells. His abdomen shrank to his back. His rib cages protruded, looking like the two rugged rafters of the roof of the house. They looked like a skeleton hanging in the medical experimental laboratory. When the Crown Prince woke up, he thought about what he experienced and realized that kind of practice was not the method of practice that led to liberation. Torture, strict disciplines on the body and rigorous asceticism were not the methods of practice that could lead to attainment of wisdom. Rigorous asceticism only made the body withered, dry and thin and made the mind feeble and weak until death came in the end. After his personal experience, the Crown Prince determined to abandon that kind of practice of asceticism. The Crown Prince stood up, left the group of five ascetic practitioners he had been practicing with. The Crown Prince moved slowly toward the Nairanjana River, looking at the fresh cool water stream with enchanting flavor, seemingly inviting him to step down into the water. Stepping down to the cool water stream to wash off the passing days and months when he exposed himself to the sun and soaking rain, having very little food and drink. Those futile days drained the energy and countenance of a gentleman. Walking down onto the water stream to wash off all the dust of the road and the dirt of the ephemeral life before stepping up to the most venerable and esteemed throne. The Crown Prince listened attentively to the call of the river, sometimes from afar and other times close, with the resounding sounds alternately at rapid tempo and slow tempo, seemingly softening in the air and respectfully offering the natural cool water stream to him.

After a short time looking at the water stream slowly, gently and peacefully flowing, the Crown Prince leisurely stepped down from the river bank to submerge himself into the cool water stream. The water penetrated the skin and each cell of the Crown Prince body. A delightful and gentle feeling spread all over his body, stirring up a strong living force within his body. His body seemed to get rid of the solid attachments of the past days and months. With his whole body clean and a cool feeling after bathing, the Crown Prince crossed over to the other side of the Nairanjana River. He collected the grass, small plants and leaves on branches... to make a sitting cushion under the shade of a big tree. The Crown Prince stretched out his shoulders, looked around at the scenery of the mountains and forests in that area. That scenery was a very beautiful, refreshingly cool, serene and abstruse as an implication of a prediction of liberation, as an exploit of the path to Enlightenment, the attainment of the Realization and the marvelous attainment of The Way. While the Crown Prince was absorbed in the stream of thoughts of liberation, he somehow heard the laughing voice of a young sheep-herder: "Look! A mountain deva is standing over there. He has the appearance and posture of a gentle, kind-hearted and serene ascetic practitioner." Those young sheep-herders moved slowly toward the Crown Prince. All bowed their heads down and offered the Crown Prince a bundle of well-being grass and a bowl of rice-milk porridge. The Crown Prince accepted the bundle of well-being grass, spreading it on his sitting place and ate all the milk-rice porridge. After having the bowl of milk-rice porridge, he felt his body was getting stronger. He turned his head back to thank those young sheep-herders. The Crown Prince said: "I am not the mountain deva. I am a religious practitioner on the path to find the way to Enlightenment, the liberation for myself in order to save human beings from the realm of darkness, the birth and death cycles of life. I am grateful to all of you for offering me the bundle of well-being grass and the bowl of milk-rice porridge. That is the greatest merits you have collected. I return the merits to all of you." After those words, the Crown Prince stepped up to the platform of grass under the shade of the big tree, uttering the pledges: "From this day on, under the shade of this tree, if I am not successful in finding the way to The Truth, the Enlightenment, the Liberation, I will never leave this place even if all the flesh and bones of my body are completely crushed." His pledges loudly resounded in the mountains and forests and deeply imprinted in all leaves and flowers, grass and trees, pebbles and stones. All of them bowed down to listen to those words and to remember.

It was six years ago from the time the crown Prince left the royal palace in search for The Truth. He endured six years of practice of asceticism in the dense forests, full of snow and dew, with the sky as the mosquito-net and the ground as the blanket. However, he was still hopeless. However, during those six years of practice of asceticism, the Crown Prince had experienced the methods of practice of the outside faiths so that later, after he had been successful in attaining the stage of Supreme Wisdom of

Enlightenment, he went on to teach The Middle Way to human beings and his disciples. That was the middle position between the two extremes of the practice, the rigorous asceticism with strict disciplines and tortures on the body at one end and the joyful satisfaction of desires at the other end. In that way, human beings had their own experiences that helped them advance on the path of Attainment of Realization.

In brief, the fundamental principles of The Middle Way are:

Avoiding the two extremes, the Asceticism and the Joyful satisfaction of Desires.

Not inclining to the two extremes, the solid attachment to the existence and to the non-existence.

Attaining the Highest Void. Beyond the Existence and the Non-Existence.

All things in the universe are produced by causal conditions – Doctrine of All things arising from the causal conditions.

Attaining the Realization of The Four Noble Truths following The Eightfold Path doctrine.

Following are several sutra verses representing the meaning of the fundamental principles of The Middle Way:

In the Treaties on the Transcendental Wisdom, Nagarjuna Bodhisattva said:

If all things are produced by causal conditions,
Then their own natures are all emptiness.
If all things are not all emptiness,
Not produced by causal conditions,

Then they are like the images reflected in the mirror,
They are neither the form nor the mirror,
Not the owner of the mirror,
Neither from oneself nor from others.
Those words are not the receptive solid attachment.
That is actually The Middle Way.

Nagarjuna Bodhisattva expounded the ideology of the Prajna Vajra Paramita:
All active things
Are like the illusionary bubbles,
Like the morning dew or lightning.
They must be seen as they truly are.

In the Treatise of The Middle Way, the chapter of The Contemplation of The Four Noble Truths stated:
All things are produced by causal conditions,
Therefore, all things are originally non-existent.
All things are called by false names,
They are also called The Middle Way.

Separation from the Dualism – meaning the two differentiated sides: Nagarjuna said:
No Birth and also no Cessation
No Eternalness and also no Nihilism
No Coming and also no Parting
No One and also no Different One.

Therefore, the fundamental principles of The Middle Way taught by Buddha is for us to study and practice for the Liberation to attain Realization.

The young sheep-herders were still standing there, looking at the well-being grass carpet they just offered to the Crown Prince. They felt joyful and lucky that they earned the merits and had the causal condition connection with that mountain deva. The sun was lowering in the sky, the sunset was coming. The young sheep-herders were bowing their heads to the ground to say good bye to the Crown Prince before driving home the herd of sheep.

Sitting in lotus position with straight back, closed eyes, concentrating on the tip of his nose, keeping his mind awake, contemplating with serene mind. That was the first day the Crown Prince sat in meditation himself in order to find the way to save sentient beings from sufferings and to give joy to them, those beings who had continuously suffered the miseries of the birth and death cycles. The Crown Prince sat in meditation at the base of that big tree, no food during the day, no sleep at night. The big tree provided a broad cover with cool shade over his head. That was how he overcame the soaking rain or the scorching sunlight of India at that time. Regardless of all of those unfavorable conditions, the Crown Prince had never neglected his practice and had never been discouraged. He was always whole-minded in enjoying the blissful feeling of religious joy in the process of practice day by day. He meditated, entering into deep contemplation state, making great effort in the practice with the supreme wisdom in order to stay separate from desires and all bad or evil thoughts. Complete elimination of inner and outer hindrances, complete destruction of worries, ignorance and wrong actions… In this process of Attainment of Realization, the Crown Prince attained The Three Complete Comprehensions: The

Reminiscence of Past Births, the Perception of Disappearing and Reappearing of Beings, the Comprehension of the Cessation of Filthiness.

The Reminiscence of Past Births: Remembering all lives in the past. What species one belonged to, one's life-hood, one's family lineage and family status? …In the final night of that meditation practice, at the first watch, the Crown Prince clearly saw each of his past lives, one life, then two lives and then three lives… and so on going far back into the past. This body did not have a real existence. It was originally an illusionary ephemeral image… Existence then Non-Existence in a continuing and endless process.

The Perception of Disappearing and Reappearing of Beings: At the second watch, the Crown Prince contemplated and clearly saw each of the many worlds where each of the things was born then died, succeeded then failed, existent then non-existent. All of those things were in mutual causal condition connections, interrelated in accordance with the survival fundamental principles of the universe or the indefinite Dharma realm of all beings.

The Comprehension of the Cessation of Filthiness: At the third watch, the Crown Prince contemplated in the tranquility of meditation to penetrate deep into the worlds, from the unknown original world to the unknown ending world, from the birth of the world of ignorance to the decay and death in the process of practice to attain realization and complete comprehension of the original form of all things. Later on, Buddha expounded that comprehension in the first discourse, The Four Noble Truths, to the group of five ascetic practitioners, with Kaundinya being the group leader, in order to save them: "This is the Suffering that all of you should know. This is the Origin of Suffering that all of you should eradicate. This is the Cessation of Suffering that all of you should realize and this is the Path leading to the Cessation of Suffering that all of you should practice. The Crown Prince had liberated himself from the Filthiness of Desires (Defilement of desires), the Filthiness of Impurity (Defilement of love and attachment in life) and the Filthiness of Ignorance (Defilement of illusion, lacking knowledge or being in the dark).

At that stage, the Crown Prince continued to contemplate the doctrine of All Things Being Produced by Causal Conditions, going through two circular flows, the forward flow of arising state and the backward flow of cessation. The first flow: the Crown Prince started with the state of "Ignorance" which meant being in the dark, lacking light. Lacking the light of the inner mind or darkness from the original nature of the birth and death cycles. Ignorance was worries, sadness, not clearly seeing the original cause of the sinking and flowing course of life and death, joy then sadness, happiness then miseries. Ignorance was the original clue, the root or ramification of other causes throughout the process of 12 links in the chain of interdependent causes and effects. The Crown Prince contemplated that because Ignorance existed, then from there "Conditioning Activities" arose. Actions of sentient beings included all aspects: good, bad, neither good nor bad. Human beings took these actions through their bodies, mouths and thoughts, uninterruptedly and continuously in an on-going cause and effect continuum that formed a river stream of indefinite life and death cycles. Human beings continued to submerge and sink then float and flow wildly without reaching the landing on the shore… Similarly to what happened to the first link mentioned above, each link in the chain went on deliberately, clearly and unaffectedly, in the process: Relinking-Consciousness, Mind and Matter, Six spheres of Sense, Contact, Feeling, Craving, Grasping, Actions, Birth, Old Age and Death, Worries, Sorrows and Miseries… The Crown Prince saw through all of these clearly, not missing any details, thoroughly from the beginning to the end. After many days and nights in meditation, at that time the Crown Prince began to contemplate the backward flow of cessation process: From Worries, Sorrows and Miseries going back to Death and Old Age, Birth, Actions… toward Conditioning Activities, Ignorance. Why did Worries, Sorrows and Miseries exist? Were there multiple unsatisfying circumstances, innumerable situations of joy or sadness within people themselves and to other human beings and all sentient beings in the world…? Worries, Sorrows and Miseries existed because everyone had to face Death. Death brought Miseries. Miseries within ourselves, of course, but also in others including fathers, mothers, relatives, friends and acquaintances… in all surrounding people. Then, the flow would continue. Why did Death exist? It was because of the existence of Old Age, aging, weakness, illness and miseries that would certainly result in Death. In the same pattern, the backward flow of Cessation reached back to Ignorance. That process of contemplation by the Crown Prince took full 49 days and nights.

In summary, the process for the Attainment of Realization of Buddha throughout the time of his sitting under the shade of that big tree until the very last night consisted of:

First, Buddha attained The Reminiscence of Past Births.

Second, Buddha attained The Perception of Disappearing and Reappearing of Beings.

Third, Buddha attained The Comprehension of Cessation of Filthiness

Fourth, the Enlightenment, the attainment of Buddhahood, the Omniscient Knowledge, the Supreme Wisdom.

From that moment on, the big Banyan tree was honorably named the Bodhi Tree.

After the Enlightenment, the ensuing period of seven weeks was the following:

The First week: Buddha still sat motionless under the shade of the Bodhi Tree on the triumphant grass carpet to experience the attainment, the enlightenment, the liberation and to enjoy the Bliss of Nirvana.

The Second week: Buddha stood 100 meters away from the Bodhi Tree, facing the North direction, gazing at it with motionless eyes for one whole week to reflect the difficulties, struggles and his determined fight until the day of attainment of Buddhahood and also to express gratitude to the Bodhi Tree.

The Third week: Even after attaining Buddhahood, Buddha did not leave the Bodhi Tree, still staying nearby around the tree. Therefore, devas doubted his attainment of Enlightenment. Buddha read their thoughts, created a jeweled path to walk on in meditation for the purpose of clearing devas' doubts, showing that he, The Exalted One, had indeed attained Buddhahood. That path was named the jeweled meditation path.

The Fourth week: Buddha walked in meditation from the Bodhi Tree toward the North-West direction. At that place, Buddha accepted the tower made of precious gems and stones offered by devas. Buddha meditated inside that tower to contemplate The Book of Higher Teachings (Abhidharma).

The Fifth week: Buddha walked from the Bodhi Tree toward the East direction and sat in meditation under shade of the Nigrodha tree. During that time, Buddha quietly and peacefully enjoyed the bliss of Enlightenment and Liberation. A Brahmin approached him and requested answers from the Dharma.

The Sixth week: Buddha walked to the Mucalinda tree by the side of the pond close to the Bodhi Tree. In the same way, Buddha always meditated to enjoy the bliss of Enlightenment and Liberation that he himself experienced at the moment. During that week, while in down-pouring rain and strong wind, a big snake named Mucalinda crawled out of its cave, rolled itself around Buddha's body and lifted its head to shelter Buddha from the rain.

The Seventh week: Buddha walked from the Bodhi Tree toward the Rajayatana in the South direction. At that place, Buddha did not do anything except sitting in meditation being mindful on the bliss of Enlightenment, contemplating the fundamental ability and opportunity of sentient beings as well as reviewing the Dharma that he had attained. Buddha realized that the fundamental ability and opportunity of sentient beings were going down-stream with the birth and death cycles while the Dharma attained by Buddha was going up-stream with the birth and death cycles. With that realization, Buddha thought it was difficult to teach and save sentient beings. Therefore, Buddha wanted to enter Nirvana. Right at that moment, the deva named Sahampati, who was able to read Buddha's thoughts, appeared immediately in front of Buddha with the speed of lightning, bowing to pay homage to Buddha and respectfully requested Buddha's teachings to save beings: "Our World-Honored One! We are respectfully begging for your care and kindness for all beings in this life. For the peace and happiness of devas in heaven and of mankind, we are begging you to stay in this world and save all sentient beings. All beings belong to different levels of fundamental ability and opportunity, those with low capacity and character, those with medium capacity and character and those with superior capacity and character. When they listen to the Dharma teachings they will be able to attain realization at different levels in accordance with their ability and opportunity. The result will be their release from miseries and the revolving cycles of birth and death.

The World-Honored One looked at the lotus pond where white, yellow and pink lotus flowers were blooming... Some lotus seed-receptacles were half above and half under water. Some were above water but had not bloomed and some had emerged out of water into the air showing their beauty and spreading the fragrance, providing a full living force to the lotus pond. It was the same with all practitioners of different levels of practice in accordance with their fundamental ability and opportunity, low, medium or superior. All would accordingly get good results.

The time to save all beings had arrived. The causes and causal conditions were fully met. The gate to the eternal no-rebirth process was open. The World-Honored One stood up and contemplated to decide who would be the first to be saved. The

World-Honored One thought about the ascetic practitioner Alara Kalama who was with him at the time of the practice of asceticism. However, Alara Kamala had passed away two weeks before. The World-Honored One then thought about the ascetic practitioner Uddaka Ramaputa. However, he had also passed away one week before. Buddha felt sorry for people not having causal condition connection with him, The Exalted One. The World-Honored One took one round of walk in meditation around the Bodhi Tree by the fresh and cool lotus pond. The fresh air gently spread the lotus flower fragrance. The pink and white lotus flowers together with the green leaves were spreading on the water surface, creating a lovely scenery. They all seemed to cheerfully greet each step of Buddha on his meditation walk. While walking, The World-Honored One thought about the group of five ascetic practitioners, with Kaundinya being the leader of the group, who had practiced asceticism with him one time in the Deer Park. All five ascetic practitioners were still at that place, adhering to the method of practice of asceticism of the old time. Buddha slowly walked toward the Deer Park. Seeing The World-Honored One from the distance, the five ascetic practitioners turned away, ignoring him, because they thought Buddha had lost the commitment to the practice, abandoning the method of practice of asceticism. However, each of Buddha's steps coming closer to them strongly shook up their minds. They could no longer stay indifferent. All five of them, without any mutual communication, stood up with their hands clasped to respectfully bow to The World-Honored One, invited him to sit down and brought water to clean his feet with deep respect. In fact, at that moment, someone seeing gestures and manners of the five ascetic practitioners would realize that

Buddha's loving-kindness and compassion had successfully conquered their arrogant attitudes. Buddha warmly greeted the five ascetic practitioners and encouraged them to make more devoted efforts in their practice. Also at that time of the cause and causal condition connection, Buddha turned The Wheel of Dharma, meaning he expounded The Four Noble Truths to the five ascetic practitioners: The Noble Truth of Suffering, The Noble Truth of the Cause of Suffering, The Noble Truth of the Cessation of Suffering and the Noble Truth of the Path leading to the Cessation of Suffering. After listening to those expounding words from Buddha, all five ascetic practitioners of Kandinya group attained the awakening of all four successive stages, from the First stage to the Fourth stage of the four Fruitions of the Hearer Practice (Sravaka practice): The Stream-Winner stage (Srota-apanna-phala), the Once-Returner stage (Sakradagami-phala), the Never-Returner stage (Anagami-phala), the Worthy-One stage (Arhat-phala). Therefore, it should be mentioned that from this episode, The Three Jewels were established. The Buddha Jewel was The World-Honored One, The Dharma Jewel was the doctrine of The Four Noble Truths and The Sangha Jewel consisted of the five Bhiksus of the Kandinya group.

From this time on, Buddha had an order of disciples who had left home for the practice, staying by Buddha's side all the time, on the rounds for receiving almsgiving, at the time sitting in meditation and at other time teaching and saving human beings, at all times and in all places, never separated from each other. That was the flavor of harmony and serenity that was always present in conformity with the legitimate doctrine of Buddha on the virtuous path of practice of the Bhiksu Body.

The wind in the Deer Park blowing from the Himalaya mountain range seemingly caressed flowers and leaves. The wind also seemed to greet all Bhiksus who were living together in a life of genuine practice. Buddha resided in that place for a period of time and continued to save and accept into the Sangha many more disciples who had left home for the practice to find The Way. The wandering practitioners, the Brahmins, the practitioners living at home, the Kings and rulers, the people of the royal families and people of all classes in society, all who had causal condition connection with Buddha, were taught and saved.

As a result, Buddha was busy all day with several Buddhist activities. Those activities included teaching and saving the devas in different heavens, the dragons in the palace of the Dragon-King, the violent murderer, the people of low class and slave farm workers and the courtesan, all of them. Buddha's image of loving-kindness and compassion reached far away to everywhere, from the narrow alleys and from the cities to the villages, the countryside and the wilderness. The presence of Buddha and the Holy Master Body with that image brightened the faith in the legitimate doctrine of Buddha. The legitimate doctrine of Buddha was expounded to all classes of people. They fully comprehended The Truth resulting in a deep and strong faith in that legitimate doctrine. Many of them attained the Holy stage, some became the generous almsgiving disciples, the wealthy people, who made up their mind to devotedly and efficiently support and protect the Dharma. Thanks to all of these, Buddhist Dharma spread to places far away, became deeply rooted in the communities of society.

Buddha and The Holy Masters were on the road to teach and save beings. Sometimes they slept in vacant dwelling, other times they slept on the stacks of dry straw in the fields or in the woods, under the shades of the trees in the secluded areas far away from the villages. They covered their bodies with only one of three alternating sets of garments from day to day, rain or shine. They each owned only an alms-bowl to receive cooked rice and other foods offered to them by almsgivers. No sandals on their feet. No hats on their heads. Not any solid attachment. That was all with them.

The Exalted One, The Omniscient Knowledge,

Living with the satisfaction of fewer desires in the world

Holding an alms-bowl to earn the living day by day

Unaffectedly and calmly pledged to save beings in the world.

The Great Leader guiding beings to liberation

Showing the clear path to avoid ignorance

All beings, please take a seat to visualize the livelihood.

In order to step up on the journey toward liberation.

Until that day, on his road to teach and save beings, Buddha had accepted 1250 practitioners to the Sangha to live a virtuous life, free from desires. Those disciples always accompanied Buddha on the road, walking behind him. Because the whole group was too crowded, there were difficulties in daily activities as well as there was not enough space to accommodate all. Buddha separated them into small groups to reside in many locations to facilitate their practices as well as their tasks of teaching and saving beings.

Buddha taught them: "My dear Disciples, please set your feet on the road to teach and save beings. You should be on the road alone by yourself, on the road to benefit devas and human beings, for the peace and happiness of all." In the forests in Maghadha country, there were the cool water flow of the river, the fresh green leaves and flowers and the birds chirping cheerfully in the splendid sunlight of the early morning.

Buddha spread his sitting cushion at the base of a tree with a broad cool shade. The Bhiksus also spread their cushions to sit around Buddha. It was time for Dharma teachings. Buddha taught them: "My dear disciples, you are living a virtuous life. This means you leave and separate yourselves from your families, living without family, leaving home for the practice to find The Way. You have to make all efforts. These are Disciplines, the rules and regulations, models of conducts that you have to strictly comply with, never breaking any rules or loosening the compliance causing the loss of the serenity and purity of those who leave home for the practice. This is Concentration you have to attain. A practitioner without concentration will certainly experience confusion that will lead to the loss of directions while groping his way aimlessly and letting life passing by futilely. Birth and death cycles will remain the same. This is Wisdom, the light shining on the way to overcome the darkness, to clearly see the roads in both directions. That is how to maintain consciously awakened state, right view and right thought to shed light on the path of practice. To those practitioners living at home, you should always practice and keep the fundamental principles of almsgiving, joy and equanimity. Almsgiving of practitioners living at home includes generously giving money and materials to others, helping hungry people, orphans, the disabled, the elders and benefiting other people. The givers always have their hands open to offer, not having their hands closed to keep. You should learn to love other people and objects in order to help within your capacity. While giving out money and materials, you should attentively listen to or remember the old saying "The value of what you give is not as valuable as the way you give." You should give with nice and courteous gestures and manners along with empathy and understanding . Likewise, people receiving almsgiving should respect and express gratitude to the givers. Both the givers and the receivers must be lovable. Next, Buddha taught the fundamental principles of Joy and Equanimity. Having joy without solid attachment. No extreme clinging. No holding on and keeping for yourselves. The more you hold, the heavier the load. The more you let it loose, the lighter the load. Those were the roles of the practitioners living at home that Buddha taught and frequently reminded.

In the evening, the scenery was peaceful with the tall trees and broad shades standing still with no wind in the sky. The tranquility in this area of the forest was the reason why The Exalted One and the Holy Masters Body selected this location as the place of learning and practicing for the two orders of disciples, the practitioners who had left home and the practitioners living at home. Later into the night, the air became more tranquil. That day was the eleventh day of the lunar month when the moon was almost full and clear. Therefore, the scenery became more poetic, suitable for the meditation session when the practitioners looked into the minds, experiencing a peaceful feeling with each breath and each air flow moving through the breathing cells. Over there, the Sramanas were sitting under the shades of the trees, seemingly motionless, completely not budging in the mangosteen-purple colored monastic robes. The sight created a decorative scenery with appearing then disappearing, light and dark spots on the faded color of the robes in the moonlight. The scenery looked like a fantastic picture of nature full of delightful meditation flavor with different shades of colors of the moonlight and the monastic robes reflecting through the foliage. Those were the awakened minds living among people in the worldly life without being tied up to that world. That awareness of liberation already untied all worries. At that moment, only a single mindfulness existed. That was the taste of peace, joy and happiness, immediately at that instant and right there at that sitting place, in the moonlight shining through the foliage. Peaceful. A peaceful feeling of a mind turning upward. The World-Honored One always encouraged the four orders of disciples to make more efforts to practice. Otherwise, their lives would pass by quickly and there was no assurance that they would be reborn as human beings in the next lives. That was because being born in a human body was like the melon lying on the ground while losing the human body was like the soil on earth. It is very difficult to be born with a human body! You should not miss the opportunity.

That day, The World-Honored One accepted the invitation by the King Prasenajit and promised to come to the ceremony of offering meal and gratitude. At daybreak, a big crowd of people came in and out of the royal capital, with a radiant and cheerful expression on their faces in the animated but solemnly important atmosphere. Everybody wore beautiful clothes, with nice dresses and pants, well-cared head-wears and shoes, in conformity with the royal ceremonial protocols. The elders were even more well-groomed thanks to their stronger and deeper faith and love in Buddha and the Holy Masters Body. They whispered to one another: "The World-Honored One has beautiful features. His countenance is bright and stately like the fresh moon of the sixteenth day, extremely warm, strong and dignified that everybody loves and respects at first sight. Similarly, his gait, his sitting and standing postures are all stately. Everybody will see with their own eyes at high noon. Please remind yourselves to remain calmly joyful with a focused and tranquil mind, not talking loudly to one another for fear of losing the merits." They reminded one another.

The big hall designated to be the place for the ceremony of offering meal and gratitude was serenely decorated, not luxuriously nor showily, giving the immediate look of the meditation flavor. That was exactly like the meditation flavor from the mind of King Prasenajit. That was because from the time the King met Buddha, he himself and the Queen became two devoted Buddhists with their whole minds taking refuge with reverence and commitment in The Three Jewels. Therefore, the Venerable Masters Sariputra, Maha-Maudgalyayana and Ananda were close friends of the King who showed high respect to them.

From the royal capital, everybody saw a procession of Sramanas wearing color-faded monastic robes, holding alms-bowls in their hands, walking in straight line with deliberated, peaceful and unaffected appearance, forming a very beautiful and serene sight.

That was really divine! That was really peaceful and unaffected!

Buddha led the procession. Second in the line was Ananda who was Buddha's attendant. Next in the succession were the Venerable Masters Kaundinya, Sariputra, Katyayana… then last in the line was the novice-monk Rahula. Everybody clasped their hands, bowed their heads and knelt down when Buddha's shadow was projected on the lines of Buddhists. Everybody was overwhelmed with joy and happiness for this favorable causal condition connection. The King, the Queen, the royal dignitaries and royal relatives were all present in the big hall to get ready for the announcement words of the ceremony of offering meal and gratitude. A solemn atmosphere that was never seen before. A splendid, tranquil and thoughtful scene that was never witnessed at that place. Buddha! The World-Honored One! The Omniscient Knowledge! The Worthy of Offerings! The rank of Holy Masters Arhats! No Re-births! Only Rahula was at his young age but his virtue was ranked first in the practice of Esotericism.

Two straight rows of alms-bowls of all Holy Masters were stately set on the tables. The Venerable Master Ananda did not see Buddha's alms-bowl on a separate table reserved for The World-Honored One. Without an alms-bowl, Buddha would not be able to have his meal. Ananda appeared anxious but The World-Honored One was still relaxed and unaffected. At that moment, in the Jetavana Monastery, the Venerable Master Culapanthaka who was aware that The Exalted One needed an alms-bowl, immediately entered Buddha's dwelling, took the alms-bowl, respectfully held it in his two hands, looking toward the direction of the royal capital of King Prasenajit, respectfully offered the alms-bowl and set it on the table for Buddha. The Venerable Master Culanpanthaka had attained Arhat-hood with unhindered supernatural power. He was taught and saved by Buddha earlier by learning the two words "broom sweeps" and succeeding in cleaning out all worries and thoughts about wrong actions from his mind, attaining arhat-hood a few days before. After the meal, The World-Honored One blessed the King, the Queen, people in the royal court and people in the royal capital with teaching words from The Happiness Sutra: "Showing filial piety to take care of parents, love and care for wife and children, having joy and peace in the work and being free from mishaps are the highest levels of happiness. Generous giving, having righteous mind, providing for relatives, learning and working in an honest occupation are the highest levels of happiness. Eliminating and preventing karmic bad deeds, being cautious and avoiding intoxicating substances, adhering firmly to virtuous conducts are the highest levels of happiness."

One day, the cause and causal conditions were fully met, The World-Honored One in monastic robe, holding an alms-bowl in his hands, was on the road passing through the area of the woods where the wildly notorious murderer was stalking people. He was Angulimala, The Garland of Fingers, also called The Finger-Wreathed. From the distance, Angulimala saw The World-Honored One coming, walking with a gentle, peaceful and unaffected gait and gestures. Holding a sharp knife in his hand, Angulimala ran after Buddha, shouted loudly and said: "Stop! Sramana Gautama. Stop! He tried very hard to run after The Exalted One, but he was unsuccessful. He was exhausted, sweating profusely and out of breath but still unable to reach the spot where

Buddha just walked on, although Buddha kept walking slowly with peaceful and joyful steps. Buddha said: "Angulimala, do not lose your temper, do not keep your mind on chasing others,do not let your mind be controlled by the intention to kill people. Put down the killing knife then you will naturally catch up with The Exalted One." Hearing those words, Angulimala immediately threw away the knife in his hand and shouted: "I have already dropped the knife. You, Sramana Gautama, please stop." Budha responded: "I, The Exalted One, have already stopped for a long time. Angulimala, you misunderstood me. I meant dropping the knife in your mind, not the one in your hand." Hearing those words from The World-Honored One, Angulimala immediately looked at his two hands, looking at the knife lying on the road, looking at his two feet and his belly as if looking for the knife in his mind. He was puzzled and horrified when he did not see the knife in his mind. He shouted: "Sramana Gautama, I cannot find the knife in my mind. Sramana Gautama, please show me! Please show me, Sramana, please show me!" Buddha looked at Angulimala with his eyes full of loving-kindness and compassion, with the empathy for a person who, with the determination to learn the way from his teacher, ended up creating a terrible karmic cause of committing a terribly evil deed of killing people! Buddha consoled Angulimala with gentle teaching words: "The knife in your mind is the desire to kill people, the ignorance, agitation and thought of wrong actions, evil views, wrong thoughts, wrong livelihood, wrong occupation… From this day on, you have to practice Discipline, Concentration, Wisdom, Liberation as well as Knowledge and View of Liberation. You will terminate all bad karmas that you have created until now." Angulimala was taught and saved by Buddha, followed

Buddha to come to Jetavana Monastery to live in the Sangha as a Bhiksu, making great effort to practice meditation with peaceful mind then attained Arhat-hood in that life.

Creating bad karmas in this life
Due to ignorance without wisdom
Unaware of bad deeds committed
Will result in sufferings in birth and death cycles.

Thanks to Buddha's teachings
Those are the shining path.
Step forward bravely
Abandon all bad karmas
Peace and joy for the mind will come
In this life and next life
Happiness in both lives.

Once people create karma, they have to bear the retribution of karma. Well aware of that fact, Buddha told the Venerable Master Gavampati: "Please go live in the heaven. Do not live here together with the Venerable Bhiksu Body where you might unintentionally commit sinful acts. The story was 500 years in the past, when Gavampati was a Bhiksu in the temple, there was a senior Venerable Master who diligently practiced, having bright virtues, who earned high respect from all Venerable Masters in the Sangha and Buddhists in that temple at that time. However, that senior Venerable Master had the bad habit of chewing the food in a manner that made him look like a buffalo chewing the grass with its jaws. Seeing it, the Venerable Gavampati spontaneously had a playful mind, making a statement implying that the senior Venerable Master looked like a buffalo chewing the grass. Because of that disrespectfully teasing mind, the senior Venerable Gavampati in that life chewed his food with his jaw movement like a buffalo, even though he had already practiced and attained Arhat-hood. That was the retribution of karma of earlier life. That was the reason why Buddha told the senior Venerable Gavampati to go and live in the heaven to avoid the disrespectful thoughts of the novice Bhiksus to spare them from committing a sinful deed. On the day when Buddha entered Nirvana, the senior Venerable Master from the heaven mindfully concentrated, clasped his hands, facing the direction of the Sal Wood in Kusinagara, where Buddha entered Nirvana, saying the following sutra verses:

I am Gavampati, respectfully bow to pay homage to The World-Honored One

The Superb Teacher of the serene Venerable Bhiksu Body

The Elephant King goes away, all the young elephants request the permission to follow

The Master light goes off, this light pledges the permission to follow.

A deep emotional tie between Master and disciples is inseparable, as stated, a solemn pledge witnessed by mountains and oceans, registering the gratitude to the Master and emotional ties to Dharma brothers.

In the middle of the muddy pond, some fragrant pure lotus flowers exist. Please do not have the wrong assumptions that only the high class people, people of high rank and living, with authority and power, with highly esteemed title are those representing the communities of society that deserve obedience and respect. That is not true. The true virtue depends on the virtue of practice, not on the showy flair self-imposed by the people themselves, classifying people as the high class with high living standards, with authority and power or the low class people living in poverty and abjectness. Those classifications of values are only the products of the subjective views of people. Oh, over there! A man carrying buffalo excrements in the baskets on hangers with a pole on his shoulder, his body was all covered with dust. He walked attentively with heavy steps in the opposite direction of the path of The World-Honored One and the Holy Master Body who were coming from the distance by the fields where the rice plants were already cut, leaving only the straw bases. The man carrying buffalo excrements was Nanda. He gazed at the World-Honored One and the Holy Master Body coming from the opposite direction. He hastily stepped aside to the roadside, laying down the baskets of excrements by his side, turning away, seemingly frightened, trying to elude the contact. At that sight, The World-Honored One and the Holy Master Body stopped walking. Buddha asked him: "My dear man, why are you trying to avoid meeting me, The Exalted One? Hearing those words, Nanda was more frightened, not daring to turn around to face Buddha. He lowered his head and answered: "My respectful The World-Honored One, I was not allowed to face you, The World-Honored One. You, The World-Honored One, belong to the cast of Ksatriya, of the Kings and Rulers, while I myself belong to the abject low cast, the slave of all time, the servant working at the services and directions of others. Buddha responded: "My dear man, do not harbor those thoughts, because in The Holy Discipline Laws of The Exalted One, there was no system of casts and slavery. It is because everybody's blood is red and everybody's tear has a salty taste. Please look at me, The Exalted One."

Hearing those words full of kindness and compassion, warm and soothing love, Nanda turned around, bowed with his body down on the ground, in front of The World-Honored One and the Holy Master Body, sincerely requesting the acceptance as one of the disciplines of Buddha on that day. The World-Honored One approved the request. Thanks to his diligent practice, Nanda attained Arhat-hood, performing supernatural power in the air with masterful efficiency. Buddha nature exits in the minds of all sentient beings. Once coming into existence, Buddha nature is called the Enlightened Mind.

Once people choose a method of practice, they should be diligent, making all efforts like the two cows pulling the cart up the slope. Moreover, the method of practice has to fit each practitioner's level of fundamental ability and opportunity. Otherwise, people will not achieve good results. It is similar to the person trying to rub two pieces of wood against each other to generate the fire, that person cannot stop the work before the fire appears. The task of rubbing wood requires uninterrupted and continuous work. Therefore, there are requirements for the selection of methods of practice: The practitioner has to like that method. The method has to be suitable to each practitioner. It has to fit each practitioner's fundamental ability and opportunity, not too difficult, not too easy, so that the practitioner does not get discouraged or bored, but are making more efforts every day. We hear the story with the meaning "Practicing Wisdom without practicing Blessedness, Arhats will fail to receive foods on their rounds for alms."

In his lifetime, that Bhiksu was diligently practicing Wisdom. He put his whole mind into the committed practice of Wisdom. He thought Wisdom was truly important factor, the gateway to enter The Way. Therefore, he committed his whole mind to the method of practicing Wisdom, attaining Arhat-hood. However, in his daily activities, on his round for alms, sometimes by himself, other times together with the Venerable Bhiksu Body, he never received enough foods. Therefore, he never had a full meal. What a pitiful situation! How pitiful to see him hungry with a skinny and feeble body. Witnessing the situation, the two Venerable Masters Maha-Kasyapa and Sariputra consulted with each other to find ways to provide him with a full meal. The next morning, the two of them were on the round for alms with the Venerable Master Nanda. The Venerable Maha-Kasyapa held the Venerable Nanda's alms-bowl. Seeing the Venerable Master Maha-Kasyapa, all Buddhist almsgivers showed more kindness of heart and donated more foods, filling the alms-bowl. Then the Venerable Master Sariputra scooped up the cooked rice to feed the Venerable Master Nanda. If the Venerable Nanda himself scooped up the cooked rice to his mouth, the food would disappear and he could not eat any food. Thanks to the divine power and the causal condition of blessings of the two Venerable Masters Maha-Kasyapa and Sariputra, the Venerable Master Nanda had a full and delicious meal right before entering Nirvana of Arhat.

There was a common saying: "Blessedness together with Wisdom is the indispensible requirements for the attainment of Buddhahood." The same requirements in the practice apply to all Buddhas in the past, present and future. While practicing, we have to always remind ourselves that we need to practice both Blessedness and Wisdom. While practicing almsgiving and donation, we also have to practice learning and listening to Dharma teachings, neither ignoring nor focusing on just one.

"Namo Buddha! Why are you, The World-Honored One, sitting here by yourself? Are you, The World-Honored One, sad while sitting alone?" A Brahmin asked Buddha. The World-Honored One responded: "Brahmin! I, The Exalted One, do not lose anything and I am not sad." The Brahmin asked: "Then, are you joyful?" The World-Honored One responded: "I, The Exalted One, do not gain anything and I am not joyful." The Exalted One did not feel sad or joyful. The Exalted One was unaffected by sadness or joy.

In the worldly life, sadness and joy are the psychological moods that make people wavering and unstable. While they are too joyful, they become excited. Overexcitement will lead to bad outcome with disappointment and exhaustion to follow when the joyful time is over. That is the harmful results of the joyful time. On the other hand, sadness will result in the loss of living energy. Sorrows and sadness are negative psychological factors causing equal harm to oneself, family and society... Therefore, the philosophy of a life of balance is the middle ground between joy and sadness, with no solid attachment.

Buddha taught: "Stable like an elephant and strong like a lion, one should not tremble with fear at every sound. One should not feel affected by the tongues of the lizard or the house-gecko. Like the wind blowing through the mesh of a net but does not stick to it. While living among the crowd in the market, one should not be tempted by the pleasures of love, illusory and impermanent joy of worldly life. Like the lotus flowers springing up from the soiled muddy water, one should overcome all the curses of worldly life. One must have a clean life, always with purity, joy and peace." [1]

The Venerable Master Maudgalyayana knelt to the ground by Buddha's side and respectfully told him: "The World-Honored One, please save my mother who was a hungry demon currently suffering unbearable miseries." Buddha responded: "I, The Exalted One, already knew. I will show you how to save and liberate your mother from the place of miseries. You should respectfully invite Bhiksus from ten directions with your whole mind because Bhiksus in ten directions have high power of practice and great loving-kindness and compassion. Moreover, it takes many Bhiksus to save your mother. You have to put in an Ullambana basin hundred kinds of foods and a variety of fruits of different colors to offer to all Buddhas and Bhiksus in ten directions, on the day of the Ceremony of Ullambana – On the fifteenth day of the seventh month of Lunar Year, after the completion of the Summer Retreat of Bhiksus. Thanks to those blessings, your mother will be saved and liberated from sufferings." The Fifteenth Day of the Seventh Month carries many significant meanings and great merits, such as: The day when all Buddhas enjoyed the bliss, the day when the Bhiksus completed their Summer Retreat, the day of the Release of the desolate spirits from being bound and hung upside-down, the day of the Absolution for the desolate spirits, the day of Praying for

---

[1] *Buddha and His Teachings – The Four Sublime States of The Mind, page 677*

Saving and Complete Liberation from sufferings for the wandering and homeless desolate spirits... Your mother will benefit from the energy of the loving-kindness and compassion of the Bhiksus and the power of their prayers with the determination in assistance and protection. That was actually the Ceremony of Ullambana – The ceremonial season of showing Filial Piety to Parents that deeply rooted in the hearts of the people of the country and in the pious minds of the children, creating a life-style full of gratitude, emotional ties, courteousness and ethics among parents and children.

"The pious mind is the Buddha mind
The pious deeds are the Buddha deeds."

Or:

"Taking care of Fathers and Mothers is the highest virtue."

That is also the ceremony of offering incense, flowers, tea and fruits to all desolate spirits who are wandering at the source of the rapids and at the end of the beaches, providing them a full meal:

"How pitiful, ten kinds of sentient beings
Lonely souls and spirits wandering in the country of strangers"

"Early Autumn is the time to set up the altar to pray for the liberation
Drops of pure water from the vase pouring down on the willow branches
Relying on the blessings of loving-kindness and compassion of Buddha
The souls are released from injustice and sufferings to go to The West."

"Thanks to the power of Buddha, beings are saved to go to the Pure Land
Spreading the bright light to the dark realm to save spirits from sufferings
Everywhere from the four oceans and all continents
All worries are shrugged off, all hatred and enmity are washed off."

"The ceremony of offering foods and prayers to the desolate spirits follows the teachings of Buddha
The offerings include a bowl of porridge or a stick of incense
Serving as clothing and gold nuggets
Using as the foods on their road to the heaven."

"Buddha with loving-kindness and compassion will save and bring relief from sufferings
Do not worry about having or not having
Namo all Buddhas, Dharma and Sangha
Saving all beings, liberating them to go up to higher realm."

All of those are heart-felt deeds with marvelous mudras and mantras for the saving and liberation of all spirits. All of those benefit two worlds, the world of the dead and the world of the living. Human beings and all species are joyful. People of the country live in prosperity and peace. The country is prosperous. The ceremony of offering foods and prayers to save the desolate spirits are seen in every home. All people are well clothed and well fed.

Buddha appeared in the world to save sentient beings. Appearing in this life as a human being, Buddha entered the practice to find The Way to attain Enlightenment of Buddhahood. As a human being, Buddha experienced joy, sadness and the middle state of neither joy nor sadness. Only being one of human beings, Buddha understood human feelings, circumstances and psychological states in order to save them. Devas in Heaven have a joyful life. Life in Hell is extremely miserable. Appearing on the earth is Buddha's chosen means for saving beings in the world. There was time when Buddha came to Heaven to teach and save his mother and Devas. If the devas' countenance was marvelous and beautiful, Buddha's countenance was more marvelous and beautiful. If their voices were clear and refined, Buddha's voice was more clear and refined. After teaching, Buddha returned to Jetavana Monastery when Devas were not aware of it. Buddha's teaching words still resonated, deeply imprinted in all Devas' minds: "The world of Devas is the world of precious desirable blessings. The life of Devas is the life of happiness, peace and joy. Therefore, Devas should make persistent efforts to practice to accumulate more merits and virtues. If Devas only enjoy the blessings of merits and virtues without commitment to practice, they will one day use up the blessings. At that time, they will fall down to the earth and bear innumerable sufferings."

Buddha appeared in the world to save all beings. Buddha saved human beings, guiding them to make all efforts to realize Buddha's knowledge. Realizing Buddha nature in their minds, the Enlightenment nature. Someday, thanks to the practice, Buddha nature shines, Buddha Body (Buddhakaya) comes into sight, becomes the Omniscient Knowledge to save innumerable human beings. Human beings always remember the words of Buddha:

"Not doing bad deeds

Pledging to do good deeds
Keep the mind clear and pure
Those are the teaching words of all Buddhas."

Or:

"We must have the attitude of the elephants in the battle-fields
Advancing bravely through the field of swords, spears, lances and
machetes
Calmly facing the hardships and mishaps of life
And staying undisturbed, determined on the path of practice of a
religious life."

During the period of time human beings listened to Buddha's teachings, everyone from the Kings and officials in the Kingdom to common people were doing good deeds. From the cities to the countryside, people who practiced doing good deeds enjoyed good results in their contemporary lives. That was the reason why the country and people enjoyed prosperity and peace. Everywhere people lived in peace, joy and happiness.

Until today, Buddha's teachings are still admirably applicable:
The ten regulations of a good cabinet (government) by the people, from the people and for the people:

The King is kind and generous, loving people of the country and
giving out.

Keeping the disciplines and high virtues, setting examples for
people.

Making sacrifices for the benefits of people in the country.

Having the characters of righteousness, trustworthiness and
honesty.

Kind and gentle, loving and harmonious.

Austere, living with a modest sufficiency.

No anger, no hatred and enmity.

Establishing peace, against war and violent mentality.

Patient when facing difficulties, calm when facing criticism.

Not opposing people's wishes, agreeing with people's wishes if they are appropriate.

How happy it is to listen to and follow the golden words of Buddha's teachings. Buddha taught people to do good deeds and accumulate virtues, forming a viewpoint of humaneness of mankind. Buddha appeared in this world to teach and save sentient beings. Following is a symbolic story:

A Mother demon (Raksasas) and her baby lived in a wild field. Every day the Mother demon went into the village to kidnap the babies of human mothers to bring home to feed the baby demon. As this situation went on in the village, fearful human mothers suffered the loss of their babies. With extreme fear and sorrow, people in the village came to respectfully ask Buddha for help. Buddha ordered the Venerable Master Maudgalyayana to go to the wild field, waiting for the Mother demon's departure from her place to immediately capture and bring the demon baby to Buddha. After snatching a human baby from the village to take home in the wild field, the Mother demon did not see her baby. The Mother demon cried, running around searching for her baby and accidentally running into Jetavana Monastery. The Mother bowed to Buddha, asking Buddha to help looking for her baby.

Buddha asked: "Do you love your baby?" The Mother demon answered: "Yes, very much, my respectful Buddha! I will die if I lose my baby." Buddha asked: "Why do you go into the village to capture human babies from their mothers. Those mothers suffer as much as you do today. You love your baby and those mothers in the village also love their babies as much as you do." The Mother demon replied: "My respectful Buddha, if I do not capture the human babies to feed my baby, then my baby will die. I cannot let it happen. I cannot let my baby starve to death. My respectful Buddha, please help me!" Buddha replied: "I will help you. From this day on, you should not come into the village to take any babies away from their mothers." The Mother demon asked: "Then, how can I have food for my baby?" Buddha replied: "I will give food to your baby." The Mother demon was extremely happy to have her baby back from Buddha's hands. From that day on, Buddha taught the Venerable Bhiksus that every time at their meals, they had to set aside a small amount of their cooked rice, putting it in a cup of water, then saying the mantras and prayers so that the mother and baby demons in the wild field as well as beings of other species could have a full meal.

"Buddha's teachings are beyond thoughts and discussion
There are no hindrances to loving-kindness and compassion
Seven grains of rice go to ten directions
To give out to innumerable worlds.
An do loi ich toa ha.

Or:
"To the King of Birds with golden wings
All demons and devas in the wilderness

Mother and Baby Raksasas demons
This is the nectar offering to all of you for a full meal
An muc de toa ha."

Buddha appeared in the world to announce the message of peace to mankind. The message was sent to people on both sides of the Rohini River. There had been conflicts between people living on both sides of the river. The cause of the conflict was people on each side of the river wanted the water to run into their rice fields, not to the fields on other side of the river. That was the cause of the conflict that led to war and violent fighting with sticks and rods. Informed of the situation, Buddha himself immediately went to that place to intervene to prevent the war. Buddha told people in the two villages: "Dear all people, the Rohini at this time has not benefited anyone but the reality is many people are wounded, lying flat on the ground, bleeding with broken legs in front of all of us. Wars are not beneficial actions. Using sticks and rods is not a desirable action. Only harmony, understanding, love and tolerance are desirable elements to build a peaceful life for people on both sides. All people in the two villages, please be considerate to share the water stream of the river to benefit both sides. Both sides will have the beautiful rice fields with a productive and prosperous harvest, living in unity with friendly and harmonious attitude." People in both villages followed Buddha's teachings, cheerfully shook hands with each other. They expressed gratitude to Buddha, became Buddhist devotees practicing at home, pledging to support and protect the Dharma.

Buddha appeared in the world to save sentient beings through all aspects of life, from religious, cultural, educational, social to economical… without discriminating anyone, any country or any ethnic race, etc… All are treated equally on the path of practice to attainment of realization. Buddha's teachings have different stages and levels of practice. Therefore, everyone is capable of practicing and attaining realization. Buddha appeared in the world like the bright sun, shining all over the fields, the mountains and forests, bringing the living force to all species, trees and grass, pebbles and stones:

"It is our pledges and prayers that these merits
Spread to all species
We, the devotees, and all sentient beings
Attain The Way of Buddha."

People come to know a religious doctrine of equality without differentiation. Knowing to begin the practice. Practice to naturally attain realization. Naturally like the air needed for the breathing of human beings and all plants and trees. The breathing of sentient beings and non-sentient beings. The breathing necessary for life under the sunlight, all are treated equally.

A herd of cows and goats were driven into a place called the worship altar where those animals were slaughtered as offerings to devas. These ritual ceremonies belong to the viewpoint and policy of the Brahmana religion. The inhumane viewpoint and policy without pity exemplified by the cruel killing of those cows and goats. They followed a policy that the devas living in higher realm wanted to eat cows and goats, they had to comply. That was a wrongful viewpoint completely contrary to the morality of mankind, lacking the love and care for animals as well as the protection of living environment. They believed that by killing cows and goats as offerings to devas, they would accumulate merits and the devas would bestow them with happiness, good fortune and virtues. If they did not obey the devas, those devas would get angry, inflicting harm and destruction to human beings, houses and animals. An uncivilized viewpoint, lacking advanced scientific knowledge. In the Stories of Previous Existences Bhuridatta Jataka number 543, the Bodhisattva questioned the supposed Divine Creator who is believed by people today to be the ruler holding the balance of justice in the universe. It goes as follows:

"You can see with your own eyes all miseries of a life

Why Brahma does not create a fine and happy universe?

If he has unlimited power

Why he seldom raises his hand to bless people?

Why all beings created by himself are ill-treated to suffer miseries?

Why he does not bless all beings with happiness?

Why life is full of dishonesty, deception and illusion?

Why fraud and greed are the winners while honesty and justice are the big losers?

Or:

"If there is a deva with all authority and power to bless or harm beings created by himself

And to assign them to do good or bad actions

That deva commits a sin

Because those beings only carry out his will and intention." [1]

Human beings who do not have the right view and the right

---

[1] *Buddha and His Teachings – Buddha on The Creator, page 421*

thought to clearly see the situation and correctly think out their actions only serve the ambitions of the Creator while putting their blind trust in the Creator.

Buddha appeared in the world to save sentient beings. Throughout all 49 years he expounded the Dharma with all his loving-kindness and compassion in all places and at all times, when the cause and causal conditions were fully met along with the favorable opportunities. On the day he returned to his native land, the Kapitavithu City, Buddha saved his father The King, numerous royal family members of the lineage of the Sakya clan. Buddha ascended to the Trayastrimsas Heaven to expound his teachings and save his mother. The traces of his footsteps were everywhere from the earth to the heaven. With the loving-kindness and compassion along with the concept of selflessness benefiting others, Biddha left us The Three Collections of the Buddhist Canon (Triptaka): The Collection of Sutras, the Collection of Disciplines and the Collection of Treatises. Until today, the 21st century, from the East to the West, people of all colors, racial ethnicity and gender, who are interested in reading and studying these three collections, have not been successful in completing the reading and the full understanding . The sutras and the treatises are profoundly thoughtful, the Discipline Collection is highly respected in the context of the inner nature of The Real Truth that serve as the conditions helping human beings attain Enlightenment:

How happy to see the appearance of Buddha

How happy to have the Buddha's teachings extoled broadly

How happy to be the students and practitioners of Dharma

How happy to attain the fruition of No-Rebirth.

When the fruition of the good deeds is fully achieved, Buddha slowly walked toward the fresh and cool Sal Wood where innumerable Sal trees with lushly green foliage spread the fragrance all over. The Venerable Master Ananda, Buddha's attendant, set the Sanghati patch-robe between two Sal trees, the two tall twin trees with flowers heavily bending down to offer fragrance to pay homage to Buddha. Buddha lay down on his right side with his right arm as his pillow and his left arm extending along his side in a peaceful and unaffected manner. Buddha summoned the Bhiksus to his side and said: "Before I, the Exalted One, enter Nirvana, I ask all of you whether anyone has any doubt about Buddha's teachings? If there is anything that you do not thoroughly understand, you should now ask me, The Exalted One, so I have the chance to clearly expound to you, helping you in your study and practice for the benefits of all beings." After three times of thoughtful and insistent inquiries, the Bhiksus stayed silent with their heads down all three times. The implication was the Bhiksus had thoroughly understood Buddha's teachings. Buddha went into meditation state, from the first meditation stage to the second meditation stage, the third meditation stage, then the fourth meditation stage. Then, from the fourth meditation stage he went back to the third meditation stage, from the third meditation stage to the second meditation stage, from the second meditation stage to first meditation stage and finally he relinquished feelings and actions, ending life. The deva spread flowers as offerings to Buddha. The earth was shaking. The Holy Disciples clasped their hands and cried, expressing the mourning and gratitude as well as emotional ties between Great Teacher and disciples. All orders of Buddhist practitioners living at home, from the Kings and rulers to common people, all gathered at that place, creating a sight overflowing with horses and horse-drawn carriages on the ground and parasols in the air, a jam-packed sight. The big crowd, a sea of people, expressed their love and respect to Buddha in the Kusinaga Wood that day. Devas and human beings shed tears, all sentient beings in the three realms were sadly mourning. They all were sad to bid farewell when Buddha entered Nirvana. The cremation ceremony started. The Holy Disciples, the Kings and Royal High Officials, Devas and common people in the country all clasped their hands and bowed their heads to pay homage to The Kind-Hearted Honored One. Relics of Buddha were evenly divided and distributed to all people to bring home to build stupas as the shrines for worshiping, accumulating blessings for all human beings and devas.

All actions which are impermanent

Are the things that follow the birth and death cycle fundamental Laws

With the cessation of the birth and death cycle

The cessation and tranquility mean joy.

A blissful feeling in the inner nature of Nirvana, The Impermanence, The Joy, The Self, The Purity, Buddha, The Exalted One, The Well-Gone on the path attaining the Highest Wisdom.

THE JOURNEY
TO ENLIGHTENMENT

I know I had a causal condition connection to Buddha, or a causal condition of karma of previous lives. A good karma of previous lives. Karma of having food at the temple in previous lives. I walked up to the upper level court, approaching the Bodhi tree, looking around and seeing many fruits falling down from the Bodhi tree. I stooped to collect one of the fruits, a round brownish one. I crushed the fruit to find many small translucent whitish seeds inside. I suddenly thought about the meaning of the word Bodhi. Bodhi means Enlightenment. Enlightenment means thorough understanding, clear understanding of the true form and nature of things. Understanding clearly the principle of the production of causal conditions. Understanding that it is a series of twelve links of a chain, uninterruptedly and closely connected, starting with the ignorance going in cycle to the birth-aging-death and reversely from the birth-aging-death to the actions then back to the ignorance. How can I understand? What are the means to help my understanding? What methods of practice can help the attainment of enlightenment? It is too difficult. I held the Bodhi fruit in my hand with numerous thoughts. I was told: The true form of all things is the absence of form. The true nature of all things is the absence of the self. There is no form or shape. If there is, it is only the false existence. The existence is from the production of causal conditions. The existence is from the mental transformation. There is no true nature of the self by itself because each of the things is in an ongoing process of transformation. In the process of transforming into different things because they do not have the ability of the true self to exist by themselves. Understanding that the form is non-existent. Understanding that the nature is also non-existent. I was somehow awakened as when I heard the sutra verses:

"The existence of all things proceeds from causal conditions
The cessation of all things is from the cessation of causal conditions
My Teacher, the Great Master
Frequently preaches those words."

I slowly walked into the main hall. I still smelled the fragrance of incense spreading around. The evening sutra recitation session just ended. I saw the blurred image of a novice-monk walking toward the kitchen, holding a bowl of porridge for the service offering to the desolate spirits. I stood straight, solemnly clasping my two hands in front of my chest, looking at Buddha statue stately situated in the middle of the great main hall. I solemnly bowed with my body on the floor, never before so solemnly. I sincerely bowed to Buddha that day. Nobody was around me. In the vast space of a large main hall. My mind was also wide open. The wide open mind generates an open sight, the sight reaching way back to my previous lives where I had causal conditions of existence to become a Buddhist today. Buddha smiled, seeing me, a poor child begging for blessings everywhere, stopping at this temple at this moment. Dear child! Come here to receive the heirloom. The heirloom from the holy Master. I, The Exalted One, hand it to you for use in your life. My heart sank. My mind came to a halt. I was kneeling, having no thoughts in my mind nor any connection with worldly matters. A silent Dharma teaching deeply touched my mind. A marvelous and serene feeling melted in numerous worlds. I heard the sounds of the light footsteps of the same novice-monk I saw earlier in the evening. He clasped his hands to greet me and asked me where I was going. I was on my way starting a journey to enlightenment. Namo Buddha. Marvelous!

That was the mind of non-existence. The non-existence as in the context of the sutra verses:

"The swallow flying across the long river
Its image reflects in the deep water
But the swallow has no intention of leaving its image in the deep
water
And neither does the deep water have the intention of keeping the
image of the flying swallow."

In fact, the image of the swallow clearly exists on the water stream and the stream of water indeed has the image of the swallow. *"It is easy to find the way to the truth with an empty mind."* The emptiness, the transparence without revealing the existence in the mind. That mindless state is the state of the existence of thousands of years. The existence of the tranquil and unaffected state. Thousands of years. Eternal. The totally pure existence. The marvelous existence. Blue sky. Auspiciously lucky cloud. Many times when people intend to obtain something, they end up empty-handed. *"Strong efforts to plant flowers end up with withered flowers. Planting the willows with an empty mind will result in the willows with fresh green foliage."* That is the value of the empty-mind state. Practice with the empty mind to attain the empty-mind state. The swallow with an empty mind, the stream of water with an empty mind, but in fact it is the existence at the moment with something in common, the marvelous state. That is the empty-mind practice of the meditation master. That is the attainment of the empty-mind state of the holy master. The empty-mind state that is not hindered by anything. Empty and broad. Peaceful and unaffected, just like "no holding back the seed of equanimity." The seed is left on the pond in the wilderness, without the intention to be held on. Non-existence means full possession while existence means attachment for thousand lives. The images of the swallow and the water stream are two inseparable forms in the meaning of the empty-mind state, extremely lively, naturally active and endless.

There is the existence. There is the non-existence. There is the birth. There is the no-rebirth. There is cessation. There is immortality. That is the relationship of the dualism of life. Please listen to the lyrics: *Existence or non-existence, dear people on earth:*

"Existence is existence even in a tiny bit
Non-existence is non-existence of the whole world
Looking at the image of the moon in the river

Who knows the meaning of existence and non-existence?"
This earth has existed for a long time
This space of nothingness is a marvelous existence.
Existence in absence of perception. In grass, trees, pebbles and rock.
The ocean and the sky are sparkling.
On the high mountain tops. On the deep ocean floor. In the wilderness on earth.
Dark without the bright moonlight,
Thousands of stars twinkle from the milky-way.

Existence then non-existence.
Human body is unreal and temporary
Temporary life even
Temporary self even.

Existence today. Non-existence tomorrow.
Non-existence in the present. Non-existence even in the future.
Non-existence also in the past.
Non-existence of skinny arms. Non-existence of shoulders also.
On the road of endless birth and death cycle, I quietly walk alone.

Waking from the boundless world. Walking from the world of deities.
And immeasurable sentient beings with multiple worries upside-down.
Greed and anger keep flowing forever.

Halting the steps then complete stop to clearly recognize Existence.
Existence then non-existence.
Existence in an instant, the shortest measure of time (ksana) flowing.

Existence, my dear!
Non-existence, my dear!

We two climb up the mountain, watching the flying clouds, feeling at ease, marvelous moment.
From now on, I see my own body.
Existence then non-existence. Non-existence then existence.
Existence like the rivers. Existence like the fields.
Existence like the under-water waves. A succession of impermanence.
Non-existence, my dear! Existence, my dear!
Existence, non-existence. Non-existence, existence, my dear!
Smiling, unaffected.

Having that unaffected state, one can listen to the sutra verses, learning by heart to sing on the journey to Enlightenment:
"The gem burned on the gem mountain will stay bright
The lotus burned in the lotus furnace will not wither."

In the burning birth and death revolving cycle, one needs to keep the mind serene. Serenity in multiple worries. Freshness in the furnace of anger. Awakening exists inside people including people currently having a burning furnace inside themselves. Some people let the burning furnace inside themselves set them on fire, some do not. What is not being burned is the lotus in the furnace. It is gem in the furnace. The fresh rosy lotus in the flame. The gem brightens in the flame. That is the Holy Master living in the world, the unaffected Holy Master. The worldly people living in this world endure plenty of submerging and sinking sufferings. In the same muddy pond, the lotus flowers are fresh and flourishing, spreading fragrance, while the entire bodies of the water buffaloes are covered with mud in the muddles. With people who know how to change, worries will transform into joy and peace. Life and death matter will become happiness. Mud will change into the nourishing substance providing the living force to the lotus. However, if those buffaloes waggle in the muddy pond, the mud will scatter all over their bodies from heads to tails. Nobody will dare to come close to feed and love them. This is a realistic philosophy. This is the guidelines for the awakened practitioners through the two scopes, the worldly realm and the leaving-the-world for enlightenment realm. Please light up the fragrant incense made of the sandal-wood, the aquilaria wood, in a pot, sitting still with concentrated mind to absorb a marvelous supernatural delight. That is the sutra verse to alarm people. To our Venerable Masters, please listen:

"At the passing of spring, hundreds of flowers fall
At the arrival of spring, hundreds of flowers bloom
Seeing all incidents of life passing
Ages of life fly by quickly
Never say all withered flowers fall at the passing of spring
A branch of apricot flowers still exists in the front court."

At this time, in the garden of the Monastery, flower buds are blooming, shiningly yellow. Flowers all over with young leaves begin to spring up on branches. Velvety young leaves, fresh and beautiful yellow flowers timidly appear on the craggy branches of the thin shape of the apricot tree. A delightful flavor of meditation. The delightful flavor of poetry. An elegant beauty that still retains a humble flair. Humble like an old ascetic monk in a monastic patch-robe made of hundred pieces of throw-away cloth sewed together. Extremely excellent! Strolling in the apricot tree garden in the monastery under the clear sky of one beautiful morning. Each light footstep in the leisurely walk. Walking slowly while feeling at ease. A light walk like in a dream, seeing the apricot flowers bowing as if to greet visitors. In the same way, over time, spring comes and goes, just like the continuation of the strings of days of birth and death, of death and birth cycles. Permanence. Impermanence. Apricot flowers bloom or fall following the same rule. Existence or non-existence. Presence or Disappearance. That is the differentiation view of worldly people. Indeed, that is the movement of the universe, of all things. Ongoing connection in the process of existence and non-existence.

The real form of multiple shapes and states, of the human images, of the shapes of the high mountains and hills, of the open ocean floor or of the minuscule objects, psychological or physical… are always flowing uninterruptedly. Flowing, flowing endlessly. In each shortest measure of time (ksana). The existence being transformed into the non-existence. A success being transformed into a failure. Happiness being transformed into sufferings of sadness and sorrows. Flowing continuously, flowing uninterruptedly. People never stop once to listen and sink in to hear: "Incidents in life pass in front of our eyes. Years of age swiftly fly and pass by." Therefore, we become elders with weak knees and bent back, blurred eyes, deaf ears, completely different from 50 years before. That is the experience and the reality. People should not mistakenly perceive the reality and easily relax, not being mindful. Looking back, the past is blurred by dust, fully covered by a layer of moss and rotten leaves. Nothing can be done when I am now confined in exile with delusionary thoughts inside the four damaged and ruined walls. I have to wake up myself. Wake up, wake up. Not relaxing and keep staying there. Please look at what is happening. It is passing. Passing. Passing without waiting. Passing cruelly. Quietly and indifferently passing until the sun sets and the night falls. That is the end of one day. Passing by! That is the end of one life! Passing by! People will continue to audaciously step into the river of birth and death cycles. Through many lives. Until today and for thousands of years later. Extremely worldly. How can I think of myself that way. I need to lift up my head in order to avoid being submerged and sunk in the river of birth and death cycles. Lifting my head up to see a branch of apricot flowers swinging in front of the veranda of the house. The immortal apricot branch with flowers blooming on the flow of time in the birth and death cycles. That is the food and the belongings for the journey to Enlightenment. The Enlightenment within ourselves. The branch of apricot flowers inside ourselves. Buddha nature within ourselves. Awakening knowledge within ourselves. That is the sutra verse alarming to all people about the journey to Enlightenment as in the following sutra verse:

All actions which are impermanent
Are the things that follow the birth and death cycle fundamental Laws
With the cessation of the birth and death cycle
Tranquility and cessation mean joy.

Due to the habit of hanging around the birth and death cycles without once ending the birth and death cycles, peace and joy never exist. The journey to enlightenment means to end the birth and death cycles. To terminate the habit of hanging around. The image of the army of ants crawling around the rim of the cup of honey and finally all the ants one by one fall into the honey and all die. Therefore how can we have joy when we are lured and passionately attached to the impermanence and the birth and death cycles. Therefore, we have to practice extinguishing the birth and death cycles to attain the tranquility and cessation. Practicing to recognize the impermanence to attain the eternal reality. Have a wish to be born a human, not an ant. Being born as an ant means being lured by the sweet honey. Born as a human being with wisdom, one will try to stay away from the cup of honey. The sweet honey kills the fly. There is no difference.

The journey to Enlightenment requires a strong will and determination, to act seriously and with awareness everyday. All the small daily actions can be threaded together into a string of Enlightenment. Simple, plain, but full of the characteristics of the detemination, effort and diligence of the good mind. Let us listen attentively to the sutra verses about the sweet and lovable mind:

"Waking up from sleep
Praying for beings
That all have the understanding
In all ten directions.

The soul of a novice-monk is small but his mind is broad. That mind travels to ten directions and three realms. The knowledge is present everywhere, through all times and at all locations. The novice-monk always prays for all beings to have that knowledge. The knowledge existing everywhere indicates our presence at all places. It indicates we are awakened with right mindfulness everywhere. Wherever space we exist, we have knowlege at that space. Knowledge means absence of illusion. Absence of illusion means wisdom. Having wisdom means attaining Enlightenment. That is the journey from illusion all the way to Enlightenment. From worldly people to holy Master. Therefore, the tuft of hair on top of the head of the novice-monk at the begining of his practice course, virgin and originally fresh, is the proof of his pure and devoted mind. The novice-monk has to devotedly and respectfully practice. He has to know by heart, just like looking into the mirror, seeing his face clearly reflected. Keep looking that way. Keep practicing that way. No hesitation. Not posing questions to himself. Just learning what the Master taught. He learns by heart and remembers well the marvelous sutra verses whenever he carries out any task:

Washing the hands with water
Praying for all beings
Having clean hands
To preserve and protect Dharma.

Sometimes, in just a short instant in one location, many things can happen at the same time: washing hands, using the restroom, flushing the toilet... each of those acts can be the subject of a sutra verse. The sutra verse about mouth rinsing. The sutra verse about using the toilet. The sutra verse about flushing the toilet...:

"Cleansing the filthiness
Praying that sentient beings
Distance themselves far away from worries
Reaching complete tranquility.

The happiness on the journey to Enlightenment leads us back to ourselves. Leading us back to the nature of the permanent reality in a way that is lively and awakening. Tranquility at all times. Tranquility in all places. Tranquility always. Uninterrupted awakening. The journey to Enlightenment is open before our eyes. A wide open horizon. Not lost any more. Illusion is gone, just like water-drops falling down into the abyss, disappearing completely.

There are many and many more of those actions. Actions that serve the journey to Enlightenment. The following poetic lines contribute to the long series of philosophy of pro-humanity:

People are embraced and nourished by the earth for their existence
Other people's dreams, not really my dream
Waking up from the dream, realizing the numerous joys and miseries in this world
The moonlight shines in the wilderness and over the immense ocean.

The road leading back to the Grand Master's hut in a cold foggy evening
Freezing the mind and freezing the road
At that place the skinny Grand Master has passed away
With no written records of his up-and-down life course.

THE LOG FLOATING
ON THE RIVER

The crowd on the road appeared to be good-natured and relaxed. They walked slowly, separated by short spaces, but not too close to each other. They were slightly bending their heads down as if they were counting each of their steps. They walked with awakened minds. With right mindfulness. They did not talk to one another. They held alms-bowls with their two hands. Their feet were bare, without sandals. No hats on their heads. They were in dark brown robes. That was the group of monks, Buddha's disciples. This morning, Buddha was on the road from Rajagrha City, accompanied by his senior disciples. The group of monks walked through the villages to the fields then to the river bank. Standing together on the river bank, everyone saw a big log flowing on the river, probably downstream from the water source. Buddha pointed to the log and said to the Bhiksus: *My disciples, do you see that log flowing on the river?* "*Our Exalted One, we do see it.*" The

Bhiksus answered. Buddha taught the Bhiksus about the meaning of the log floating on the river:

From the origin of the upstream water source or from some other places, the log fell on the river and flowed with the water current. The log flowed through several sections of the river, sometimes at the high levels, other times at lower levels. Sometimes submerged or buried in the water. Sometimes surging up the rapids, other times dropping down the waterfalls. At this moment, it was floating and bobbing at this section of the river. The log had to go through many tottering and challenging episodes. If the log was unable to keep itself safe, to protect itself, it would not be able to survive and maintain its existence in the river current. Perhaps the log might have previously had a lot of experience passing through these sections of the river. However, the log should not be content with itself because it was still a long way before reaching the sea. Therefore, the log should do the following:

-First: The log should not swerve toward this side of the shore. It is because this side is the home of the fame and profit, the self and other people, this one thing and the other thing. If people are attached to those fame and profit, they will be caught, just like a fly getting stuck in the honey. Just like the ants getting stuck in the honey, no way to pull themselves away. That is the way of getting caught and dying on the spot, unable to move away, firmly stuck and buried there. Once the log swerves and gets stuck on this shore, it will not flow downstream into the sea.

-Second: The log should not swerve toward the other side of the shore. It is because the other side represents the praises, the degrading remarks, the gentle and sweet words. If people are attached to those praises and degrading remarks, they will also surely get stuck. Because people are satisfied and happy when they are praised, but they are sultry, unhappy and scolding others when others make degrading remarks. In these circumstances, how can the log flow downstream? Therefore, if the log does not swerve to the other side of the shore, it can smoothly flow downstream into the sea.

-Third: The log should not get stranded at the island in the middle of the river. The island in the river is compared to the self and the belongings of the self. The self and the belongings of the self are the two entities people find it is difficult to separate from. The self and the belongings of the self are untouchable. The dividing borders, not allowable to be encroached upon, are clearly marked. Therefore, if the log gets stranded at the island in the middle of the water stream, it cannot flow downstream into the sea.

-Fourth: The log should neither be picked up by human beings nor by non-human species. Because human beings and non-human beings are craving for love and desire. Once craving for love and desire dominates the mind, it is difficult to get rid of them. People must make all efforts to fight against them in order to have self-control. Otherwise, they will be trapped into the imprisoning cobweb without a way to escape. Therefore, once the log gets picked up by human beings or non-human beings, it cannot easily flow downstream into the sea.

- Fifth: The log should not be rotten in its core. The rotten core is compared to wrong thoughts and evil thoughts. Once people have wrong thoughts or evil thoughts, they cannot have right thoughts.

Thousands of the interesting, beautiful or good things all fall off. In this situation, people will not be able to have a high level of virtues and formal rules of conducts. Evil thoughts urge people to commit evil deeds. Wrong thoughts urge people do bad deeds. Therefore, once the log is rotten in its core, it cannot flow downstream into the sea.

Therefore, it is understandable that if the log is not in all bad conditions mentioned above, it will easily flow downstream to the sea. It is natural, easy to understand, without any discussion. In the same way, the practitioner is similar to the log floating on the river. Not swerving into this shore or the other shore, not getting stranded at the island, not picked up by human beings or non-human beings, not rotten in its core, the log, just like the practitioner, will reach the noble goal of attaining Nirvana. Attainment of the Holy Master-hood in the ocean of pledges of The Exalted One. In the ocean of Buddha Dharma that is boundless and supreme. The Pure and Serene Great Ocean. That is what Buddha taught, clear and specific. Learning from the lesson of the log floating on the river, the practitioner knows how to protect himself by abiding to the strict rules. The practitioner must be aware of every gesture of the body, every thought of the mind to avoid the above mentioned binding relationships in order to smoothly flow downstream. Otherwise, it will be obstructed. Hindrance and delay of the search for the Supreme Enlightenment, of the achievement of the Supreme Enlightenment, of the attainment of the Supreme Enlightenment.

The flamboyant flowers look droopy and withered under the scorching hot sun

The constantly buzzing sounds of the cicadas are mourning the ephemeral life
The real and the unreal will dissipate following the rule of prosperity and decadence
Flowing downstream to the realm of ignorance.

The roaring waves from the deep sea
Completely buries the ignorance
Stopping to look into the perceptive mind
Looking for traces of footsteps on the returning destination.

The wind blew from the fields, gently fluttering the flaps of the Venerable Masters' monastic robes. The color of the robes and the gentle and kind-hearted appearance of the Venerable Masters standing out clearly in the green fields of the young rice plants are the contrasting images of activities of the worldly people. Here is the tranquility with the shapes of the Venerable Masters in search of liberation from sufferings. Over there is the mobility with the image of people busy working from dawn to dusk. Two images, two kinds of hearts with different feelings, always close and attached, not separated. The good and the bad are tightly close, within the span of a hand. Sometimes, the good is hidden in the bad and vice-versa. Subtle. Marvelous. Very sophisticated. It is the realm of non-differentiation, outside the realm of dualism. Extremely marvelous. Infinitely marvelous. The group of monks gradually advanced on the road, disappearing completely in the forests. If someone mindful of searching for them, he can only find the traces of their footsteps on the trail. All the traces of the footsteps are very clear, left behind for worldly people to follow, groping their way to one non-abiding end. No trace. In the red-dust world full of illusionary dreams.

The Exalted One put the mat at the base of a tree. The Venerable Masters did the same. Each Venerable Master looked for a place for himself at the base of a favorable tree that brought them pleasure, joy and happiness to sit around Buddha. This was the mode of activities in Buddha's time. The revered activities. Disciplined and orderly. With willful agreement. In conformity with the causal conditions. Harmonious. When it was the time for rounds to receive foods from almsgivers, each Venerable Master straightened the robe, holding an alms-bowl to enter the city. They walked in the order of the ranking. After receiving the food donations, they returned. Whoever returned first did the chores in the monastery such as filling the big jars with water for the Venerable Masters who returned late and sweeping trashes on the yard with a broom so that the Venerable Masters who returned late would enjoy the clean space. In short, all chores were performed voluntarily with a conscience of equal responsibility and work. Therefore, the way of life of the Holy Masters benefits people. A lofty value. After settling stately on the sitting cushion, Buddha looked around at the Venerable Masters, gently spoke with a kind, clear, loving and compassionate voice. *"My dear disciples, today I, The Exalted One, tell you that I, The Exalted One, through many life cycles, had been wandering and kept wandering until this moment when I stop wandering. I already broke the ridgepole of the house. I broke all the cross-timbers, the other timbers as well as the rafters and the pillars of the house. I have found the builder of this house. From this moment on, there will not be materials and the builder any more to build any house for me, The Exalted One. I, The Exalted One, am unaffected at all times, in all places. I, The Exalted One, am motionless."* After hearing these words, one Venerable Master asked Buddha: *"My Exalted One, I have seen some people extremely careful in maintaining the ridgepole of their houses. They kept the ridgepole from being eaten by the wood-borers, not letting it become decayed and broken. They painted it thoroughly to make it looks beautiful. They did the same for other parts of the house."* In fact, it is extremely difficult for worldly people to separate themselves from their belongings. That is the reason why birth and death cycles, illness and old age continue on. Please give yourselves a broader view. Be more open to reduce sufferings, to lessen the on-going human sadness.

Buddha taught: *"The self is not the real. The belongings of the self are not the real either. Existence is only the means of the existence. Existence, but the existence has to be discarded in order to attain the non-existence. Then the non-existence is also non-existent. That is the true reality."* The Venerable Masters looked pensive, thinking about Buddha's teachings. They asked themselves. What is sitting here? The self? The own self? The belongings of the self? The non-self? The Emptiness? The four elements and the five aggregates, are they unreal? If unreal, what is eating? What is sleeping? What is sitting in meditation? The hearing nature that is existing at this moment? A series of going-around questions. No. They cannot be going around. They have to be precise. Only precision will lead to the holy status. Going around will be submerged and sunk in the worldly realm. Those are the long existing principles of three generations of human life, of the Holy Masters and of the worldly people.

An empty pot without tea and water
Resenting that there is no one to drink in this world
Born into life plagued by mishaps
Rather not breeding silkworms for their cocoons and for the silk
threads.

The lime-painted walls are faded by the sunlight
The bell tower is worn out with time
The white eucalyptus leaves are scattered on the path to the temple
It is a sad deserted scene with nobody around.

Buddha continued his teachings: "The Four Elements are all non-existent. The Five Aggregates are all non-existent. The Earth Element is the solid substance in the human body, such as bones, teeth, nails on hands and feet... Those are the Earth Element inside the human body. The Earth Element outside the body includes rock, wood, iron, steel... all of them are changing, moving, not staying intact. Their own form is originally non-existent. Their own form is changing, changing themselves to be transformed into other forms. This chain of changes continues again and again, an infinite series of changes.

The Water Element is the liquid inside the human body. Saliva. Tears. Urine. Blood... circulating all over the body. It is present from the top of the head to the heel of the foot, present in all parts of the body. The skin. The cells. Everywhere. The Water Element is overflowing but it is neither stable nor consistent. There are times when the amount of circulating blood is low. Sometimes the tears are drying up when people cry. Sometimes urine flow is very low when people want to urinate. The body is extremely dry and shriveled up.

The Wind Element is the breath of people. Breathing through the noses, but when the noses are clogged up, people breathe through their mouths. When the mouths are blocked, people breathe through their ears, through the cells of the skin where the heat escapes. Normally, breathing means being alive. On the other hand, not breathing means death. Therefore, the breath is extremely important. Only five minutes without a breath, the brain cells will be decomposed because blood does not flow to the brain. The breath is so important that without breath, people drop their arms and die.

The Fire Element is the heat in the human body. The heat warms the body. People feel good and healthy if the heat is adequate. If the heat highly exceeds the normal level, people will be sick with high body temperature. The Fire Element outside the body is fire itself. It is the heat from the sun. The fire burns the mountains and forests, burning everything, clean or dirty. Burning everything. However, fire will cook the rice for us to eat. Boil water for us to drink. A positive mentality of nourishing people. Lighting up the lamp, it shines. Fire warms the winter nights. The capital and the towns are brightened with light. However, when the light is out, the capital and the towns are in darkness.

Therefore, the Four Elements do not have their own selves. All are without the self. There is no ruler. All are without a ruler. With that knowledge, people must devote to practice. It is the same with the Five Aggregates, not different from the Four Elements. The Five Aggregates are all empty, not having their own selves. Therefore, if someone causes some discomfort to you, please take it lightly. Forgiving in order to feel joyful. Engage in Great

Meditation state. Tranquility like in the mountains and forests. The body and the mind are motionless. Dissolving in the great form realm."

The problem is not the wings of the unfledged young bird
But the immensity of the sky.

The eagle soaring high in the sky, suddenly swoops down on the water surface to catch and claw a fish. It glides up and flies back to its nest. An image as proof of ability, displaying strength, expertise and experience. On the top of a tall tree is an eagle nest with the eaglets still with closed eyes. Hearing the sounds from their mother's return, they open their eyes, making shrieking sounds, asking to be fed. The mother eagle tears up the fish into equal parts to feed her eaglets.

There are only four eaglets in the immense sky, moving around in their nest. They climb up to the rim of the nest then slip down. They flip their featherless wings, thinking they are ready to fly into the immense sky. But they are not able to do it yet, they are unfledged. They have to wait. Some are trying to climb up to stand on the rim of the nest, flapping their wings that are still fleshy red, trying to fly, but they cannot and they are falling back in the nest. In the minds of these young birds, they think they are flying. Flying in the high broad sky. Flying far away into the clouds in the horizon. Flying across the mountains and hills. Flying with the wind over the mountains. Flying with the capacity they think they have. Flying to conquer the sky. Flying to satisfy their wish in life. Flying with their wings they have at that moment. That is the imagination of those young birds. The reality is they are not yet able to steadily stand on the rim of the nest. Their wings are featherless, their legs are weak and do not possess the momentum to fly. That is the reality. Some people think they can move the mountains to fill up the ocean or they can carry the rock to patch up the sky. All of those misleading thoughts are just imaginations. Many people have evil schemes and plots to have control of world in the palm of their hands. It is not that easy. Greed will bring hard failures. Dipping down will turn the pickles black. The seed and the fruit of the karma retribution are right there before people's eyes. The plan to conquer the world fails. The immediate consequences are destruction, miseries and sufferings. Evil deeds bring evil karma retributions. Seeds and fruits exist concurrently. Evil thoughts arising from someone's evil mind and ambition will build up the energy of a magnetic field to affect surrounding objects to create the destructive force that in turn will also harm that original someone with evil thoughts, destroying that person. Evil actions to harm others will bring consequence of self-harm. The rust of the iron eats up the iron bar. Hot oil burns the hands of the person who cooks the oil. Therefore, please do not have evil mind, evil thoughts and evil actions. Fairness exists in this world. If we plan a tree, we enjoy the shade. If we grow flower plants, we will get beautiful flowers. Nature grants people favors, but people should not take advantage of the favors of nature. The earth gives us the heavenly gems, such as cooked rice, grains, milk, bread and several precious products such as diamonds, pearls, precious stones and valuable gems… But people should not be ambitious to avoid their hands being burnt. In the cold weather, feeling warm sitting by the fire, then picking up and holding the fire pot close to the body, the result is getting burnt. Finding the broth in the soup not salty enough, seasoning it with a pinch of salt, the soup will taste good.

However if we pour a whole bowl of salt into the soup pot, the soup will be too salty to eat. Getting a small profit makes people think they are lucky, their ambitions rise up that may finally result in the destruction of achievement and property. The sky is still open, people can walk tirelessly. People should not rush with their ambitions. Otherwise, big misfortunes will come. It can be proven through historical experiences. Today, in the first couples of decades of the 21st century, people have already endured disasters, pandemic and extremely evil actions derived from the wicked minds that have caused troubles and impasses to the world in all areas of activities, economic, political, educational, cultural and social... Those are the results of the greed for dominating power arising from the ambitions of a group of people. This country is the elite of the universe. It is the good karma, good thought that have protected and benefited us greatly. Do not produce toxic goods. Do not pollute and destroy the earth. Do not test the atomic bombs and nuclear weapons. Do not produce harmful toxic micro-organisms that cause disasters to people. The sky is still open, people can fly high and far as they wish, with their two innate wings. One wing is the loving-kindness and compassion, the other wing is the wisdom. Benefiting people themselves and benefiting others, bringing happiness to all. Happiness in this life and later lives. Ambitions will kill ambitious people. Anger and ignorance will kill angry and ignorant people. Ignorance will burn ignorant people. People with ambition of dominating power will be destroyed by dominating power and ambition. We hear the saying "Teeth for teeth, eyes for eyes." We are not concerned about the two unfledged wings of the young bird but we recognize the sky is too immense. People should stop the greed when it first arises in their minds because a divine sky is still there to greet us.

Stooping down to pick up a feather of the eagle fallen on the grass and recognizing it is the feather of the mother eagle flying out to hunt for prey to feed her eaglets. Love is scattering around somewhere, hidden in the feathers of the mother eagle, covering the eaglets with her wings to keep them warm at night, searching for prey to nurse them during the day time. Birds have a sentimental life, a lofty love. How can human beings lack that love? People produce micro-organisms to harm each other.

The flock of eaglets grows up every day thanks to the care from their mother, feeding them, training them to flap their wings and stretch their legs. Thanks to the training from the mother, now the eaglets can fly from their nest to the surrounding branches. The eaglets are practicing swooping down then flying up. Holding their claws on their nest. Flinging up their wings… in practice, so that some days they can spread their wings and soar into the open sky, enjoying the view of the high mountains, immense oceans and the green grass covered plains. Their minds are as clear as the spring water. Their eyes are shining as the stars in the sky. They happily enjoy life. That is the marvelous value of the birds. The freedom of the birds. Boundlessly divine. As immense as the sky. As strong as the wings of the eagles. The strength from the two wings. The will. The instinct.

Please call for each other and go to the forests to pick up chestnuts, to the fields to gather the grains, to the gardens to pick up tamarind seeds. Putting all together to make a delightful meal. The natural foods are plenty to provide for people's needs, nourishing life. From the fresh water stream to the alluvial fields, from the furrows giving us sticky rice, from the bright moonlight to the cool wind bringing us a poetic flavor of life. We cannot ask for more. Why the destruction to the earth to the point that we cannot save it.

Today the earth turns and twists itself because it has to endure too much destruction caused by human beings. The earth has called for help. The call for help seems hopeless. People are eager to cut down trees and destroy forests while the earth begs people to stop those actions. People still ignore the request and continue to cut down and uproot trees. The water stream flows naturally and poetically, cheering joyfully from the waterfalls in the wilderness, undulating through villages and fresh fields where people have been eager to build the dams and the dykes to stop a big flow. The high volume of the flow is the cause of many disasters, building up the weight and putting pressure on the axis of rotation of the earth. Those are the causes of many accidents that people have to endure. Human beings give birth to human beings, but if they do not act properly, they will harm themselves. What cause the pandemic? It is because people's foods and shelters are in unsanitary conditions. Eating the bats. Swallowing the serpents. Chopping away the skulls of the monkeys to eat the fresh brain… not sparing any species for co-existence. They run away into the mountains but human beings do not spare them. They escape to the ocean but human beings are searching to capture them. Deep resentments arise high to the sky. Sufferings reach deeply into the earth. Inflicting injustice to others will bring karma retribution that goes way up to the blue clouds. It is unavoidable. Clasp your hands and silently repeat the words Namo Buddha.

We pray that people love each other because they live together on the earth. If the earth is polluted, people will bear the spread of disasters among themselves. If the air is polluted, people will inhale that polluted air. All lungs will be affected. All skin and flesh are cracked. All of those are the consequences created by human beings.

Hatred and vengeance cannot be destroyed by hatred and vengeance
Only loving-kindness and compassion can destroy hatred and vengeance
That really is the law over thousand years.

The immense sky. The wings of the birds are still spreading and flying high. Happiness is filling up thanks to the divine mind. Lessons for human beings that pass on for thousands of years later.

CROSSING
TO THE OTHER SHORE

The novice-monk is sitting in meditation. The tuft of hair left above the ears. Eyes looking down. His two arms in front of his belly. He sits motionless. He is still motionless even if someone passes by. He is still motionless even if there is noise around. Motionless in the middle of motion. The motion is within the motionless state. That is why he is himself. Because he is himself, he is neither related to the motion nor the motionless state. He is deeply absorbed in the awakened state. His mind is bright and clear like the morning dew on the tip of the grass. Because the mind is serene, Buddha is present. Buddha is in front of him. Buddha is on his mind. Buddha is present now, at this place. His heart is peaceful. His mind is joyful. He crosses to the other shore. A kind of philosophy of imperturbable meditation. The philosophy of quivering meditation in the birth and death ocean.

One day passes, I live another day

Leaving a fragrance of deep love in life
For a long time I thought it was a common dream
Where someone will stay and I will depart eternally.

I now live in the middle of multiple dangers
Let me give away, giving away all the love
So that one day when I set myself off stepping on the road
My heart is light and peaceful without any regrets

The novice-monk is crossing to the other shore because he loves the other side of the shore. He has some worries on this side of the shore. Oh, no! He startles. His shoulders move. His mind is reasoning about the Other Shore and This Shore. Both Shores are non-existing, why loving one shore or distressing over the other. The novice-monk seems undecided on which shore to cling to while in the middle of the whirling water. Rising then sinking. Staying still then flowing. The water flow is moving. The moving water awakens him. Opening his eyes, he sees the Buddha statue looking at him and smiling. Buddha's eyes show compassion. He looks at Buddha. He smiles. His eyes show compassion. Buddha and the novice-monk are present at this place. Here in the center of the main hall where the fragrance of sandal-wood incense is spreading. He smells the fragrance of the sandal-wood. Buddha smells the fragrance of incense. Everything appears vividly...to disclose the reality, the truth, or life and death – overwhelming his mind. He opens his eyes widely. He breathes deeply, making his mind calm and serene. In renouncement, he lets the stream of his perceptive mind flow. He reads the words of the poem:

Living to know I will be dying tomorrow
Therefore, what I possess today

I should give it away to the wind in the wilderness and white cloud
Feeling the joy within myself with thick green eyelashes.

I sit still, but my mind does not
My mind, but it seems the perceptive mind belongs to someone else
The sky and the earth are decorated with plenty of romantic scenes
Embellished by the moon perching over the shoulders.

After reading the poem, he rubs his eyes. He massages his two legs. He massages his two arms. He stands up to bow to Buddha. He is respectfully dedicated and quiet. Quiet as the air in the main hall that has existed over a long time, but he only feels and recognizes it today. Perhaps, by crossing to the other shore, he is able to feel and recognize the undisturbed tranquility.

He gently moves backward a couple of steps to the three-step stairway of the temple leading down to the court, taking a walk. His mind is serene. His steps are joyful. He seems to be peaceful and joyful this morning. Peace and joy within himself. Peace and joy of people seeing him when they walk by. Peace and joy from that scene. Even the rocks on the roadside also share the joy. The green leaves on the rows of hedges. The pink butterflies sucking the pistils of flowers. Just like a living experiment of the self. Of all things in a full spectrum of beauty appearing in front of him.

One day living is one more day of peace and joy
Peace and joy for myself and for others
With opening arms, I fully embrace the hot flame
Warming up so many frigid hearts.

Tomorrow carrying the hoe on shoulderss to the woods
Planting the wild grass and tending each flower bush

The overflowing raindrops during the night
Helping flowers and pistils blossom into a diamond palace

He keeps on walking. Walking as if he is going to some place. He is moving. He is walking toward a goal. The source of the spirituality. Ignoring the greetings of leaves and flowers. Ignoring the raindrops and playful sunrays falling down on his shoulders. Down on the flap of his shirt faded with the smoke from the incense. His shadow gradually blurs and he completely disappears beyond the cloud in the horizon. He already crossed to the other shore. He left the bamboo boat at the landing dock. The boat lies there immobile. The sunlight breaks in the early morning. The evening is soaked with sunset color under the bright green coconut trees.

Life passes like the river water flowing
Muddy and clear, winding around mountains and hills
At times rising to the Tushita Heaven
At other times falling down to worldly life of burning hell
The snail crawls on the hedges
The yellow butterfly couple perches and sucks the pistils
The fragrance of tea garden spreads pervasively
Leading the way back to the meditation house of the old days.

Crossing to the Other Shore, leaving behind This Shore. In the middle of quietly flowing water of the river. Endless. Continuously moving. Nobody knows for how long. The life force is always present there. Standing there to listen to the murmur of the river. The river talks. The river tells the story of its life. Through many waterfalls, whirling water, deep river-beds, shallow beaches with tall grass and weeds on the river banks. It is really ignorance like the darkness of the night. Dark as the muddy water flow nourishing shrimps, crabs and shellfish. Shrimps and crabs have to cross to the other shore. Shellfish has to cross to the other shore. Otherwise, they will be trapped indefinitely in the muddy deep water of the river.

People standing on the river bank see the cool water of the river on the surface. The river water is clear. Quiet. Calm. Can anyone see how many lives exist at the bottom of the river. Mixed feelings of joy and sadness. Existence is like a dream. Unreal. In the early morning, the river water evaporates, blurring the river water surface. Sinking down. Expanding. The screen of mist looks dreamy. The fog looks like a curtain, weaving into the poetic words of the fisherman.

The sky is dimmed and the sea is blurred by the early morning fog
Rowing the small boat on the river moving up and down
The waves surge, drifting and bobbing lightly
The burning cooking fire and the fragrance of the tea warm the old fisherman's heart.

That atmosphere. That old temple. That main hall with sandal-wood fragrance. The novice-monk crossing to the Other Shore. The bamboo boat. All appearing and disappearing, bringing back the vividly living picture of the old time. The old time when he first had his hair cut to enter monk-hood practice.

Poetic lines instantly appear on pages,
One hundred years are dreamingly fading

1.

Stepping on the moss-covered endless trail
Toward the quiet hut hiding under the Bodhi tree
My Grand Master returns from a morning trip
Leaving behind all the dusty wind.

2.

The road to the mountain top is next to the Patriarch Tower
The snail is diligently crawling day and night
Listening to the gentle breathing
Looking at the steps on the porch covered with fragrant flowers.

3.

His brown robe is faded by the weather
His cane is worn out since he turned eighty
He watches the blossoming flowers in the morning
The shady golden dwarfbamboo trees and the fresh roses are greeting
him.

4.

Gentle steps strolling this evening
Listening to his weakening breath
Going through the birth and death journey
He returns to his quiet hut in the evening when the dawn is long gone.

5.

The trace of the gray moss leaves no mark of its begining
Hidden on the roadside along his footsteps
He diligently walks alone twice a day
From the early morning sunlight to the dimming light of dusk.

6.

Sitting in the Meditation house with the morning cup of tea cooling off
This morning he expects a guest who has not arrived
The close companionship of Dharma from very young age
Is appearing and disappearing like flying clouds.

7.

He walks down the Meditation house's three-level door-steps
Wearing the yellow robe covering one arm
The long time Dharma companionship
Now remains as an indistinct image of a crane flying in the sky in the
West.

8.

The white frangipani flower branches are tortuous
The magnolia flowers are laden with a strong fragrance
With unsteady steps alone high up on the path
The Grand Master climbs up the three-level steps of the Patriarch
Temple.

9.

Darkness of the night fills up the cave
The shape of a skinny man in a thin robe with worn-out parts
covering his shoulders
After a long miserable walk of life
Now is waking up from the extremely profound dream.

10.

The shape of someone sitting by the window
The dim light wavering throughout the long night
The rain-drops gently shaking the tips of the gourd plants
The cold on the porch arouses a personal sadness in each individual.

11.

The blurred scenery sinks in the dark
Who is the one! The one who uncovers the path to the truth
His physical body wandering wastefully through life
Leaning his head over a pile of books, looking gentle and kind.

12.

Counting human miseries with each bead on his fingers
One, two, three- counting the beads with the habitual diligence of an
expert
Upside-down ambition is clearly in full sight
There is no end to resulting miseries.

13.

Ambition pushes people toward deadly situations
The flickering flame burns the dead bodies of foolish people
So much sadness and worries on Earth
Who can save people from all these miseries?

14.

Greed is the cause of human ignorance
Torturing one-self trying to carry rocks to patch up the sky
Revolving through the life cycle
Incarnating as a horse or a buffalo to redeem their bad karmas.

15.

Our native land is here on the Earth
How come we do not have leisurely livelihood
Someday facing hardships
Our suffering bodies will wither into the yellow color of the fall
evening.

16.

Sitting alone at the corner of the tottering Temple
Feeling a profound grief observing the world activities
Worldly life scenes are sometimes muddy water, other times clear
water
In which the old man paddles the boat across the river.

17.

Contemplating the frivolous activities of gain and loss in the world
Like the dew falling on the tip of the grass
Life on Earth (Saba) is full of miseries
People should do good deeds to earn blessings in future life.

18.

Life in this world is a chain of endless sadness
Tear-drops soak up the mourning headbands
At the perplexing separation of the dead and the living
The ever-changing love of the old days drifts away.

19.

Keeping a serene mind with hands clasped
Pledging to let go win or loss in life
Gaining then losing, existence and non-existence in one instant
Listening to the sutra recitation in the sunny mornings and the rainy
evenings.

20.

Allowing the mind wander in thoughts and dreams
Not as worthy as putting the mind in writing a poem for oneself
Thoughts are as valued as gems, words are as precious as sutras
Under the full moon shinning in the sky.

21.

Smelling the light fragrance of tea while strolling in the tea garden
Sensing the fragrance of virtues filling up while looking into the mind.
Pledging to do good deeds from now on
Not committing bad deeds causing sufferings to ourselves.

22.

My dear, you walk on the trail in the wood full of yellow autumn
leaves
Seeing the lost crane separated from the flock flying high in the sky
Bewildered with emptiness and sadness
Awakened at the end of the night, repeating the words Namo.

23.

Human hearts are deeper than abysses
Abysses have bottoms but human hearts are bottomless
The rolling hills and mountains, the pine tree woods
And the fresh green tall grass blooming in the wilderness.

24.

The shape of the Grand Master sitting by the wavering oil lamp
Turning the pages of the sutra, slowly reading each page
Someone standing outside the window is watching
Tears keep on shedding profusely after one hundred years.

25.

The sleeping cat puts its head on the Grand Master's thigh
After the sutra recitation, He stands up and walks out
He gently and slowly pulls away his robe
To avoid waking up the cat.

26.

Thousands of years ago, the Grand Master carried a basket on his
back to collect beans
Feeding the chirping birds on branches
His two compassionate hands kindly save sentient beings
His kind heart and mind pledging to save all beings have been bearing
fruits.

27.

I started my journey right after my birth
My steps have trampled on all parts of the native land
Tomorrow when I come back looking at each dewdrop
On the tips of the fresh green grass I feel the same overwhelming love.

28.

The cool autumn wind is blowing behind the dwarfbamboo bushes
Bending his back, he is engrossed in raking the pile of dry straw
To fully cover the rows of eggplants
The trellis of green zucchini enhances the beauty in the evening.

29.

Standing on the mountain slope to watch the sunset
The distant river hidden under the rows of coconut trees
The water hyacinth floating on the flowing water stream
Like human life floating to an unknown destination.

30.

The mossy walls with patches of urban colors
Each shred of yellow light shines on the two eyelashes
A crowd of skinny beggars at the end of the alley
With only a sad and miserable future.

31.

A man sitting there with a dog by his side
Both are hungry and cold in a shelter without bamboo screen-walls
What a miserable life for both the man and the dog
Clearly there is the need to have everlasting fortunate causal
conditions.

32.

Bowing with his head down to the ground to listen to the words from
the earth
Sharing confidential thoughts and feelings
Signs of deterioration and decay started a long time ago
No ash and dust can cover up the deep grave.

33.

With half-closed eyes dozing into the dream
Plucking the hair with sadness expressed by the moving eyelashes
Spots of white and black hair signal the closing out of youth
Overwhelmed with a rising feeling of sadness.

34.

Please wake up to listen to the sutra recitation
Short and long sounds of raindrops falling outside on the porch late in
the night
The temple lamp shines bright as the morning star
The bamboo screen-wall gently moves in contact with the pure body
shape.

35.

Coming in the inn on the roadside for a temporary stay
The dusty patches on the walls appear under the fading sunlight at
one end of the village
A couple of yellow-winged butterflies in the evening
On the rolling mountains looking for flowers to suck the nectar.

36.

Keeping the light on to stay up late reading
Thinking of a collection of life stories by counting the lines of the
knuckles of his fingers
Time passes by swiftly turning the hair frosty white
Shedding tears for the empty feeling of the loss of young age of the
twenties.

37.

As human being, I am crushed and buried in the waves of life
Standing at the mountain top in the morning, waiting for your return
in the evening
The city streets are small and unlighted
Leading to your destination under the stormy weather of lightning
and heavy rain.

38.

Long lines of shadows of young and old people in the dark night
Coming back to visit their own graves
Even after the death, parents and grandparents still clearly see
Each of the muddy paths of life in the afternoon rain.

39.

The cicadas are sadly buzzing under the scorching hot summer
afternoon sun
The farmers bend their skinny backs close to the rice seedlings
With tight trouser legs rolled up to the knees
Making a living by sweating out with rolling sweat drops.

40.

The old buffalo is dreaming on the dyke
In the deep fields the farmers are busy working with their hands
Under the drought hot sun, the old buffalo looks around lonely
The hungry people are thinking of each of the corn kernel somewhere.

41.

The baby cries because the old mother no longer has milk
The hardship of life in the rain and sun dries up her milk
Only plenty of cassava for the meals
Oh! Happiness wearing off over the years.

42.

Assuming the bright morning will come after the night
But everything surprisingly stays the same as always
People still dreamingly grope their way in the dark
Looking with their eyes blinking but could not find their way.

43.

Namo compassionate Buddha pledging to save all beings
Numerous dead beings lying in the old graves
Who is the one who comes to light the incense for the dead
Praying for fewer miseries of a frivolous life.

44.

Knowing the revolving and floating impermanence of life
Who can recognize the change between the fullness and emptiness
within a day
Always fighting with various sicknesses of a weak body
Let alone the aging process is like the flying cloud.

45.

People go through the impermanence of the walk of life
I walk back to light a stick of incense for myself
Praying my whole life
For the mutual love among our companions of Dharma reaching the
deepest level.

46.

The two of us, Grand Master and myself, spending endless time
together
You always share with me the only pot of pickles that you have
I pledge to bow to the ground respectfully in front of your skinny shape
But when the causal conditions are fulfilled, you leave.

47.

You rest in peace in the tower on the mountain top
Moonlight shines in the wilderness, the praying beads stay with you
The wind in the open space is moving the flying clouds in the
wilderness
Creating the melodious rhythm of string music.

48.

The buffalo lies next to the banyan tree
Raising his snout and horns in the fading evening sun
The buffalo has had nothing to eat for some days
He sees no grass around to relieve his hunger.

49.

he fields are cracked and dry
The rice plants wither in the hot sun
The rice crop harvest this year is a complete failure
Resulting in harships and miseries for the country.

50.

Rivers and mountains, the sacred soul of the native land
Are deeply sinking in miseries
Who is aware of the hunger and sufferings of common people
Driven by fame and wealth, people with authority and oppressing
power ignore the caring tradition of our Ancestors.

51.

Five thousand years of civilization of our people
Set a bright example as a miror for youger generations to look at
Unfortunately people with authority and oppressing power ignore and
forget their responsibilities
The miror is broken, the civilization is crushed.

52.

Listening to the music in the scorching hot summer afternoon
The lullaby seemingly creates a Jack-o-lantern impression
The crushed and buried human bodies are floating through life cycles
of many generations
Self-pitying for having a wasteful and frivolous lifetime.

53.

The history of common people working hard with worn-out knees and
feet
Many people squeeze in a crowded thatch hut in the forests
Feeling lonely working from dawn to dusk under the sun and rain
Growing potatoes in the morning, taking a bath in the clear river
water in the evening.

54.

Opening each page of the old sutra
Remembering the early days of novice monkhood
Blurred letters on the worn-out pages
A lot of time spent reading under the light of a lamp.

55.

Hearing the noise of the opening door, I look up and see the Grand
Master
He looks at the Buddha altar I just thoroughly cleaned
He turns away, leaving behind the fragrance of his kindness
Permeating my heart, a blessing for my little good work of causal
condition connection.

56.

My poem is like the smoke from the sandal-wood incense
That I light as offering to Buddhas of thousand worlds
Praying for the fortunate causal conditions for the escape from the life
on earth (Saba)
Opening my wisdom-eyes, I find myself at that blessed place.

57.

The sky is open for moving at ease in both directions
The vegetable garden at the alley or the scene of moonlight on the
mountain top
Hearing the resounding sounds of the temple bell from afar
Lessens my desire for the worldly life, advancing my faith and loyalty
to the temple.

58.

I am grateful to my Grand Master for my food of vegetable and soy
sauce
Forever grateful for his advices and encouragements to all student
monks
To practice reciting the sutras and reading books from dawn to dusk
Following the path to attain Buddhahood in the future.

59.

The light in the room is bright
The atmosphere is extremely quiet
Sitting alone with miscellaneous trivial thoughts
Just like a dog lying hungry yesterday evening
With haft-closed eyes and saliva dribbling from his mouth
His wrinkled thin belly not looking smooth.
Those everyday disappointing thoughts
Cause multiple heart-breaking sadness in my heart
The time passes non-stop
The space is always changing and revolving
Please, let me have only one minute for myself
Looking deep into those eyes
Knowing clearly the miserable life and the fortunate causal conditions
Just like the hungry dog wagging his tail
Each time his master comes home
But the closeness no longer exists
A change of heart in this miserable life
Dog – people are not different
Open the eyes wildly to see clearly
Facing the dog, the dog is silent
Looking back at myself, I stay silent too
Myself – the dog, two figures
Of quivering illusionary images.

60.

The small brook on the mountain slope
Flowing with dripping sounds of clear water
Falling down and staying in the deep abyss
In the middle of the dense forests
The spring is flowing to the open sea
Forming a vast body of water of the immense ocean
A heart is as clear as a drop of water
A heart is as muddy as a drop of water
Being clear or muddy is similar
My dear, please preserve the water
Muddy or clear, the open sea
Clear water is not lost
Muddy water is not lost either
Clear and muddy are of the same stream
Mingling together to form the immense ocean
Immense without shores
It is surprising
Love and that great ocean are similar.

61.

Why nowadays people do not love each other
Please do not kill each other
Please be sensitive to the sorrow of others
Please clasp your hands and pray.

Please give each other a great love
Please give each other a miraculous love

Please say to each other a deep vow
Of mutual love for hundreds of life-cycles and for thousands of life-cycles.

Let loving kindness and compassion be my relatives
Let that thought be in my mind
Joy and equanimity are the first words
Together we cultivate
Our sincere mutual love
I love you because you and I are similar
I love you because I find you in myself
I love you because we share
The same red blood that nourishes us in the same way.

I love you even if you do not love me
I still respect you even if you do not love me
Without love, troubles and disturbances will come
Why creating heart-breaking situations, my dear!

Let us pray for having each other in one life
Human love spilling all over
Many hundreds of thousands of later lives
Please love each other
Praying for mutual love
The marvelous love.

62.

My dear, learn how to speak
Speaking the lyrics of the songs
Singing by the springs in the wilderness
Learning to live an open life-style.

Please practice doing
Doing good deeds
Doing with mindfulness
Free of untruthfulness.

Please practice walking
Walking through the entire path
Giving love to people
On the roads and alleys.

Please practice standing
Standing straight on your two feet
Never bend your knees
Standing firm.

Please learn how to lie down
Lying down in tranquility
No wavering
Maintaining the Superb Real Truth.

Please learn how to sit
Sitting as stable as a mountain
Keeping the mind unattached
Maintaining full consciousness.

63.

Traces of the steps are clearly seen on the mountain side
  The thin figure is not clear until the moonlight is shining bright
  The emotions cannot be described with pen and ink
  Suddenly tonight, despair and misery are expressed through bloody
tears.

64..

Looking down to his skinny feet with traces of hardship
Showing bony long and short segments
Walking unsteadily as a silhouette from the grave
The dry ash is sadly blown away in the air.

65.

The lonely hut has no signs of people around
Seems to be left with only the incense smoke of the old days
Recalling the sounds as if they are just heard this morning
The image quickly disappears from the distance in the rainy evening.

66.

Straying into the Grand Master's meditation house
Quickly climbing up the three-level steps
What an unexpected scene
Wildly miserable and worn-out.

67.
The sound of the temple bell
Resounds from afar
In the late afternoon
Blurred in the smoke and fog
Gloomy and sad
Heart-breaking nostalgia of the father land.

The old temple roof
Covered with moss
Through time
The fragrance of the pervading sandal-wood incense
Gently comforts the childhood.

Without worries
Looking at the sitting Buddha
Calm and undisturbed
With calm and peaceful mind
Mindful of compassion
Abandon greed, anger and ignorance
To relieve miseries in life
Landing on the compassion shore
Crossing to the other shore of life and death cycle
Repeating the name of Sakya Muni Buddha.

Expressing love
Revealing Buddha nature
These merits and virtues
Shine like diamonds
On all roads

I always rely on Buddha
Who sheds light in the long nights
On each of my steps
Indisputably beyond thoughts and words
Buddha-mind never retreating
Today in this life
The next life will come
I pledge to remember.

68.
I look at Buddha
Buddha looks at me
I listen to Buddha
Buddha hears me
I keep my mind committed
Buddha and I are close.

Buddha on the mountain
Unshakably dedicated
Buddha comes to my home
Buddha and I are in the same home.
Buddha does not stay far from me
I am not far from Buddha
Buddha and I are deeply connected
In overwhelming love.

Buddha guides me
Through islands
Through forests

Through abysses
Though mountains and hills
Through brown rice fields
The smooth salt flats and the green mulberry fields.

The ocean of human life
Exists here today, but where is it tomorrow?
Practicing miraculous Buddhism
Blessings last thousands of years later.

69.
Moutain top, dense forest and cliff
The cloud covering the morning fog
A person wandering on the long road covered with dust
With weariness of a worldly life.

Confined powerlessly, sitting and remembering the past
From the ten-year-old age
70.
The trace of the worn-out foot-steps
Through deep ravines and abysses at the twenty-year-old age
The rose just blossoms in the rose garden
Offering fragrance and beauty to life.

71.
The caterpillar crawling around on the leaf
The morning dew still lingering on the branch
Birth and death cycles revolving without interruption somewhere
Leaving marks of sunlight on the thatch hut through passing time.

72.

Birds still singing, wind in the wilderness still blowing
Clouds still flying, spreading over the silk blinds
In an instant I find myself as if
I already write poetic lines on the clear moonlight.

73.

The cold spring reflecting the image of a decrepit man
Resting his head in the West while his dream is in the East
The wandering foolish man bearing rotten moss
On the road fully covered with dust.

74.

The colored cloud tinted with fading shade
Melting the night dew that gives a chilling feeling of a loose string
Stooping lower to look attentively for a moment
At the pile of decaying bone without knowing who builds the grave.

75.

One day passes, I live another day
Leaving a fragrance of deep love in life
For a long time I thought it was a common dream
Where someone will stay and I will depart eternally.

76.

I now live in the middle of multiple dangers
Let me give away, giving away all the love
So that one day when I set myself off stepping on the road
My heart is light and peaceful without any regrets.

77.

Living to know I will be dying tomorrow
Therefore, what I possess today
I should give it away to the wind in the wilderness and the white cloud
Feeling the joy within myself with thick green eyelashes.

78.

I sit still but my mind does not
My mind, but the perceptive mind seems to belong to someone else
The sky and the earth are with plenty of romantic scenes
Embellished by the moon perching over the shoulders.

79.

One day living is one more day of peace and joy
Peace and joy for myself and for others
With opening arms, I fully embrace the hot flame
Warming up so many frigid hearts.

80.

Tomorrow carrying the hoe on shoulders to the woods
Planting the wild grass and tending each flower bush
The overflowing raindrops during the night
Helping flowers and pistils blossom into a diamond palace.

81.

Life passes like the flowing river water
Muddy or clear, winding around mountains and hills
At times rising to the Tushita Heaven
At other times falling down to the worldly life of burning hell.

82.

The snail scrawls on the hedges
The yellow butterfly couple perches and sucks the pistils
The fragrance of tea garden spreads pervasively
Leading the way back to the meditation house of the old days.

83.

The sky is dimmed and the sea is blurred by the early morning fog
Rowing the small boat on the river moving up and down
The waves surge, drifting and bobbing lightly
The burning cooking fire and the fragrance of the tea warm the old
fisherman's heart.

84.

Knowing well and remembering that I have had long enough years of
life
Gray hair over my worn-out forehead
Sitting quietly and pensively thinking of the past
The blue rapids and ocean dimly fading and disappearing into the
cloud in the horizon.

85.

I live the life of a novice monk under the roof of a small old Buddhist
temple
In the cool shade of rows of surrounding green coconut trees
Listening to the sounds of the sutra recitation resounding every
evening
Looking at the flowing water of the river every early morning.

86.

The fragrance of the rice plants spreads in the fading soft sunlight
The child flies a kite in the afternoon
The deep love of the native land grows from childhood
The maternal grandmother grows old together with the pungent betel plants in the garden.

87.

The fragrance of the areca flower pollen mingles with the fragrance of the star-fruits and grapefruits
The streak of evening smoke hovers over the low straw roof
Rocking the child, the mother sings a folk lullaby
The soul of our people and native land spreading over thousands of miles.

88.

My Master tells me I must recite the sutras twice a day
To permeate the air of the temple with a fragrance of the meditation house
The fragrance of the sandal-wood incense lightly spreading around the window frames
Consciously I feel the moment of existence in my heart.

89.

The birds are singing on the branches
Rhyming with the sound of the bell resounding from the Temple
The tilted shape of a novice-monk
Sincerely repenting, erasing all worries.

90.

The star-fruit flowers on the slope of the old temple

Turning the blossoming flowers into fruits of love

Every morning I sweep away the fallen star-fruit flowers

With cheerful feelings beaming with the success of living on monastery foods of fermented bean sauce.

91.

The termites pushing up the soil to build the termite-mound

The snake lying to impede the path

Human beings with all anger and ignorance

The bees laboring to suck flower nectar.

92.

The alluvial soil nourishes the fields and gardens of my maternal grandmother

The guava trees and the mango trees grow strong all year round

Every time the bright full moon hangs over the alley

My maternal grandmother faithfully watches the statue of Bodhisattva of Compassion.

93.

The inspiration of writing these verses comes from my head

My mother raises me without my father

Letting me roll down from the mountain top

Falling into this world of sorrows.

94.

My maternal grandmother's beautiful garden of betel plants
Spreading the fragrance to the neighborhood and the love to people in
the country side
The rhythmic chant resounds on the dyke
The shape of the storks with outspread wings in the bright moonlight
on the mountain top.

95.

The old monk sits on a boulder feeling the beads on his fingers
Watching the flying clouds blown to the open sky by the wind
He spreads compassion to all places.
Nourishing the green rice seedlings that send out the fragrance of the
familiar hair.

96.

I walk while the tide is rising
The echo of the resounding sounds creates the thought of a superb true
self
The waves are rising and roaring in the misty open sea
Contributing to the pledges of reunion in the next life.

97.
Your skinny shape with hair on shoulders looks like a small yellow deer
Leaning on the door, worn out by waiting for months and years
Coming to the temple and lighting the sandal-wood incense to pay homage to Buddha at night
Innumerable worlds are like drifting clouds in the sky.

98.
Buddha sits in meditation on the lotus throne from that ancient age
Motionless and undisturbed with expression of compassion
From multiple sacred lives through uncountable thousands of years later
Each word of his teachings resounds to all places.

99.
The cup of morning tea spreads the fragrance
Like the fragrance of the ripe paddy in the fields in the evening
The blossoming grass whispers
And wavers in the blowing wind while the farmers cultivate the land.

100.
I sit here recollecting my old village
Remembering the ditch, the hedges and the well in front of the house
The childhood with strong motherly love
Now all is gone and lost.

101.

The fully ripe mangoes days before

Fall down separated from the branches then lie lonely by the tree trunk

The red ant lies down waiting by the window

Time passes by like the dust blowing away with indifferent feeling.

102.

The temple is hidden behind the rows of green coconut trees

Time passes since the novice-monk started leaving home for his practice

Reciting Suramgama sutra in the morning, repeating the name of Amitabha Buddha in the evening

The river is flowing, the clouds flying over the rapids.

103.

Today's Dharma teaching voice is so soft and gentle

In the quiet and sacred mountains and forests

The afternoon tilted sunrays shine through the branches and leaves

The high and low sounds of sutra recitation dissipate all worries.

104.

The Snow Mountains block the road home

A lonely nostalgic soul in a strange country site

A broken dream of the age of twenty

The pervading fog covers the night-long laughing spells.

105.

The bright sunrays flow from high up in the sky
Weaving into lines on the deep furrows
A flock of birds fiercely fights for food
In the scorching hot summer sun burning the lips.

106.

People are embraced and nourished by the earth for their existence
Other people's dreams, not really my dream
Waking up from the dream, realizing the numerous joys and miseries
in this world
The moonlight shines in the wilderness and over the immense ocean.

107.

The road leading back to The Grand Master's hut in a cold foggy
evening
Freezing the mind and freezing the road
At that place the skinny Grand Master has passed away
With no written records of his up-and-down life course.

108.

The sounds of the bell resound from the high hill with howling wind
The bell that I toll every night
The sounds pour into the hearts of people nearby
What a marvelous happiness that fills the hearts!

109.

The gate to the temple is already closed
It is quiet without anybody passing by
The image of the old monk sitting to listen to Dharma teachings
Now he is separated in some place very far away.

110.

I am on the road gathering the red dust
Saving it up to make a fire to burn the crescent moon
At night I light the candle of sorrow
Lying down to listen to my breath of the hardship of union and
separation.

111.

The rising moon intertwines with the yellow dwarf-bamboo hedge
The high wind blows across the hills
Lines of white candles in the quiet meditation house
Project the shadow of the old monk reciting the Diamond Sutra.

112.

Boiling water on the wood-burning stove to make tea in the morning
The hot flame sheds light on the early morning
My Grand Master is sitting there motionless
Conscious of the passage of time by looking at the flying clouds.

113.

Sitting by the wall of a room with door closed, he strikes the wooden bell with a rhythm
A skinny shape by the dimming candle light
A pile of old books covered with dust over time
From an unknown time in the past.

114.

He goes away on the boat that day
Leaving behind fading traces
On the patchy walls and the uneven sidewalks
And traces of footsteps through past days and months.

115.

Tomorrow when I stop by the cliff
Watching the stars busily drifting on a wasteful course
In front is the long trail scattered with pebbles and rocks
Thousands of years later, the afternoon summer sun invites me to return.

116.

The fading sunlight falls on the base of the dyke
On the vast green fields of the village in the evening
The smoke in the air in the evening lightly mingles into waves
The full moon preserves the soul of the native land.

117.

Listening to the sounds of the wooden bell when I was a novice monk

The sounds of the repeating of the words Namo resound in the temple main hall

The fragrance of the sandal-wood incense spreads around forming a five-colored cloud

As offerings to Mahavairocana Buddha.

118.

The dim yellow light

Shines on the sidewalks

The ants bring love

To each of the beggars.

119.

The cat lies down, sleeping with tail curling down

The old crow with sleepy eyes

The yellow deer with blue eyes

Taking leisurely steps on withered leaves.

120.

The night is dark but human heart is much darker

The sounds of the night heron resound far away

Who are the people not waking up from the dreams in the middle of the night

Opening the eyes to see the immense love.

121.

Spreading the monastic robe to expand love
Spreading the long arms to relieve miseries
Submerging then sinking in the ocean of human life
A miserable ever-changing human life quickly passes by.

122.

The crabs are crawling on the sandy beach under the moonlight
One is puffing and panting
One is playing with the weak waves
It is a peaceful scene without worries.

123.

Birds are cheerfully chirping on the grapefruit branches
The cobwebs welcome the spring breeze
The green bamboo hedges make the vows sweeter
The full moon shines on the peaceful people living in the countryside.

124.

Two heads rise above the roof
Expression of fear on their faces at the sight of the vast water body
Alone without parents and neighbors
Without love from any relatives.

125

Late in the night listening to the water flowing in
Strongly rushing in to break the dyke at the source of the stream
The water overflowing, inundating and rushing in
People are miserable where the ground is their sleeping mats and the
sky is the roof over their heads.

126.
The yellow-winged butterfly hovers over the green hedges
Strenuously sucking the flower pistils alone
The butterfly, the light breeze and the mild fragrance
The croaking sounds of the storks calling each other in the evening in the countryside.

127.
The boulder blocks the road to the mountain
The bare feet are worn out in the night mist
Weather-beaten many times a day in the sun and rain
Enduring the hardship alone from the early morning to the afternoon.

128.
The cliff covered with patches of moss
The worm is crawling looking for a shelter
The rain on the hill in the west then the east wind
The worm, the cliff and the mountain-shaped pure white clouds.

129.
Remembering the old tower in the evening
Contemplating from afar the moss-covered image
With patchy marks left by the sunrays and the rain
I quietly think of the Grand Master with deep sadness.

130.

Mother picks up the rice seedlings in the fields
Then transplants them in the paddy-fields where they will grow into
rice plants bent down under the weight of blooming rice grains
The steamy hot cooked rice in the bowl this evening
Is the result of the mother's work and the father's plowing labor.

131.

The white grapefruit flowers blossom at the alley
Fully blossoming star-fruit flowers give a purple look to the trees
The ripe longan season expresses the deep motherly love
The mother who carries the heavy loads on her shoulders each
evening.

132.

Mother's love and father's love are both nourishing foods
Mother takes care of cabbage gardens and ginger bushes with both
hands
Every evening she fills up the two small baskets
Representing the ocean of love she pours out at this moment.

133.

Darkness of the night partially covers the trees in the tranquil forest
The shape of someone is dimly seen next to the blinds
Attentively listening to the sounds of the repeating of the words Namo
Buddha
Resounding from the Grand Master's Temple through the bamboo
screen-wall.

134.

For a long time I thought of myself as a real self
Only now I realize that that self is not mine at all
It was only because of my false belief
Waking up from my big dream to realize the selflessness in this world
(Saba).

135.

The flamboyant flowers look droopy and withered under the scorching
hot sun
The constantly buzzing sounds of the cicadas are mourning the
ephemeral life
The real and the unreal will dissipate following the rule of prosperity
and decadence
Flowing downstream to the realm of ignorance.

136.

The roaring waves from the deep sea
Completely buries the ignorance
Stopping to look deep into the perceptive mind
Looking for traces of footsteps on the returning destination.

137.

An empty pot without tea and water
Resenting that there is no one to drink in this world
Born into a life plagued by mishaps
Rather not about breeding silkworms for their cocoons and for the silk
threads.

138.

The lime-painted walls are faded by the sunlight
The bell tower is worn out with time
The white eucalyptus leaves are scattered on the path to the temple
It is a sad deserted scene with nobody around.

139.

The coconut tree garden and the river are behind the foot of the
mountain
Hiding the thin shape of someone diligently working from dawn to
dusk
Making the hot fire to cook the sticky rice in a pot
The delicious sweet rice fills up the bowl.

140.

The old monk is boiling water in the quiet temple
The cracking sounds from the flame of the old days
The routine is going on days after days
The old monk has enjoyed this happiness for a long time.

141.

The old pine trees by the cliff in the cold autumn fog
The small path leading back to the quiet hut
The wavering dim light with the wick burning low
Two heads are affectionately close, nurturing mutual love.

142.

The rows of yellow dwarf-bamboo trees bathe in the early morning
sun

The image of birds flying quietly over the hills in the west
The babbling sounds of water falling drop by drop into a jar
The rhythm of time flows like the high and low stream.

143.

Sitting and breathing gently to feel at ease
Uninterested in engaging in gossipy talks
Oh, folk! The word compassion is engraved in my heart
Carved on the stone wall with loyalty and dedication.

144.

People leave, nurturing big dreams
I return and close the gate to the mountain top
Enjoy the grass and flowers and the wind blowing away thousands of
miles
Alone quietly gathering small thoughts.

145.

Sitting confined next to a pile of old books
Cobwebs hang on the moss-covered walls
The words of the book are worn out with reading and by the spiders
The rain this morning, the sunlight this evening.

146.

The milk flowing from mother is as sweet as the singing of father
Mother not one time saying No to her children
The old mother working hard her whole life
Feeding her children well by working at the source of the river at dawn
and along the river in the evening.

147.

The time stands still, the light is out
The fragrance of poetry pervades the tranquil air
 Who is the person who can hear the words of the poem
Through the vague musical white notes and black notes.

148.

Fondling the hair while counting each line of written words
Words written some time ago or only written today
Suddenly recalling the pensive blue eyes
Someone's joy is someone else's sadness.

149.

Remembering the one time climbing to the mountain top
Looking down to all beings.

150.

Quietly visualizing the devilish images
Leaving behind the smoke and dust on the road
Suddenly waking up feeling as if the blood is flowing backward
The dry heart is unusually cracked.

151.

A sky of bright stars appears when closing the eyes
The spirits are groping their way holding each other's hands
Looking for a shabby place to humbly shelter their small bodies
The rounds of rebirth are full of miseries.

152.

The white hair carries the color of deterioration
Tears are shedding for the ups and downs of the deteriorating life
Sitting here to see the waves in the open space rushing to the rocky shores
Months and years fly like a human life passing quickly.

153.

I sit here counting the time by its stroke
Each line of the knuckles is a circumstance of worries
The vicious cycle encircles people in a dream
The life in exile is floating indefinitely.

154.

The body is detained in the sad abyss
Who is passing by to see the water overflowing
Spreading all over from the original source of the unknown beginning time
The fresh heart with the blood flowing back to its source.

155.

Embracing a long dream throughout the night
That tomorrow the whole world will be bright
Surprisingly, wartime is felt in each water stream
Everyone, young and old, is sick in all homes.

156.

At cockcrow people are still soundly sleeping
Can someone come back to lift up the curtains
To bring the light to shine on darkness
In thousands of years later, all will promise to come back together.

157.

The old monk recites the sutra while feeling the beads on his fingers
The raindrops sporadically falling outside the window
The two sounds mixing together resound in the heart
Engraving the letters of the evening sutra reciting to save all beings.

158.

Please sit down to listen to the confidential talks
Of legendary stories and fairy tales
The world is full of upside down and miserable changes
The worn-out footsteps tramping through a life full of vicissitudes.

159.

Looking back, he compares himself to a king-fisher bird
Waiting a long time for a good prey
Life-time is fading and passing by
Wishes are not fulfilled in one hundred years, my dear!

160.

Lying down, hearing the wind gently blowing on the outdoor porch
The light from the candle on a tilted plate
The candle burns out to its last part
Thinking about the worldly life changing to heavenly life.

161.

Wishes are not fulfilled in one hundred years
Wishes still stay identical wishes in one thousand years
The birds are flying from branch to branch on the heavenly peach
trees
Making a false step, they will fall down into a human life following the
causal condition law.

162.

Wiping out the dusk fully covering the mirror
To clearly see the real and unreal mind
The fragrance spreading from the decayed sandal-wood in the burner
Perfuming human mind to brighten the real truth.

163.

The boulder on the old trail

People still remember the image of the human mayflies and the flame

The flickering flame on the Trai Thuy Hill

Keeping the pledge of that moment.

164.

The sacred fire brightly lights up the meditation forest

A vast sky brightened by the morning star

A person sitting there as a motionless shape

From today until the infinite time in the future.

165

What comes to your mind when you are an impoverished man

Dragging the legs of a poor man all over the world

Dreaming of a wealthy life

It is clear you harvest the fruits from the seeds you sow.

166.

The dense forests at night with blurred and unsteady shapes of wild animals

Imprinted with unclear traces of footsteps passing by

Dreams and reality alternately appear

Waking up with blurred fading handwritten traces.

167.

Thinking that the life course will continue floating on forever
Without ever stopping by at the old places
To instantly hear the sounds of those old days
To see the small boat docked all day long.

168.

Picking up the fully round paddy grain on the pile of straws
The labor of the farmer plowing the soil and sowing the seeds all
farming season
  Rain at night, plenty of sunlight during the day
  Working hard for the comfort and peace in all homes.

169.

Looking back to see my agonizing heart
Thinking the dry blood stream already dries out
Burning half of the body partially destroyed and fallen
The grave out there waiting for someone to return for a visit.

170.

Seeing the shape of someone from afar
Thinking the darkness is the image of a ghost
With a dwarf-bamboo cane groping his way back to the hut
In the form of a human body that keeps going day after day over the
years.

171.

The change coins collected in a jar and set aside there
Collecting day after day in the past years
Now giving out to homeless people
To help relieving their hunger in the sunny mornings and rainy
evenings.

172.

Multiple thousands of years seem as short as the span of the hand
Let alone one hundred of ever-changing courses of life
A series of sadness and miseries
Miseries and sadness are the hardships of the birth and death cycles.

173.

The trees in the forests are tranquil in the darkness of the night
The soft shoulders are wet with the falling dew
Coming back, closing the door and reading under the light
Lines of poem scattered on the doorsteps.

174.

I live with joy through a full life
As a herdsman crying and laughing, rain or shine
The fields spreading out in rolling waves
Only few people scattering in the fields in the evening.

175.

The rain nourishes the rice plants to blossom
Flowers to bloom with more pistils and braches to grow fresher
Love of the youth in the twenties to grow deeper
Happiness in all homes with smiling children in the yards.

176.

The young lady stoops down to pick up the fallen rose
The night dew is still wet on the pistils
Nourished by the warmth of the sunlight
The stream from the water source flowing all over the country.

177.

If someone has ever tossed and turned
In a long dreamy sleepless night
The night passes and the day comes with waking noises
Indicating the existence of the rounds of rebirth somewhere.

178.

I return to pick up a petal of the red flamboyant flower
Drying it on the brick floor while my heart is not drying
The Grand Master departed leaving behind a smile
For the younger generations to remember Him.

179.

Once reaching the Lankavatara top
Rather stay there than returning home
Life is full of miseries
Better be a pebble lying unaffected by the wind and dew.

180.

The forest is quiet without the wind blowing in the wilderness
I keep waiting from the time of a wandering wasteful life
My feet are worn out walking through many centuries
Turning back to see my withered body.

181.

Dragging my feet worn out by the wind and dust
Leaves in the forest turn into the color of dry earth
Crickets and worms push up the soil into graves
Listening to the indistinct sounds of the dew falling late in the night.

182.

If someone has climbed up to Trai Thuy Hill
To visit the bell at Hai Duc Temple in that old time
Standing to catch the wind blowing in from the sea in the morning
To hear the resounding sounds of the bell in the fading sunlight of the
evening.

183.

The night train is sluggishly moving in the dim light
Through the forest full of sloping tunnels and craters
Down to the deep abysses then up to the top of the mountain passes
Moving lonely along the misty blue waves at the distance.

184.

The city lies motionless

No signs of people moving on the deserted roads

The city was once in its glorious beauty

Nothing is left of that beauty of the old time.

185.

My heart is Buddha's heart

The heart that is serene and loving over thousands of years

The blood in the heart flowing back from the old time

In the direction of the source of the spring but always in the opposite direction of ignorance.

186.

Lighting the incense in offering to Buddhas

Why continuing a wandering wasteful life while in youthful age.

187.

The raindrops make popping sounds on the porch

The sounds echoing in the dry land

The graves are hidden behind the young buds of the tree

It is a very long road back to the remote and quiet place.

188.

The scorching hot sun burns the hard-working body

The two skinny hands and feet showing hardship

Pebbles and stones worn out in patches in the sunlight

The rain from the water source in the evening and the morning-star light in the morning.

189.

The dwarf-bamboo branches bend in the rain of the other day
Their tall thin shapes next to the moss-covered walls
Catching sunlight in the morning, projecting tilted shadows in the
evening
The sign of loneliness appears on the sidewalk.

190.

The tile roof of the temple is showing a deteriorating fading color
Time passes with ever-changing signs over time
The sandal-wood incense spreads around the candles and the lamps
Expressing the permanence of Buddha mind, unaffected and
unmovable.

191.

In the misty night under the gloomy sky
Listening to the dripping sounds of the evening rain
Penetrating deep into the earth to return to the source
Nourishing each patch of the life of the water-plant with loving care.

192.

Waking up from a dream, the night has passed
A surprising scene of the stars falling on the milky-way
Someone's blood dyeing the river water in red
Also reddening the eyelashes overwhelmed with tears.

193.

Someone's voice is groaning in the quiet night
The dreaming soul quickly appears like a ghost
The dry bones disorderedly scattered in the fields
A human life will pass away anyway.

194.

Imagining it is a painted picture
Suddenly realizing it is only the sound of the old days
Life is a bad dream
That cannot be recognized even with an attentive look.

195.

Sitting and looking down to count each of the toes
Wondering why the dust on the roads still lingers
Realizing many miserable lives
The roaming lives through three realms like the clouds overhead.

196.

Looking at myself to see a skinny body
Each line of the knuckles marks the passage of time
Life and death cycle is flowing from a long time ago
Suddenly I wake up from many vague dreams.

197.

Reading and seeing each line of letters moving up and down
Blurred at times, clear at other times, dragging out like a fringe
Wondering about my poor vision at the time
Only because of the passage of time.

198.

Oh, my dear friend! I have my own self

That exists thousands of years ago until today

Going forward and backward alone with struggles and hardships to climb higher

All of these nonsenses because of that self

If I can get rid of that self I will be at ease without anger and ignorance

Many times I have the pain of acting unwittingly like someone having to swallow the bitter pill

Like carrying a heavy load, a boulder wearing out the body

Tomorrow I must leave home for the practice of monkhood

Leaving you, the self, imprisoned and powerless.

199.

The sun rises high, the sunlight shines through the space between the leaves

Waking up all species after the rain

Looking down at the vast scenery from the hilltop

Many rolling rows of homes and new roads.

200.

Kneeling down to kiss the fresh-color new earth

Absorbing the early fading smell of the earth

That water source in the dense forests from the old time

I love people and love the immense living force.

201.

Listening to the voices of the frogs at night

Telling life stories in the pond of rock-garden decorated with water-

plants and moss

The muddy water is to feed the aquatic animals

The leaves are green to absorb the healthy oxygen

That life is fragile from the previous life

Time passes in periods like the shuttles of the weaving machine.

202.

The yellow sunlight shines on the West hill

The gentle breeze blows on the temple porch

The green, yellow and red leaves of the autumn in the past

The monk returns knocking at the door of the quiet temple.

203.

Like the small spring at the edge of the forest

Quietly flows through days and months in the middle of the game

Tomorrow with changes of life

The body turns into sand and dust in a grave covered with water-

plants and moss.

204.

The forest in the warm sunlight of the fall evening

The thin leaf by the roadside

The darkness of the night comes in an instant

Seemingly expanding into the entire atmosphere.

205.

I leave forgetting the return path

Leaving my body in the grave soaked in the falling dew

When I go astray into life in the future

I will have to bear the activities of the world in a life in exile.

LYRICS

Lyrics of Song 1

Moonlight and Water are both Non-existence

Existence, Non-existence! Dear people on Earth
This earth has existed for a long time
This space is a marvelous existence
Existence in the absence of perception
In grass, trees, pebbles and soil
The ocean and the sky are sparkling
On the high mountain tops
On the deep ocean floor
In the wilderness on earth
Dark without the bright moonlight
Thousands of stars twinkle from the milky-way
Existence then Non-existence

Human body is unreal and temporary
Temporary life even
Temporary self even
Existence today
Non-existence tomorrow
Non-existence in the present
Non-existence even in the future
Non-existence also in the past
Non-existence of skinny arms
Non-existence of shoulders also
The birth and death cycle continues indefinitely
I walk alone the walk of life
From the boundless world
From the world of the deities
And immeasurable sentient beings
With multiple worries
Upside down! Greed and anger
Keep flowing indefinitely
Halting the steps then complete stop
To clearly recognize Existence
Existence then Non-existence
Existence in an instant
The shortest measure of time (Ksana) flowing
Existence, my dear
Non-existence, my dear
We two climb up the mountain
Watching the flying clouds
Feeling at ease
Marvelous moment

From now on
I see my own body
Existence then Non-existence
Non-existence then Existence
Existence like the rivers
Existence like the fields
Existence like the under-water waves
A succession of Impermanence
Non-existence, my dear!
Existence, my dear!
Existence, Non-existence! Non-existence, Existence!
Smiling, unaffected.

Lyrics of Song 2

A Visit to My Temple

Oh, my dear! Visit my temple
Listening to the sounds of the morning bell
The words of sutra resounding late in the night
Leaves and flowers are still sleeping out there
My inner self wakes up
Smelling the fragrance of the sandal-wood incense
With fingers feeling the beads, quietly repeating
The name of Amitabha Buddha
Amitahba Buddha with a halo
Oh, my dear! My dear! Pure Land, the Joyful Land

Existing within myself

Invisible Buddha mind

Like the clouds containing crystal clear water

Like trees with roots

Like branches with flowers

My dear, come visit my temple

To have your mind at ease

To alleviate worries

Deeply resounding and peaceful sounds of sutra recitation

Oh, my dear! Dissipating all the hardships of life

In my temple there are only smiles

The sounds of the bell tolling in the morning

The sounds of the wooden-bell resounding in the evening

Oh, my dear! That's all we have

The words of the sutra

To dissipate sadness

The flower in front of the hall bowing down

Amitahba Buddha!

Amitahba Buddha!

Please witness and accept my sincere prayer

Repeating the name of Muni with serene peaceful mind

Oh, my dear! I have clearly seen the path

The immense love is pervading in my temple

With sweet star-fruit flowers in the peaceful evening in the countryside

Quietly living with the words of the sutras

Nourishing the soul of the plants

Nourishing the love of people

Oh, my dear! Leaves are falling all over the yard

As a novice monk
I sweep the temple yard.

Lyrics of Song 3

Please Love Each Other

Why nowadays people do not love each other
Please do not kill each another
Please be sensitive to the sorrows of others
Please clasp your hands and pray.

Please give each other a great love
Please give each other a marvelous love
Please say to each other a deep vow
Of mutual love for hundreds of life-cycles and for thousands of
life-cycles.

Let loving-kindness and compassion be my relatives
Let that thought be in my mind
Joy and equanimity are the first words
Together we cultivate
Our sincere mutual love.

I love you because you and I are similar
I love you because I find you in myself
I love you because we share
The same red blood that nourishes us in the same way.

I love you even if you do not love me
I still respect you even if you do not love me
Without love, troubles and disturbances will come
Why creating heart-breaking situations, my dear!

Let us pray for having
Each other in one life
Human love spilling all over
Many hundreds of thousands of later lives
Please love each other
Praying for mutual love
The marvelous love.

Lyrics of Song 4

Love and the Ocean are Similar

The small brook on the mountain slope
Flowing with dripping sounds of clear water
Falling down and staying in the deep abyss
In the middle of the dense forests
The spring is flowing to the open sea
Forming a vast body of water of the open ocean
A heart is as clear as a drop of water
A heart is as muddy as a drop of water
Being clear or muddy is similar
My dear, please preserve the water
Muddy or clear, the open sea

Clear water is not lost
Muddy water is not lost either
Clear and muddy are of the same stream
Mingling together to form the open ocean
Immense without shores
It is no doubt
Love and that great ocean are similar.

Lyrics of Song 5

Please Practice

My dear, learn how to speak
Speaking the lyrics of the songs
Singing by the springs in the wilderness
Learning to live an open life-style.

Please practice doing
Doing good deeds
Doing with mindfulness
Free of untruthfulness.

Please practice walking
Walking through the entire path
Giving love to people
On the roads and alleys.

Please practice standing
Standing straight on your two feet
Never bend your knees

Standing firm.

Please learn how to lie down
Lying down in tranquility
No wavering
Maintaining the Superb Real Truth.

Please learn how to sit
Sitting as stable as a mountain
Keeping the mind unattached
Maintaining full consciousness.

Lyrics of Song 6

Repeating the Diamond Sutra

The sound of the temple bell
Resounds from afar
In the late afternoon
Blurred in the smoke and fog
Gloomy and sad
Heart-breaking nostalgia of the father land.
The old temple roof
Covered with moss
Through time
The fragrance of the pervading sandal-wood incense
Gently comforts the childhood.
Without worries
Looking at the sitting Buddha

Calm and undisturbed
With calm and peaceful mind
Mindful of compassion
Abandon greed, anger and ignorance
To relieve miseries in life
Landing on the compassion shore
Crossing to the other shore of birth and death cycle
Repeating the name of Sakya Muni Buddha.

Expressing love
Revealing Buddha nature
These merits and virtues
Shine like diamonds
On all roads
I always rely on Buddha
Who sheds light in the long nights
On each of my steps
Indisputably beyond thoughts and words
Buddha mind never retreating
Today in this life
The next life will come
I pledge to remember.

Lyrics of Song 7

Buddha and I in the Same House

I look at Buddha
Buddha looks at me

I listen to Buddha
Buddha hears me
I keep my mind committed
Buddha and I are close.
Buddha on the mountain
Unshakably dedicated
Buddha comes to my home
Buddha and I are in the same home.

Buddha does not stay far from me
I am not far from Buddha
Buddha and I are deeply connected
In overwhelming love.

Buddha guides me
Through islands
Through forests
Through abysses
Through mountains and hills
Through brown rice fields
Fresh green mountain ranges and mulberry fields.

The ocean of human life
Exists here today, but where is it tomorrow?
Practicing marvelous Buddhism
Benefits last thousands of years later.

Lyrics of Song 8

Fire in the Forest at Night

Gloomy dense forest!
Trees soaked in fog
Mingling among thatch roofs
Tribal Tu Ru people
The people in the mountainous areas
Living peacefully, city life is not their wish.

Suddenly sparkling
A shinning fire spot
Spreading fire all over
Fire over the mountains
The mountainous areas are engulfed in fire
Fire burning the village
Fire burning the houses on stilts
The houses of the mountainous people
The houses of loyal human love
Of the worn-out mountainous people
They carry children in their arms
Walking down to the cool spring
Sitting on a boulder
Looking back to the mountains
All are gone
The houses on stilts
Only ashes left
A miserable life

Many thousands of lifetimes of people living in houses on stilts
Lonely, wearing ragged loin-cloths
With bodies unsteady like water-ferns and foams
With thousands of miseries
People must wander their lives
People must wither and die
For mankind, that is the lesson about life in the mountainous areas.
Oh! Green forests
Luxuriantly green and immense
Oh! Green forests
Luxuriantly green from the ancient time
These are gone now
The green color of the mountain
High and very far away in the distance
Like the dry tree trunk
Like the withered branches and leaves
Like the dry piece of land
All gone! All gone!
All that belongs to the people of my country
Oh! All that belongs to the people of my country.

Lyrics of Song 9

The Buddha Hall of My Temple

The Buddha Hall of my temple

Looks extremely solemn

The smoke of the sandal-wood incense is pervading

The fragrance of meditation is spreading far

Giving out an expression of deep feelings

The fresh flowers

Oh! Overwhelming joy

The rhythmic sounds of the wooden-bell match with the repeating of sutra

The sounds of the bell echoing and resounding

The superb mind spirit

Worries are dissipated

My mind is calm and peaceful

A peaceful life.

I go to my temple

Entering the main hall of my temple

Feeling a refreshing spring

Full of sweet love

Oh! My dear!

Practice together

To make life blossoming

The main hall of my temple

Looks extremely gentle

Buddha in stable and solid sitting position

Representing the Embodiment of Dharma (Dharmakaya)

Buddha's compassion perfuming as the fragrance of sandal-wood incense

With absolute wisdom

Saving human beings and human life

Oh! Oh, my dear!
Oh! Oh, my dear!
A broken life dream!

Lyrics of Song 10

The Tranquil Meditation House

Over there, someone's house on the high mountain top
Over there, someone looks like
The Meditation Master going down the mountain
His hand leaning on the woodman-cane
The cane of the woodman.

The house is on the mountain
The house stands with leaves all day long
The house is warm
The house looks glossy under the light of the full moon
The Meditation Master every year
Visits the city
Pleads and saves beings
Guiding people out of the river of ignorance
Committing to opening the Bodhi mind
Reaching the Pure Land
The pink lotus obviously provides assistance
Being mindful while feeling the beads
Keeping the mind calm and peaceful

Meditation practice, my dear!

Pure Land practice, my dear!
Both Meditation and Pure Land practices
These are methods of practice for liberation
In this life and thousands of lives later.

The meditation house on the mountain
The Meditation Master returns to the mountain
Sitting in meditation position and watching the full moon
The full moon of the sixteenth day
Oh! The soul of a Meditation Master
The Absolute Truth! The Real Truth! The Void nature of
Existence!
The Master sits in meditation
Pensively contemplating in the meditation house.

Địa chỉ liên lạc tác giả:
Chùa Phật Đà
4333 30th Street
San Diego, CA 92104, USA.
Tel: (619) 283 7655